గోపీచంద్

సినిమా రచనలు

గోపీచంద్ శతజయంతి (1910-2010)
సందర్భముగా ప్రచురణ

సేకరణ

గంజి శశిధర్
e-mail : ganji_006@yahoo.co.in

అలకనంద ప్రచురణలు

59-6-15, కంచుకోట వీధి,
మేరిస్ స్టెల్లా కాలేజి ఎదురుగా, విజయవాడ – 520 008.

CINEMA RACHANALU
by Gopichand

www.kathasamrat.com

Published
on the Occasion of Birth Centenary

8th September   2010
Reprint: April   2013

Published by
ALAKANANDA PRACHURANALU
(publications wing of Ashok Book Centre)
59-6-15, Kanchukota Street
Opp. Maris Stella College, Vijayawada-520 008
Phones : 0866-2476966, 2472096
e-mail : abcbooksvj@gmail.com

Cover Desing :
Bapu

DTP at
Aravind
Hyderabad

Printed at
SRI CHAITANYA OFFSET PRINTERS
Vijayawada 520 002

ISBN : 978-81-8294-065-9

Price
₹ **225/-**

Copies can also be had from
ASHOK BOOK CENTRE
13-1-1C, St. Anthony Church Compound
Jagadamba Junction
Visakhapatnam 530 002
Phones : 0891-2565995, 2561055

AKSHRA
Hyderabad - 500 034
Ph : 040-23554096

కృతజ్ఞతలు

ఈ సంకలనం మీ ముందుకు రావటానికి ఎంతో కృషి చేసిన
శ్రీ గంజి శశిధర్ గారికి,

గోపీచంద్ శతజయంతి సందర్భంగా
ఆయన 'రచనా సర్వస్వం'
మీ ముందుకు తీసుకు రావటానికి సహాయపడిన
శ్రీమతి కృష్ణాబాయి గారికి,
శ్రీ చలసాని ప్రసాద్ గారికి

గోపీచంద్ కుటుంబ సభ్యులు
అలకనంద ప్రచురణలు

సినిమా రంగంలో గోపీచంద్

తెలుగు సాహిత్యంలో కవిత్వం, కథలు, నవలలు, నాటికలు, నాటకాలు వ్రాసి వాసికెక్కినవారు కోకొల్లలు. వీరిలో ఎందరో సినిమా రచనల్లో కూడా రాణించారు. అయితే సినిమాలకి దర్శకత్వం వహించిన తొలి తెలుగు రచయిత గోపీచంద్. ఆ తర్వాత ఆత్రేయ తప్ప మరే రచయిత దర్శకత్వం ఛాయలకి వెళ్ళలేదు. గోపీచంద్ సినిమా కృషిని సమీక్షించుకుందాం.

'రైతుబిడ్డ' (1939) సినిమాకి రచన, సహదర్శకత్వం కూడా గోపీచంద్వే. తాపీ ధర్మారావు, విశ్వనాధ కవిరాజు రచనా సహకారం అందించారు.

'మాయలోకం' అనే 'కాంభోజరాజు కథ' (1945)కి రచయిత గోపీచంద్.

'గృహప్రవేశం' (1946) సినిమారచన సాంతం గోపీచంద్దే. ఈ మూడు సినిమాలు సారథీ సంస్థ నిర్మించింది.

'లక్ష్మమ్మ' (1950) రచన, దర్శకత్వం కూడా గోపీచంద్వే. ఈ చిత్రం నిర్మించింది శోభనాచల సంస్థ.

'పేరంటాలు' (1951), 'ప్రియురాలు' (1952) ఈ చిత్రాల రచన, దర్శకత్వం కూడా గోపీచందే. ప్రియురాలు చిత్రంలో జగ్గయ్యగారిని హీరోగా పరిచయం చేశారు.

పుల్లయ్యగారి రాగిణీ సంస్థ నిర్మించిన 'ధర్మదేవత' (1952) అప్పట్లో విజయవంతంగా నడిచిన చిత్రం. ఈ చిత్రానికి కె.వి.రెడ్డి, పుల్లయ్యగార్లతో కలిసి గోపీచంద్ స్క్రిప్టు వ్రాశారు.

పదేళ్ళు గడిచిపోయాయి. నవశక్తి సంస్థ నిర్మించిన 'కలిమిలేములు' (1962) చిత్రానికి సంభాషణలు గోపీచంద్. రచనా సహకారం చలసాని ప్రసాద్.

అన్నపూర్ణా సంస్థ తీసిన 'చదువుకున్న అమ్మాయిలు' (1963) చిత్రానికి సంభాషణలు వ్రాస్తూ గోపీచంద్ కన్నుమూశారు. (02-11-1962)

'కలిమిలేములు' సినిమాకి నేను గోపీచంద్ గారి దగ్గర స్క్రిప్ట్ అసిస్టెంట్‌గా పనిచేశాను. సినిమా మాటలు వ్రాసేటప్పుడు ఆయన చాలా జాగ్రత్తలు పాటిస్తారు. నడుస్తూ, ఊహిస్తూ ఏ సంభాషణ వ్రాయాలా అని ఆలోచిస్తూ ఉంటారు. అయితే ఎంతో మెలకువగా ఉంటారు. మనం ఏ సీనుకైతే సంభాషణ వ్రాస్తున్నామో, ఆ సీనులో చెప్పవలసిన విషయం ఏమిటి అని ముందు తెలుసుకోవాలి. ఆ తర్వాత మాత్రమేమాటలు వ్రాయటం మొదలుపెట్టాలి. ఆయన ఈ పద్ధతినే పాటించేవారు. 'సంభాషణ వెంటనే కాగితంపైన పెట్టవద్దు. సీనులో చెప్పవలసిన విషయం తేలిన తర్వాతే, కాగితంపై కలం పెట్టి మాటలు వ్రాయాలి'. ఇది ఆయన తు.చ. తప్పకుండా పాటించేవారు. పనిలో వున్నప్పుడు ఆయన బద్ధకం అనేది ఎరుగరు. ఎప్పుడూ నవ్విస్తూ, కవ్విస్తూ మాట్లాడేవారు. 'నువ్వే ఆడవాళ్ళ డైలాగ్స్ బాగా చెప్తావయ్యా' అని నన్ను మురుసుకొనేవారు. సంభాషణ వ్రాసేటప్పుడు తన అనుభవాలను నెమరు వేసుకునేవారు. స్క్రిప్టు పూర్తయ్యేంతవరకు షూటింగ్ మొదలెట్టకూడదని ఆయన దృఢమైన అభిప్రాయం. స్క్రిప్ట్ అంతా అయిపోయాక మాత్రమే షూటింగ్ మొదలెట్టాలనేవారు. షూటింగ్ మొదలుపెట్టిన తర్వాత అక్కడికక్కడ మార్పులు చేయకూడదని ఆయన అభిప్రాయం. అలా మార్చినప్పుడు స్క్రిప్ట్ మొత్తంలో లింక్ ఎక్కడో దెబ్బతింటుందని ఆయన బలమైన అభిప్రాయం. సినిమాలో ఎప్పుడూ కూడా సెకండ్ హాఫ్ ఎక్కువ బాగుండాలనేవారు. అలాంటప్పుడే ప్రేక్షకులు సంతృప్తిగా హాల్‌నుండి బయటకు వెళ్తారు అనేవారు.

పాత రికార్డుల ఆధారంగా ఈ సమాచారం సేకరించగలిగాం. అంతేకాకుండా ఆయన వ్రాసిన మూడు స్క్రిప్టులు కూడా దొరికాయి. అవి మీ ముందుంచుతున్నాం. వాటి మంచి చెడ్డలు ఎవరికివారే బేరీజు వేసుకోవచ్చు. ఈలోగా కొన్ని సంగతులు నెమరువేసుకుందాం.

'సినిమా రచన సులువనుకుంటారు కొంతమంది, కానీ లక్షల జనాన్ని మెప్పించాల్సి వుంది' అన్నాడు శ్రీశ్రీ.

సినిమాలకి వ్రాయడం కత్తిమీద సాము. యధేచ్ఛగా వ్రాయడం కుదరదు. రకరకాల సంకెళ్ళు చుట్టుకుంటాయి. కనిపించినవి, కనిపించనివి కూడా. వాస్తవికతని నూటికి నూరుపాళ్ళు చిత్రించగలిగినది సినిమా ఒక్కటే. అన్ని కళలూ యిక్కడ సాగరసంగమం చేస్తాయి. సామాన్య ప్రేక్షకునికి కూడా అందుబాటులో వుండే గొప్పకళ.

అయితే దీన్ని యివాళ వినోదం అనే వంక పెట్టి పచ్చి వ్యాపారంగా మార్చేశారు. ఈ పాపం ఎవరిదందాం?

ఉన్నదాన్ని వున్నట్టు చిత్రించే వెసులుబాటు సినిమాకి పుష్కలంగా వుంది. తెలుగులో తొలిటాకీ 'భక్తప్రహ్లాద' (1931) వెలువడిన కొంతకాలానికి 'పాదుకా పట్టాభిషేకం' (1932) సినిమాలో గోదావరి బ్రిడ్జి మీద రైలు కనిపిస్తే 'రామాయణంలో రైలేమిటి?' అని ప్రేక్షకులు గోలచేసారు. తర్వాత నిర్మాతలు ఆ ముక్క కత్తిరించేశారు. ఆ తర్వాత హరిశ్చంద్ర (1935) విడుదల అయ్యింది. అది చూస్తున్న సామాన్య ప్రేక్షకుడు లోహితాస్యుడిని పాము కరవబోతున్నదని భ్రమించి కర్రతీసుకుని తెర మీదకి దూసుకుపోయాడు! వీటినిబట్టి సినిమా ఎంత బలీయమైన సాధనమో అర్థమవుతుంది.

నేటి సినిమా స్థితిగతులు చూస్తే, యించుమించు ముప్ఫయి ఏళ్ళనుంచీ మరీ చౌకబారుగా, భారీ వ్యాపారంగా సినిమా దిగజారింది.

పాతకాలపు సినిమాలు అందించిన ఉన్నతమైన కళావిలువలు, మానవతా సౌరభాలు, మానవసంబంధాల ఉదాత్త చిత్రీకరణ కాలగర్భంలో కలసి పోయాయా?

ఏవి తల్లీ నిరుడు కురిసిన హిమసమూహములు? అని వాపోదామా? 'తారే జమీన్‌పర్', 'మర్యాదరామన్న'లాంటి మెరుపు తీగల్ని చూసి మురిసిపోదామా?

1 సెప్టెంబర్, 2010

చలసాని ప్రసాద్

ఇందులో...

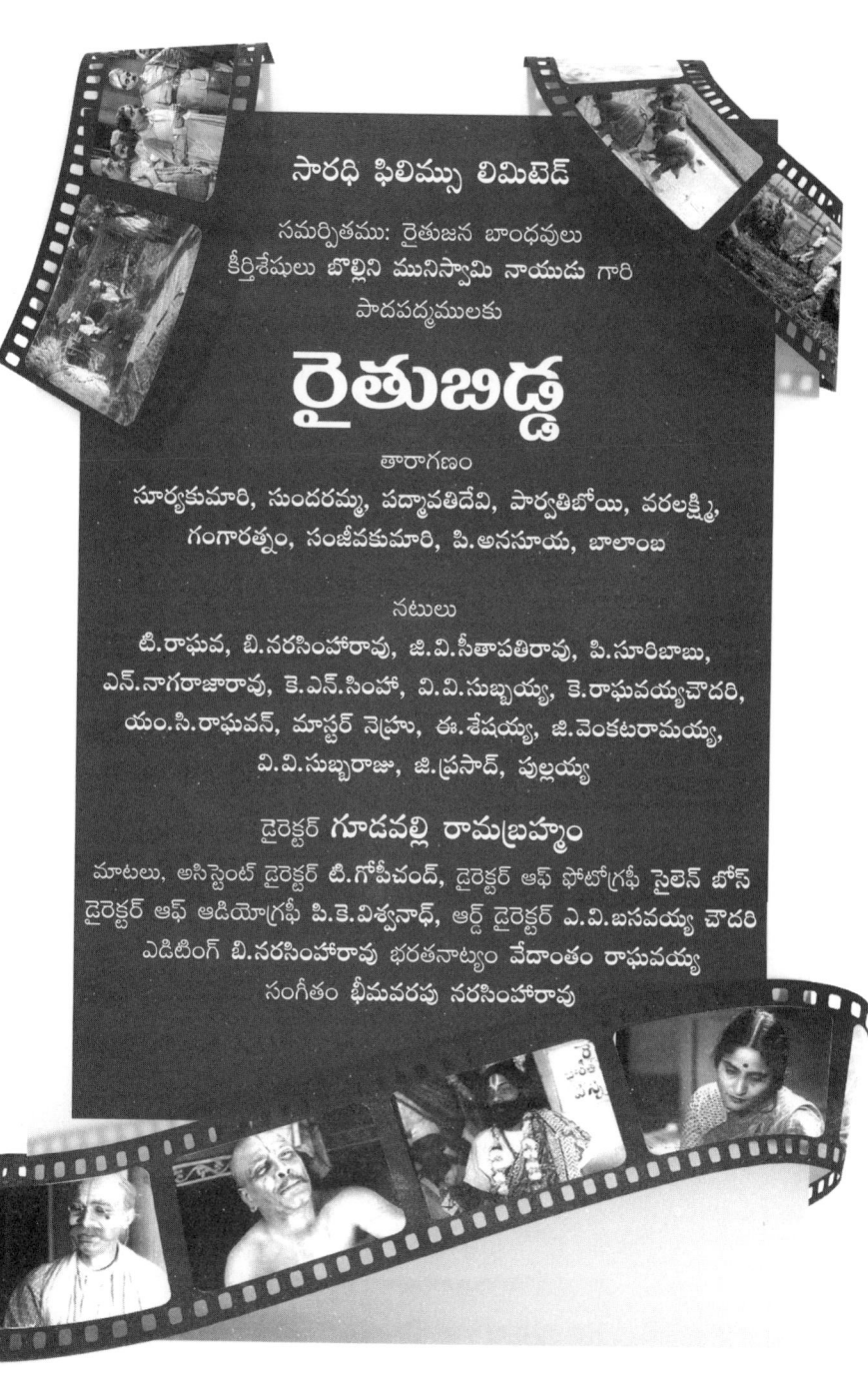

సారథి ఫిలిమ్సు లిమిటెడ్

సమర్పితము: రైతుజన బాంధవులు
కీర్తిశేషులు బొల్లిని మునిస్వామి నాయుడు గారి
పాదపద్మములకు

రైతుబిడ్డ

తారాగణం

సూర్యకుమారి, సుందరమ్మ, పద్మావతిదేవి, పార్వతిబోయి, వరలక్ష్మి, గంగారత్నం, సంజీవకుమారి, పి.అనసూయ, బాలాంబ

నటులు

టి.రాఘవ, బి.నరసింహారావు, జి.వి.సీతాపతిరావు, పి.సూరిబాబు, ఎన్.నాగరాజారావు, కె.ఎస్.సింహా, వి.వి.సుబ్బయ్య, కె.రాఘవయ్యచౌదరి, యం.సి.రాఘవన్, మాస్టర్ నెహ్రు, ఈ.శేషయ్య, జి.వెంకటరామయ్య, వి.వి.సుబ్బరాజు, జి.ప్రసాద్, పుల్లయ్య

డైరెక్టర్ **గూడవల్లి రామబ్రహ్మం**

మాటలు, అసిస్టెంట్ డైరెక్టర్ **టి.గోపీచంద్**, డైరెక్టర్ ఆఫ్ ఫోటోగ్రఫీ **సైలెన్ బోస్**
డైరెక్టర్ ఆఫ్ ఆడియోగ్రఫీ **పి.కె.విశ్వనాధ్**, ఆర్ట్ డైరెక్టర్ **ఎ.వి.బసవయ్య చౌదరి**
ఎడిటింగ్ **బి.నరసింహారావు** భరతనాట్యం **వేదాంతం రాఘవయ్య**
సంగీతం **భీమవరపు నరసింహారావు**

భారతదేశానికి స్వాతంత్ర్యం రాకపూర్వం –

ప్రభాతసంధ్యాసమయం.

అపుడే ఉదయిస్తున్న బాలభానుని లేలేతకిరణాలతో లోకం తెలతెలవారుతున్నది. నాగాపురాన్ని ఆనుకొని ప్రవహిస్తున్న నది గలగలల మధురసంగీతాన్ని ఆలాపిస్తున్నది. ఆ ప్రశాంత వాతావరణంలో గాత్రశుద్ధి చేసుకుంటూ లోకానికి మేలుకొలుపుగీతం పాడుతూ ఊళ్ళోకి వస్తున్నాడు రామజోగి.

నిద్రమేలుకోరా తమ్ముడా
గాఢనిద్ర మేలుకోరా తమ్ముడా
నిద్ర మేల్కొని భద్రపడరా
జమీందారి రైతు తమ్ముడా ॥

కారుచీకటి తొలగించెరా
మంచుకణములన్ని ఇంకిపోయెరా
తూర్పుకనుమలోనే చూడరా
సాదర్శనాలు ఉదయించెరా
ఇంక తడయనేల లెమ్మురా ॥

స్వాతంత్ర్యమునకు చూడరా
జాతిజాతికి మూలాలు చెల్లెరా
స్వేచ్ఛకొరకు చూచుచున్నారురా
నీవిపుడే కన్ను తెరువకున్నరా
నీకెన్నటికి ముక్తి లేదు రా ॥

రాజ్యమునకు రైతు గుండెరా
సామ్రాజ్యమునకు రైతు రక్షరా
అట్టి రైతే మేడి పట్టకున్నరా
ఈ రాజ్యమంత పూజ్యంబురా
ఈ రహస్యము గనబోరురా ॥

స్వార్థపరత్వము మీరెరా
పాపభీతితనమసలే లేదురా
రైతుపైన మద్దాలి బండిసున్నరా
ఈ జమిందారి తత్త్వమంతేరా
నీకు సౌఖ్యమింత లేదురా ॥

ఏరువాక వచ్చిందిరా
దుక్కిటెద్దు రంకె వేసిందిరా
తొలకరితో నేల పులకరించెరా ॥

* * *

కురిసిన తొలకరికి నేల పులకరించింది. వేసవి తాపం తీరి చల్లబడింది. కరుకుదనం తగ్గి మెత్తబడింది.

రైతులు నాగళ్ళు తీశారు. పొలాలకు పోతున్నారు.

నాగాపురంలో నర్సిరెడ్డి ఒక సాధారణ రైతు. అనుకూలవతియైన భార్య లక్ష్మి ఎదిగిన కొడుకు కృష్ణారెడ్డి పెళ్ళీడుకొచ్చిన కూతురు సీతల సహకారంతో ఇల్లు పొలమూ చల్లగా ఉన్నాయి.

ఏరువాక సాగటానికి ఏర్పాట్లు నడుస్తున్నాయి. కృష్ణారెడ్డి కాడికి నాగలి కట్టాడు. మోకు ఆంద్రె తెచ్చి నాగలికి తగిలించాడు. లక్ష్మి పూజకు కావాల్సినవన్నీ సిద్ధం చేస్తున్నది. పనిమీద ఊళ్ళోకి పోయిన నర్సిరెడ్డి ఇంకా రాలేదు.

ఇంట్లోంచి వచ్చి అరుగు మీద బుట్టల్లో ఉన్న మేత తీసుకెళ్ళి దూడలకు పెట్టింది సీత. నాగలికి కుంకుమబొట్లు పెడుతున్న తల్లి దగ్గరికి వచ్చి అడిగింది.

“అమ్మా! అయ్యింకా రాలేదేఁ...?”

"వచ్చే వేళయిందమ్మా!"

తల్లి సమాధానం విని ఇంట్లోకి పోయింది సీత. కృష్ణారెడ్డి కాడికి కట్టడానికి ఎడ్లను సిద్ధం చేస్తున్నాడు. నాగలిని కుంకుమతో అలంకరించింది లక్ష్మి. భర్త ఇంకా ఇంటికి రాకపోవడంతో కొడుకును అడిగింది.

"కృష్ణా! మీ అయ్యింకా రాలేదూ?"

"వచ్చేస్తారమ్మా! ఏరువాక్కి రాక ఉంటారా!" అన్నాడు కృష్ణారెడ్డి.

రైతులంతా పొలాలకు బయల్దేరుతున్నారు అప్పుడే.

"వర్షం వస్తుందటగా...?" మళ్ళీ అన్నది లక్ష్మి.

"రెండు జాములగ్గా! అంతా సిద్ధంగా ఉంచుదాం"

ఇంట్లోంచి హారతిపళ్ళెం పట్టుకొచ్చింది సీత. తమ చుట్టుపక్కల వాళ్ళు ఏరువాకకు పోవడం చూసింది.

"అప్పుడే వెంకర్రెడ్డిగారు బయల్దేరిపోయారు గూడా!" కొంచెం నిరుత్సాహంగా అన్నది.

మాటల్లోనే నర్సిరెడ్డి వచ్చాడు.

"అదుగో అయ్య! మాటల్లో మోటేసుకొచ్చాడు

వచ్చాడు మా అయ్య వచ్చాడే - కిలకిలా నవ్వుతూ వచ్చాడే"

పాడుతూ ఎదురుపోయి తండ్రిచేతిలోని కర్ర అందుకుంది సీత.

"ఇంతాలీసెం చేశావేం?" అని అడిగింది.

"అవునమ్మా! ఆలస్యఁవయ్యింది. రాజీ చేద్దామని వెళ్ళాను.వెళ్ళిన వ్యవహారం తెగలేదు" అన్నాడు.

"నువ్వు రావేమో అనుకున్నాం" అన్నాడు పక్కనే ఉన్న కొడుకు కృష్ణారెడ్డి.

"ఆఁ రాకపోవటఁవే!!!?" ఆశ్చర్యంగా అన్నాడు నర్సిరెడ్డి.

"ఇంతాలస్యఁవైతే" కారణం చెప్పాడు కృష్ణారెడ్డి.

"ఎంతాలస్యఁవైతేం? ఇదుగో లక్ష్మి అంతా సిద్ధం చేసింది" భార్యను మెచ్చుకున్నాడు నర్సిరెడ్డి.

"చూడు ఇంకేఁవైనా మర్చిపోయాఁవేమో? రావిమండలివిగో" అంటూ భర్త చేతికిచ్చింది లక్ష్మి.

"నువ్వా మర్చిపోవటం!" అని కూతురు అందించిన కఱ్ఱకు ఆ మండలు కట్టాడు నర్సిరెడ్డి.

"హారతి కానివ్వండి!" భార్యతో అన్నాడు.

కృష్ణారెడ్డి, పనివాడు ఎడ్లను తోలుకొచ్చి కాడికి ఇరువైపులా కట్టారు.

సీత హారతిపళ్ళెం తెచ్చింది. నర్సిరెడ్డి అందులోంచి కుంకుమ తీసి నుదుట బొట్టు పెట్టుకున్నాడు. లక్ష్మి హారతి వెలిగించింది. సీతతో కల్సి నాగలికి హారతిస్తూ మంగళహారతి పాడుతున్నది.

మంగళమమ్మా
మా పూజలు గైకొమ్మా ॥

స్వచ్ఛమైన సాగులు దున్ను
కరువు మాపి మాకు కడుపు నింపు
సకల జీవరాశినీ ప్రాణుల
పోషించుమమ్మ ॥

కర్షకుల కొసగుము యశము
కాపాడుచు నెల్లప్పుడు
కనుపాపల విలసిల్లు
కల్పవల్లివమ్మ నీవు ॥

* * *

నర్సిరెడ్డి ప్రజలకు ధాన్యం దానం చేశాడు. పనివాడికి బట్టలు దానమిచ్చాడు. కొడుకుకి పనివాడికి రావిమండలు కట్టిన కఱ్ఱలు ఇచ్చాడు. మంగళహారతి పూర్తి కాగానే నాగలి మీద కొబ్బరికాయ కొట్టి కొబ్బరిచిప్పలు బాటవైపు విసిరాడు.

"లక్ష్మీ నువ్వెదురుగా రా!" భార్యతో అన్నాడు.

"వెళ్ళవే వర్షంఁవొస్తుందీ" తల్లిని అన్నది సీత.

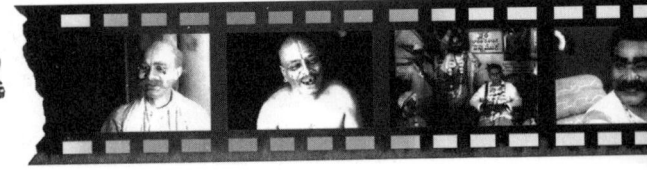

లక్ష్మి కొంచెం ముందుకుపోయి నాగలికి ఎదురు వచ్చింది. కృష్ణారెడ్డి, పనివాడు ఎడ్లను తోలుకుంటూ పొలానికి పయనమయ్యారు. వారి వెనుకనే నర్సిరెడ్డి గంప భుజానపెట్టుకొని పోయాడు.

పొలం దున్నడం ప్రారంభించారు.

* * *

షావుకారుకనకయ్య ఇంటిముందు అరుగుమీద కూర్చుని పద్దుపుస్తకాలు చూసుకుంటున్నాడు.

కరణం ఒకచేతిలో కాగితాలు మరోచేతిలో చేతికర్రతో చకచకా నడుచుకుంటూ వచ్చాడు అక్కడికి.

"బావగారేదో పనిమీదున్నట్టున్నారే...?" అన్నాడు.

కరణం తలెత్తి చూశాడు.

"ఓహో కరణంగారా! కూర్చోండి కూర్చోండి!" అరుగు చూపించాడు కనకయ్య. కరణం కూర్చున్నాడు.

"కరణముల ననుసరింపక విరసమ్మున తిన్న తిండి వికటించు సుమీ అన్నారు పెద్దలు" అన్నాడు కనకయ్య. ఇద్దరూ నవ్వుకున్నారు.

"ఆరిగా!" ఇంట్లోకి గట్టిగా కేకేశాడు కనకయ్య. తలుపు తీసి ఆరిగాడు బయటికి చూశాడు.

"మాంచిపొగాకుకాడలో పాయ పడదీసి నాలుగు దీసుకురా" ఆదేశించాడు కనకయ్య. ఆరిగాడు తలూపి లోపలికిపోయాడు.

"ఊరకరారు మహాత్ములు! ఏంవిటీ విశేషం?" కరణంను అడిగాడు కనకయ్య.

"అబ్బే ఏంవీ లేదూ. మహారాజులుంగారు నీకొక జాబంపారు" తాపీగా చెప్పాడు కరణం. ఆశ్చర్యపోయాడు కనకయ్య.

"నాకే"

"ఆఁ"

"జాబే"

"ఆఁ"

"ఏదీ"

అడగంగానే ఉత్తరం ఇచ్చాడు కరణం. అందుకొని విప్పి చూశాడు కనకయ్య.

"అచ్చుత్తరం" అన్నాడు. జమీందారు తననంత పట్టించుకున్నందుకు సంతోషించాడు.

"ఆఁ మన ప్రభువులూ జమీందార్ల తరపున వెంకయ్యగారిని ఎలక్షనుకు నిలబెట్టారు. వారికి సహాయం చెయ్యమనీ..." కరణం చెప్తుండగానే –

"వారిమాట కడ్డుంటుందా? కాకితో కబురంపితే నడుంకడ్తాంగా. అచ్చుత్తరాలెందుకూ? అసలు పోటీ యెవరూ?" అడిగాడు కనకయ్య.

"లేడూ! రైతుముఠానాయకదద్దమ్మ రామిరెడ్డి" చెప్పాడు కరణం ఆరిగాడు ఇచ్చిపోయిన పొగాకు పాయలు దీస్తూ.

"ఎవరెవరూ! రామిరెడ్డా? "జమీందారీ పక్షంతోనా పోటీ? నక్కా నాగలోకం" పరిహాసంగా నవ్వాడు కనకయ్య.

కనకయ్య నవ్వులకు జతకలిపిన కరణం ఆగి "అంత తేలిగ్గా కొట్టేయడానికి వీల్లేదూ. మన మునసబూ రైతుల్ని రెచ్చగొడ్తున్నాట్ట" అన్నాడు.

"ఆఁ ఆఁ ఈరోజుల్లో ఈళ్ళమాట ఇనేదెవరంట!" వారిని తేలిగ్గా తీసిపారేశాడు కనకయ్య.

సరిగ్గా అదే సమయంలో కొంచెం దూరంగా రైతుసేవాసంఘం సభ జరుగుతున్నది.

సభాధ్యక్షుడు కుర్చీలో కూర్చునున్నాడు. నర్సిరెడ్డి రామిరెడ్డి అతనికి చెరోవైపున కూర్చున్నారు. వారికి ఎదురుగా చుట్టూ ప్రజలు కూర్చున్నారు. వారందరికీ ప్రబోధిస్తూ రామజోగి పాడుతున్నాడు.

అనురాగము జూపని రాజులు ఇంకా యేలా?
పంటబోయినా పన్నుల దెమ్మని
బాధలు పెట్టెదరేలా? . . . . .

దూరంగానే సభ జరుగుతున్నా గొంతెత్తి పాడుతున్న రామజోగి పాట షావుకారు కరణంలకు వినిపిస్తూనే ఉన్నది.

"ఎవడా పాటా?" ఈసడింపుగా అడిగాడు షావుకారు కనకయ్య.

"ఊళ్ళో పీఠం వేశాడే ఆ భైరాగి ముండాకొడుకు వాడూ...! ఉదరనిమిత్తం బహుశు ప్రవేశం. ఇల్లూవాకిలీ పోగొట్టుకొనీ ... " చుట్ట పీలుస్తూ హేళనగా చెప్పాడు కరణం.

రైతుసేవాసంఘం సభలో ప్రజలంతా రామజోగిపాట ఆసక్తిగా వింటున్నారు.

అనురాగము జూపని రాజులు ఇంకా యేలా?
ఓటిమ్మని కోటకు రమ్మని ఒత్తిడి చేయగనేలా?
మాటిమాటికి జప్తుల బాధల మాడ్చి చంపగనేలా? ॥

పాట ముగిసింది. అందరికీ నమస్కరించి నేలపై కూర్చున్నాడు రామజోగి.

అధ్యక్షుడు లేచాడు.

"శాసనసభకు వెళ్ళి స్వార్థపరత్వం లేకుండా రైతుసేవ చేస్తానంటున్న రామిరెడ్డిగారు మాట్లాడ్తారు" అని చెప్పి కూర్చున్నాడు.

రామిరెడ్డి లేచి అందరికీ నమస్కరించి ఉపన్యాసం మొదలుపెట్టాడు.

"రామజోగ్గారి పాట మీరంతా విన్నారు. అది సాధారణంవైన పాటకాదు. కేవలమూ సానుభవం వల్ల హృదయకుహరంలో ఉద్భవించి జమీందారుల దౌర్జన్యాలవల్ల వృద్ధి జెంది ప్రభుత్వోద్యోగుల దుండగాలవల్ల పొంగిపొరలిన విషాదగీతికది. రామజోగ్గారి పాటలు వింటున్న మీకు రైతులోకంలో పేరుప్రఖ్యాతులు గడించిన నర్సిరెడ్డిగారితో నిత్యం మెలుగుతున్న మీకు నేనంతగా చెప్పనక్కరలేదు"

"ఆఁ ... మేం చేసేపని ఏపాటిదిలెండీ!" మధ్యలో కల్పించుకొని అన్నాడు నర్సిరెడ్డి.

ఆవేశంగా ఉపన్యసిస్తున్నాడు రామిరెడ్డి.

"ఏనాడు జమీందారుడు భూదేవిని ఆక్రమించుకొని గుత్తం జేసుకోవడానికి ప్రయత్నించాడో ఏనాడు మనం నిర్వీర్యులంవై గుటకలు మ్రింగడానికి ప్రారంభించామో ఆనాడే మన రైతుబ్రతుకు దుర్భరమైపోయింది. మన రైతుజీవితం దుస్సహమైపోయింది. ఇకనైనా మనం మనస్థితిని గుర్తించాలి. ప్లీడర్లని మనం పోషిస్తున్నాం. డాక్టర్లని మనం పోషిస్తున్నాం. ఉద్యోగస్తులని మనం పోషిస్తున్నాం. ప్రభుత్వాన్నే మనం పోషిస్తున్నాం. రైతే భారతదేశానికి వెన్నెముక. రైతు నాగలి ఎత్తకపోతే ప్రపంచం మలమలమాడిపోతుంది. రైతు ముల్లుగర్ర పట్టకపోతే దేశం అల్లాడిపోతుంది. ఇంత సామర్థ్యం గలిగీ దేశాభ్యుదయ కారకులమైన మనస్థితీ నేడు ఎంతో హీనంగా ఉందీ మరి"

* * *

ఆరాంకుర్చీలో విశ్రాంతిగా కూర్చుని చేతుల్తో చిన్న నల్లకుక్కపిల్లని ఎత్తిపట్టుకొని ఆడిస్తున్నాడు జమీందారు. కాసా సుబ్బన్న నేలమీద కూర్చుని మరో కుక్కని నిద్రపుచ్చుతున్నాడు.

"ఓ... టిట్టిట్ టిట్టిట్ డిట్టీ మై లిటిల్ డాళింగ్! హౌ స్వీట్ యూ ఆర్ అండ్ హౌ నాటీ? ఐ లవ్ యూ! గుడ్ మార్నింగ్" నల్లకుక్కపిల్లని ముద్దుచేశాడు జమీందారు. "సుబ్బన్నా" అని పిల్చాడు.

"ఆయ్" సుబ్బన్న పలికాడు.

"డిట్టీ కళ్ళెలా ఉన్నాయో చూశావియ్యాల?" నవ్వుతూ అడిగాడు.

"యెలాగున్నాయంటే నవనీతంలాగూ..." ముగించకుండా సాగదీశాడు సుబ్బన్న.

"నవనీతంలాగూ...?" ఆసక్తిగా అన్నాడు జమీందారు.

"జిగిజిగిజిగి మెరిసిపోతూ ..." సాగదీస్తున్నాడు సుబ్బన్న.

"మెరుస్తూ..." మరింత ఆసక్తితో లేచి నిలబడ్డాడు జమీందారు.

"అచ్చం మూడుమూర్తులూ..."

"మూడు మూర్తులూ..."

"సినిమాతార కళ్ళలాగున్నాయ్ మాప్రభో!"

"భేష్ భేష్ నీకు మరి అయిదు రూపాయలు జీతం అధికం జేశాం"

"దండాలు మహాప్రభూ! దండాలు" వంగివంగి దండాలు పెట్టాడు సుబ్బన్న. అతివినయంగా.

"డిట్టీకి దండం పెట్టవోయ్ నాకెందుకూ?"

"డిట్టీగారూ దండాలు"

"ఆఁ ఆఁ పోనీలే మరీ వద్దు. పెద్దవాళ్ళు చిన్నవాళ్ళకి దండం పెట్టకూడదు"

"పెద్దేఁవిటి? చిన్నేఁవిటి? మాప్రభూ! బుద్ధిసేసముంటే ఎవరికైనా పెట్టొచ్చండి" అతివినయంగా అన్నాడు.

"ఏఁవి బుద్ధోయ్ డిట్టీది?"

"చిత్తం చిత్తం! కుక్కబుద్ధనీ..." ఇంకా అనబోతుండగానే తోక తొక్కినతాచులా లేచాడు జమీందారు.

"ఏఁవిటీ? డిట్టీని కుక్కంటావ్???" కోపంగా మీదికి వచ్చాడు.

భయపడి వణుకుతూ చేతులు జోడించాడు సుబ్బన్న. నవ్వు మాయమైంది."అపరాధం అపరాధం" అంటూ వెనుకడుగు వేశాడు.

"కుక్కంటావ్???" మీదమీదికొస్తూ గద్దించాడు జమీందారు.

"అపరాధం" వెనుకడుగేశాడు సుబ్బన్న.

"కుక్కంటావ్?" ఇంకా కోపంతో మీదికొచ్చాడు జమీందారు.

"అపరా...ధం" భయంగా జీరబోయిన గొంతుతో అంటూ వెనుకడుగేశాడు సుబ్బన్న. ఏడుపుముఖం పెట్టాడు.

"నీకు పదిరూపాయలు జీతం తగ్గించాం" కోపంగా కసిరి పోయి కుర్చీలో కూర్చున్నాడు జమీందారు.

జమీందారుదగ్గరికి వస్తూ వేడుకోలుగా అన్నాడు "ఈ తప్పు నాదిగాదండీ! మన తెలుగాబాసలో కుక్కన్న ముక్కదప్ప ఇంకో మాట లేదండీ!"

"శునకం" గుర్తు చేశాడు జమీందారు.

"కనకం వంటి మాటేగానీండి కుక్కలే శునకాలండీ కుండలే బాండాలండీ" దీనంగా వివరించాడు సుబ్బన్న.

"భాషన్నప్పుడూ ఇంగ్లీషు భాషే భాషోయ్" ఉత్సాహంగా చెప్పాడు జమీందారు.

"చిత్తం" నీరసంగా అన్నాడు సుబ్బన్న.

"వాళ్ళలో దేవుడు వెనుకకి దిరిగితే కుక్కౌతాడు"

"ఆయ్"

"జీ వో డీ గాడ్ దేవుడు! తిరగెయ్ డీ వో జీ డాగ్ కుక్క" విడమర్చి చెప్పాడు.

"చిత్తం! కనకనే ఆరు సింహాసనం మీదున్నారండీ! కనకపు సింహాసనమున శునకము గూర్చుండబెట్టీ ... ఈ...ఈ..." నవ్వుతూ దీర్ఘంతీసి పాడి నవ్వాడు సుబ్బన్న. జమీందారూ నవ్వాడు.

"శునకం రాజలాంఛనంవోయ్" చెప్పాడు జమీందారు.

"చిత్తం! చిత్తం! లేకపోతే తంవరెందుకు అభిమానిస్తారండీ!" సమర్థించాడు సుబ్బన్న.

జమీందారు అయిదేండ్ల కొడుకు చినబాబు దాసి సుబ్బమ్మ చేయిపట్టుకొని తండ్రి దగ్గరికి తీసుకొచ్చాడు.

"నాన్నగారూ! దీన్ని కొట్టండి నాన్నగారూ!" అని తండ్రికి ఫిర్యాదు చేశాడు.

"సుబ్బన్నా దాన్ని కొట్టూ" సరదా ఆదేశం జారీచేశాడు జమీందారు.

సుబ్బన్న దాసి సుబ్బమ్మను కొట్టినట్టు నటించాడు. సుబ్బమ్మ దెబ్బలు తిని ఏడ్చినట్టు నటించింది.

"ఏం బాబూ! దాన్నెందుకు కొట్టించావ్?" కొడుకును అడిగాడు జమీందారు.

"వద్దు వద్దన్నా ముద్దు పెట్టుకోవస్తుందండీ!" చెప్పాడు పిల్లవాడు.

"యేం ముద్దుపెట్టుకుంటే యేం బాబూ?"

"ముద్దుపెట్టుకుంటే చిరుబురులాడ్తుందండీ!" చెంపను తడుముకుంటూ చెప్పాడు. జమీందారు నవ్వాడు.

"ముద్దొద్దులే రా బాబయ్యా! ఎత్తుకుంటా రా!" ఎత్తుకోబోయింది సుబ్బమ్మ.

"నేను రాను నేను రాను" అని విదిలించుకున్నాడు. "ఆ కుక్కను దింపి నన్నెత్తుకోండీ!" అని తండ్రిని అడిగాడు. జమీందారు నవ్వాడు.

"నేనెత్తుకుంటా రా బాబయ్యా!" వంగి చేతులు చాచాడు సుబ్బన్న.

"తంతా" కోపంగా అన్నాడు జమీందారుకొడుకు. అందరూ నవ్వారు.

"నా బంగారుబాబు గా! రా!" పిలిచింది సుబ్బమ్మ.

"నేను రాను" అని లోపలికి ఉరికాడు పిల్లవాడు.

సుబ్బమ్మ సుబ్బన్న పైపు చూసి నవ్వుతూ కన్నుకొడుతూ ఆ పిల్లవాని వెనకే వెళ్ళింది. జమీందారు అది గమనించాడు.

అంతలో ఓ పనివాడు లోపలికి వచ్చాడు.

"ఎవరో నలుగురు రైతులు కోళ్ళగూటివద్ద నిలబడ్డారండీ" జమీందారుకు నివేదించాడు.

"ఎవరు సుబ్బన్నా?" జమీందారు అడిగాడు.

"ఆc యెవరో తలకుమాసిన నాయాళ్ళు..." సుబ్బన్న చెప్పాడు.

"ఏమందాం?" సుబ్బన్ననే సలహా అడిగాడు జమీందారు.

సుబ్బన్న ఆలోచించి "దొరగారు నిద్రపోతున్నారని చెప్పవోయ్" సూటిగా పనివానికే చెప్పాడు సుబ్బన్న.

"చిత్తం" అని వెళ్ళిపోయుడు పనివాడు.

"ఊc అంతే" సమర్థించాడు జమీందారు.

"సుబ్బి నీవంక చూసి కన్నుకొట్టిందేc?" ఆసక్తిగా అడిగాడు జమీందారు.

"అది మా చెడ్డ..." నవ్వుతూ సిగ్గులు ఒలకబోశాడు. చేతులు నలుస్తూ మెలికలు తిరిగాడు.

జమీందారు అర్థమయ్యి నవ్వాడు.

ఇంతకుముందు వచ్చిన పనివాడే మళ్ళీ వచ్చాడు. "ఈ చీటీ ఇమ్మన్నారండీ!" అని ఓ కాగితం చూపించాడు. అది అందుకొని చూశాడు సుబ్బన్న.

"మన క్యాండిడేటు యెంకయ్యండీ! ఎవరో అనుకున్నాం!" అని చెప్పాడు.

"ఓ! ఏమందాం?" సుబ్బన్ననే అడిగాడు జమీందారు.

"కచేరీలోకి రమ్మనవోయ్" పనివానికి చెప్పాడు సుబ్బన్న.

"చిత్తం" అని వెళ్ళిపోయాడా పనివాడు.

"బాబూ కోటూ!" జమీందారుతో అన్నాడు సుబ్బన్న "కచేరీకి పోదాం" అన్నట్టుగా.

జమీందారు కుక్కను వదిలి కుర్చీలోంచి లేచాడు. సుబ్బన్న కోటు తెచ్చి తొడిగాడు. జమీందారు అద్దంలో చూసుకుంటూ గుండీలు పెట్టుకున్నాడు. సుబ్బన్న అందించిన టోపీ పెట్టుకున్నాడు. చేతికర్ర తీసుకొని కచేరీలోకి నడిచాడు. సుబ్బయ్య వెనకే వెళ్ళాడు.

అప్పటికే వెంకయ్య, సుబ్బారాయుడు కచేరీలోకి వచ్చి నిలబడ్డారు. జమీందారును చూడంగానే నమస్కరించారు. జమీందారు దర్జాగా సోఫాలో కాలుమీద కాలేసుకొని కూర్చున్నాడు. సుబ్బన్న వచ్చి ఆయన వెనకే నిలబడ్డాడు. ఆ ఇద్దరూ జమీందారుకి ఎదురుగా ఉన్న కుర్చీల్లో కూర్చున్నారు.

విషయం కనుక్కోమన్నట్లుగా జమీందారు సుబ్బన్నవైపు చూశాడు.

"మారాజులంగారు ఏం పనిమీదొచ్చారో మనవి జేస్కోమంటున్నారు" వెంకయ్యతో అన్నాడు సుబ్బన్న.

"ఏముందీ ఏలినవారిమాట కాదనలేక ఎలక్షనుకు నిలబడీ కాళ్ళకు బలపాలు కట్టుకొని అయినవారితో తిరుగుతున్నాను. ఎదిరివాళ్ళు రైతుసంఘాలని లేవదీసి జోరుగా ప్రచారం సాగిస్తున్నారు" చెప్పుకొచ్చాడు వెంకయ్య. జమీందారు విన్నాడు.

"అద్సరేలే అసలెవ్వారంవేంవిటో ప్రభువులవారితో తొరగా మనవి జేస్కోవయ్యా" అసలు విషయమడిగాడు సుబ్బన్న.

"నాలుగు కార్లు పెట్రోలుబంకులకు దొరవారి అప్పు సెలవు కనీసమూ అయిదువేలు రొక్కమూ . . ." చెప్పుకొస్తున్నాడు వెంకయ్య.

జమీందారు సుబ్బన్నవైపు చూసి చిరునవ్వు నవ్వాడు. సుబ్బన్నా నవ్వాడు.

"కార్లకీ పెట్రోలుకీ దొరగారు యెనకదీసి దివాణం పరువు పోగొట్టుకుంటారయ్యా? అసలిప్పుడు పెస్తుతం డబ్బెంత కావాలో చెప్తే..." అడుగుతున్నాడు సుబ్బన్న.

ఓ పనివాడు చుట్టలు తెచ్చాడు. జమీందారు ఒకటి తీసి నోట్లో పెట్టుకున్నాడు. పనివాడు చుట్ట వెలిగించాడు.

"ప్రస్తుతం అయిదువేలని మనవి జేశానుగా" తేల్చాడు వెంకయ్య.

"అంతేనా ఇంకా..." అడిగాడు సుబ్బన్న.

"కాదండీ ప్రభువులవారు కూడా ఒకసారి ఊర్లమీదికి వస్తే" అభ్యర్థించాడు వెంకయ్య.

జమీందారు చిరాగ్గా తల అడ్డంగా 'రానన్నట్టు' ఊపాడు.

"ఈ ముష్టివ్యాజ్యానికి ప్రభువులవారిని దివాణం కదిలించటంవటయ్యా? సుబ్బన్న పేరు జెబితే సుబానంతా గడగడ. పదవయ్యా నే బయల్దేరొస్తా రేపూ. అవసరంవైతే యువరాజావారు గూడా వొస్తారు" చెప్పాడు సుబ్బన్న.

జమీందారు వెంకయ్యవైపు చూసి ఏమంటావు అన్నట్లు బొమ్మలు ఎగరేశాడు.

"తమ్ముడుగారినా? తమ్ముడుగారినే? వద్దుబాబూ! క్షమించాలి! ఆయన పేరు చెప్తే ఉన్న ఓట్లు కూడా గంగలో కలుస్తాయండీ!" దీనంగా చెప్పాడు వెంకయ్య.

జమీందారు సుబ్బన్నవైపు ఒకసారి చూసి వెంకయ్యవైపు సరే అన్నట్లు తలూపాడు.

* * *

షావుకారు కరణంతో మాట్లాడ్తూ ఇంటి అరుగుమీద కూర్చున్నాడు. ఆ సమయాన్నే నర్సిరెడ్డి నాగలి భుజాన పెట్టుకొని ఆ వీథివెంట పోతున్నాడు. పోతున్న నర్సిరెడ్డిని కరణానికి చూపించి "ఊఁ అడగండీ" అన్నాడు షావుకారు.

కళ్ళమీద ఎండపడకుండా చెయ్యి అడ్డం పెట్టుకొని చూసి "ఏఁవోయ్ నర్సన్నా! మాట" పిలిచాడు కరణం.

"ఈ బరువు దింపొస్తా" చెప్పాడు నర్సిరెడ్డి.

"ఏం బరువోయ్ ఒక్కమాటినిపోడానికి" నిష్టూరమాడాడు షావుకారు.

''ఏమీ లేదోయ్! నీ ఓటు వెంకయ్యగారికి తప్పకుండా ఇయ్యమనీ మహారాజులంగారు చెప్పమన్నారు" విషయం చెప్పాడు కరణం.

"ఈ భాగ్యానికేనా బరువుతో పొయ్యేవాణ్ణి నిలేశారు" ఈసడింపుగా అని తనదారిన తాను పోయాడు. ఆశ్చర్యపోవడం అరుగు మీద కూర్చున్నవాళ్ళ వంతయింది.

''ఆఁ ఆఁ చూశారా! మీమాటకూడా ఖాతరు చెయ్యకుండా దులపరించుకపోతున్నాడు. రైతుసంఘాల మహిమ" కోపంగా అన్నాడు కరణం.

"ఊఁ సంఘాలూ...! వీళ్ళ కొవ్వు తీయించాల్సిందే" కోపంగా తిట్టాడు షావుకారు.

"తాసిల్దారుతో చెప్పి వీళ్ళరోగం రకీమని కుదిరిస్తాను చూడు" ఆవేశంతో రెచ్చిపోయి అన్నాడు కరణం.

* * *

సుబ్బన్న ఇంట్లో లేదు. సుబ్బన్న చెల్లెలు రాజారత్నం ఆనందంతో ఆడుతూ పాడుతున్నది.

వాయింపుమా మురళి వాయింపు కృష్ణా ॥

తుమ్మెద దండు ఝుంఝుమ్మని పాడి
శారదారమణీయు సంద్రంశు రాజు
ఆనందమున నోలలాడుచున్నారు ॥

పండ్లు పైరులును మిగుల పండియు నగవే
రతిరాజు లోకసామ్రాజ్యమ్మునేలే
ఈ వేళ సుతలకు ఎడమేడదోయీ
స్వచ్ఛమ్ముగా మురళి వాయించు కృష్ణా ॥

సుబ్బన్న ఇంట్లోకి వచ్చాడు. పాట విన్నాడు. తలపాగా విప్పాడు.

"ఇక చాల్లే ఆపు! ఆట నేర్చుకొమ్మంటే లేదుగానీ ఎదవ పాటా నువ్వూ ఎప్పుడూను" కసురుకున్నాడు.

"అమ్మకు తీరిక లేకపోతే తప్పు నాదా ఏఁవిటీ?" ఏడుపుగొంతుతో అడిగింది.

"దానికి తీరికలేకపోతే నీకొచ్చిన యాడుకుంటానికేం రోగఁవా?" అసల్దానికి నువ్వు బాగుపడాలనుంటేగా" చెల్లెలినీ తల్లినీ ఇద్దర్నీ తిట్టాడు.

ఈ మాటలు విని వంటింట్లోంచి వచ్చింది తల్లి.

"అయితే పొద్దస్తమానూ ఊపిరి తిరక్కుండా దాన్ని చంపుమంటావట్రా? నువ్వు మరీనూ" సుబ్బన్నను విసుక్కున్నది.

"ఆహాఁ సరే. మీ యిష్టమొచ్చినట్లు నేర్చుకోండి. నే బోతున్నాలే కమాన్‌కు. ఇహ దాన్ని అంట్లకుండల్దగ్గర తయారుచెయ్" తల్లిని కసురుకుంటూ వెళ్ళిపోయాడు.

ఏడుపు ముంచుకొచ్చిన రాజారత్నం మంచమెక్కి ముడుచుకొని పడుకొని ఏడుస్తున్నది. తల్లి వచ్చి పక్కనే కూర్చుని ఊరడించింది.

"ఆడి మొహం మద్దెలయిందిలే. ఆడితో నీకెందుకూ? నే నేర్పిస్తాగా కూచిపూడీ అయ్యవార్లను పిలిపించీ. చక్కగా నేర్చుకొనీ నలుగుర్లో . . ."

"అసలు నాకెందుకీ ఆటలూ పాటలూను" కోపంగా అడిగింది రాజారత్నం.

"నువ్వు బాగా నేర్చుకుంటే నిన్ను దివాణంలోకి దీస్కెళతాడమ్మా" చెప్పింది తల్లి తల నిమురుతూ.

"అట్టైతే నాకొద్దే హొద్దు. నే నేర్చుకోను" కచ్చితంగా చెప్పింది.

"పోనీలే అదికాకపోతే మానెయ్. సినిమాటారువన్నా అవుతావ్. యాలకేలిత్తారంటా" సర్దిచెప్పింది తల్లి.

* * *

కాసాసుబ్బన్న షావుకారుకనకయ్య, కరణం, సుబ్బారాయుడిని తీసుకొని మునసబు ఇంటికి వచ్చాడు. మునసబును బయటికి పిలిపించి మాట్లాడ్తున్నారు.

"మునసబూ చెడిపోతావ్ బాగా ఆలోచించుకో" హెచ్చరించాడు కనకయ్య.

"ఆలోచించే రామిరెడ్డికి మాటిచ్చాను" చెప్పాడు మునసబు.

"మాటాగీటా జాన్తా నై. మారాజులంగారి పార్టీ తరపున పనిచేస్తావా లేదా?" జబర్దస్తీగా అడిగాడు సుబ్బన్న.

"ఎన్నిసార్లు చెప్పాలి? నే చెయ్యనూ! బుద్ధున్న ఏ రైతూ చెయ్యడు" విసుక్కొని కొంత కఠినంగానే అన్నాడు మునసబు. ఆమాటకు అంతా తెల్లబోయారు.

"ఆఁ ఆఁ ... మనం దొరగారి ఉద్యోగస్తులఁవయ్యోయ్" తేరుకుని అన్నాడు కరణం.

"పొరపాటు! మనం రైతు సేవకులం. మీరుకూడా రామిరెడ్డిగారికే సహాయం చేస్తే...." మునసబు అంటుండగా -

"చాల్లే అధిక ప్రసంగం" కోపంతో అడ్డుతగిలాడు సుబ్బన్న. "పదండే" వచ్చిన వాళ్ళందరినీ అన్నాడు. "రైతులకే సేవ చేద్దువుగానిలే" మునసబు వైపు కోపంగా చూస్తూ కదిలాడు. ఆ వెనకే కరణం, షావుకారు చూస్తూపోయారు.

వాళ్ళవైపే నిర్లక్ష్యంగా చూస్తూ "హుఁ" అనుకున్నాడు మునసబు.

* * *

నర్సిరెడ్డి కొడుకు కూతురుతో కలిసి కూర్చుని అన్నం తింటున్నాడు. భార్య లక్ష్మి వడ్డిస్తున్నది.

లక్ష్మి వంటింట్లోంచి పెరుగు తెచ్చి సీత అన్నంలో వేసింది. సీత వెంటనే అలిగింది.

"నాకు మళ్ళీ పెరుగేసావ్ మీగడెయ్‌మంటే. ఊఁ నాకొద్దూ!" పళ్ళెం ముందుకు తోసింది.

"రేపేస్తా లేమ్మా" బతిమాలుతూ అన్నది లక్ష్మి.

"ఊఁ ఊఁ వేస్తావ్" వెక్కిరించింది సీత.

"అయ్యోయ్ చూడూ ఈవిడగారి కోపం" నర్సిరెడ్డితో నవ్వుతూ అన్నాడు కృష్ణారెడ్డి.

"కోపంవే? రేపు అత్తారింట్లో మీగడేస్తుందిలే మీ అత్త" చెప్పింది లక్ష్మి.

"నువ్వు ఎప్పుడూ ఈ మాటలే" అలిగి అన్నం మీంచి లేచిపోయింది సీత.

"వెర్రిపిల్ల" కూతురి అలక చూసి నవ్వుతూ అన్నాడు నర్సిరెడ్డి. "దానికోసం మీగడుంచకపోయినావ్?" లక్ష్మితో అన్నాడు. ఏదో ఆలోచనలో పడ్డాడు.

కృష్ణారెడ్డికి వడ్డించి తినకుండా ఆలోచిస్తున్న నర్సిరెడ్డిని చూసింది లక్ష్మి.

"ఉంచుతాగానీ మీరేం కదలకుండా ఉన్నారేం? డబ్బుకోసం ఏర్పాటేంవైనా చేశారా?" అని అడిగింది.

"తాంబూలాలు పుచ్చుకొని దగ్గర్దగ్గర నెలైంది" గుర్తుచేశాడు కృష్ణారెడ్డి.

"పెళ్ళిముహూర్తం నిశ్చయించి రేపోమాపో రాస్తారు కూడాను" చెప్పింది లక్ష్మి.

"ఏం చెయ్యనూ?" నిస్సహాయంగా అన్నాడు నర్సిరెడ్డి.

"కనకయ్య నడక్కపోయారూ?" సలహా ఇచ్చింది లక్ష్మి.

"కనకయ్యా? కనకయ్య పాతబాకీకే ఒత్తిడి చేస్తున్నాడు" చెప్పాడు నర్సిరెడ్డి.

"మనంవేం ఎగ్గొడ్తామనా?" కృష్ణారెడ్డి అడిగాడు.

"ఎక్కడైనా చూడండి! మంచిసంబంధం. మనకోసం కూర్చోదు" ఆత్రుతగా చెప్పింది లక్ష్మి.

"సీత గుణానికి అన్నివిధాల తగిన సంబంధం" చెప్పాడు కృష్ణారెడ్డి.

"తగిందే! మన కడుపు నెందుకుబడిందీ తల్లి" బాధపడ్డాడు నర్సిరెడ్డి.

అప్పుడే వీధిలోంచి పాట వినపడింది. భిక్షాటన చేస్తూ రామజోగి పాడుతున్నాడు.

కన్నబిడ్డకై కళవళపడుచూ
కన్నీరు కార్చుటేమీ
ఉన్నదానిలో పోసిన మదుపు
ఒరులకు జేర్చు లేమీ ॥

చీకటివెలుగుల చిత్రమేమీ
జిలిబిలి పలుకుల చిత్తము ఏమీ
కష్టసుఖంబుల కావడి ఏమీ
మోదఖేదముల ముచ్చట ఏమీ ॥

సీత బియ్యం తెచ్చి రామజోగి జోలెలో పోసింది.

* * *

జమీందారుగారి తమ్ముడు యువరాజుగారి విలాసం. అందమైన యువతుల సుందర చిత్రపటాలతో మద్యం సీసాల సువాసనల మత్తుతో మహావైభవంగా ఉంది.

దర్జాగా సోఫాలో ఆసీనుడై ఉన్నాడు యువరాజు. ఏదో అవసరమై జేబులోంచి పర్సు తీశాడు. విప్పిచూశాడు. పైసల్లేక పర్సు వెలవెల బోయింది. ఆయన ముఖం చిన్నబుచ్చుకుంది. ఎదురుగా ఉన్న సెక్రటరీ జాకీవైపు చూశాడు.

"ఏఁవోయ్ సెక్రెటరీ! రోజురోజుకూ దిగనారుతుందేఁవోయ్ మన సంగతీ!" అన్నాడు. పర్సు ఎదురుగున్న టేబుల్ మీదికి విసిరికొట్టాడు.

"జమీందారుగారిని మళ్ళీ మీటింగ్ చేశానండీ! ఎలక్షన్లదావుడీ అయితేగానీ ఎలవెన్సులు జీతాలూ ఇవ్వరట" చెప్పాడు సెక్రటరీ.

"నాన్సెన్స్. అంతవరకూ కిర్దీ ఎట్లా?" కోపంగా అరిచాడు యువరాజు.

"అదేనండీ! పెన్షనుకి మనకిక ఒక్క బ్రాందీచుక్క రాదండీ!"

"ఆఁ? ఇక మొగమాటపడి లాభం లేదు. ముఖాముఖి అడిగేస్తాం. మాకు సగం జమీన్ ఇస్తాడో ఇవ్వడో"

"ఆఁ అలాగ డేరింగ్ చెయ్యాలండీ డేరింగ్"

"మాకీ ఎలవెన్సులు గిలవెన్సులు పనికిరావ్. అయితే అమీర్ లేకుంటే ఫకీర్. వన్‌థింగ్ ఫటాఫట్"

"కాకుంటే ఏఁవిటండీ? ఆయన మీకంటే ఫస్టున పుట్టాడు!"

"అయితే?? ఊఁ ఆయనకు సర్వం మాకు సర్వనాశనఁవా? డామిట్" ఎదురుగా ఉన్న టీపాయ్ మీదున్న మందు గ్లాసు అందుకున్నాడు.

"ఈ విషయంలో మీరెంతైనా ట్రైయింగ్ చెయ్యాలండీ! కొంత డైడ్ అయిపోయినా సరే"

ఒక ఓఢ్రపండితుని వెంటబెట్టుకుని యువరాజు విలాసంలో ప్రవేశించాడు కవి.

"సోచ్చో నీచ్చో సదా సూచ్చో బోలో బోబో బుజ్‌వారీ దిసోచో పురుషో బోజో" చదువుతూ వచ్చి యువరాజు ఎదురు కుర్చీలో కూర్చున్నాడు పండితుడు.

"అయ్యో బాబో ఎవరోయ్ ఈ భల్లూకం?" కవిని వెటకారంగా అడిగాడు యువరాజు.

"ఈనా ఓఢ్రసాముద్రిక శాస్త్రవేత్త. సర్వజోణ. భవిష్యత్తు మహాద్భుతంగా చెబ్తారు" చెప్పాడు కవి.

"అహహా భూతో భవిష్యత్తో వర్తమానో త్రికాలో" కవిమాటని ఖండిస్తూ అతిశయంగా చెప్పుకున్నాడు పండితుడు.

"అచ్ఛా! ఏదీ మా అన్నగారి పనీ ఈ ఎలక్షన్లో ఏమౌతుందో చెప్పు" పరీక్షించదలచి అడిగాడు యువరాజు.

ఆ పండితుడు నవ్వి జేబులోంచి పేకలు తీసి కలిపాడు. అందరూ ఆసక్తిగా చూస్తున్నారు. ఆ పండితుడు మధ్యలోంచి ఓ పేకతీశాడు. జోకర్ వచ్చింది. అది చూపించి "క్షవరం క్షవరం" అన్నాడు.

"నిజమేనా?" ఆసక్తిగా అడిగాడు యువరాజు.

"సోచ్చో! నేను చెప్తే తప్పిపోతాదీ?" నమ్మబలికాడు పండితుడు.

"అయితే ఈ ఎలక్షన్ తర్వాత అన్నగారి పని ఏంవౌతుందో చెప్పూ?"

"రాజ్యభ్రష్టో కులభ్రష్టో మతభ్రష్టో పున:పున: సర్వభ్రష్టో"

"ఓ... ఓ... ఓ... నీవో... బాగానే... చెప్పావో..." తమాషాగా అన్నాడు సెక్రటరీ.

"వారు రాజ్యభ్రష్టులైతే ఇక రాజయ్యేదెవరూ?" తెలిసికూడా కావాలని అడిగాడు కవి.

"ఉండుకోలేదూ రాజు తమ్ముడు సాటిరాజు. తక్కులకీ భోజరాజు దానాలకీ కర్ణంరాజు" అని యువరాజును చూపించాడు.

"ఎవరూ? మా చిన్నదొరవారేనా?" అడిగాడు సెక్రటరీ.

"అవును" అన్నట్టు తలూపాడు ఆ పండితుడు.

"మేమా? మేమే? ఓహ్ మేమే మహరాజులంవైతేనా ఓహ్ కావల్సినంత అప్పు దొరుకుతుంది" మహదానందంగా అన్నాడు యువరాజు.

"లోకంలో కవిత్వానికి కావల్సినంత ఆదరణ" సంబరంగా అన్నాడు కవి.

"ముఖ్యంగా అప్పులిర్చేస్తాం. అడుగడుక్కీ రిఫ్రెష్‌మెంట్‌రూమ్స్ గాళ్స్‌కి ఇంగ్లీష్ డాన్సింగ్ స్కూల్స్ పెట్టించేస్తాం" ఉత్సాహంగా చెప్పాడు యువరాజు.

"అప్పుడు మాకీ..." అని పండితుడు అడగంగానే –

"ఓడ్రవదంసాని బిరుదిస్తాం. కానీ అన్నగారు రాజ్యభ్రష్టులై నప్పటికీ నడుమ ఇంకొకరున్నారే!" అన్నాడు యువరాజు.

"ఎవరూ చినబాబుగారా?" అడిగాడు సెక్రటరీ.

"అవును" అన్నట్టు తల చేతులు ఆడించాడు యువరాజు.

"లడకాని తప్పించవాలా" అన్నాడు పండితుడు.

"ఎట్లా" అని చేత్తోనే అడిగాడు యువరాజు.

"చంపకూడదూ. కన్నవాడు కానివాడు" చెప్పాడు పండితుడు.

"అయితే ఇది ఎలాగు సాధ్యం?" అడిగాడు కవి.

"దేఖోం చూ..." అని మళ్ళీ పేకలు తీసి కలిపాడు పండితుడు.

మధ్యలో ఓ పేక తీసి చూపించాడు. ఆఠిన్ రాణి వచ్చింది. అది చూసి ఆశ్చర్యపడ్డాడు యువరాజు.

"రాణీవారి వల్లనా? ఇంపాజిబుల్" అన్నాడు.

"ఇస్పేటు బీబీ బోయిలే దాసీ" చెప్పాడు పండితుడు.

"దాసీ... దాసీ..." అని ఆలోచించి "ఓ... దాసీ సుబ్బులూ. మై గ్రేటాగార్బో రైట్ రైట్ రైట్" అన్నాడు యువరాజు విషయం అర్థమై.

"దాన్ని పెళ్ళాడ్తామని చెప్తే అది ఏమైనా చేస్తది" సలహా ఇచ్చాడు పండితుడు.

"ఓకే. ఏమైనా చెప్తాం. ఏమైనా చేస్తాం" ఉత్సాహంగా నవ్వుతూ అన్నాడు యువరాజు.

* * *

ఇంట్లో స్తంభం ఊతగా కవ్వం కట్టి పెద్దకుండలో చల్ల చిలుకుతుంది సీత. పని చేస్తూనే హాయిగా పాడుకుంటుంది.

రావోయీ వనమాలీ బిరబిర
నవనీతమె రుచో
నామది రుచియో తేల్చనెంచెదను
చవిచూడగ ఇటు రావోయీ ॥

ఇంట్లో నేలపై కూర్చొని రాట్నం తిప్పుతూ దారం వడుకుతూ పాడుతుంది లక్ష్మి.

తిప్పువారికి తిప్పలు బాపే
పేదల పెన్నిధి రాట్నం
మన మది ఆరాటము ఊరటమాన్పే
రైతు తల్లియే రాట్నమాతా ॥

పగ్గాలు తీసుకొని పొలానికి బయల్దేరుతూ కృష్ణారెడ్డి ఉల్లాసంగా పాడుతున్నాడు.

పిల్లగాలిచే రివ్వున ఊగీ
ఔదల వంచెను పైరూ
తల్లి పొదుగులో ఔదలజూచి
పాలుతాగే లేగదూడా ॥

వీధిలో పాడుతూ తిరుగుతూ భిక్షాటన చేస్తున్నాడు రామజోగి.

చిమ్మచీకటులు చిందిన రేయి
మాయంబై తెలవారే
రైతుసంతతిని రాయిడి జేసి
దయమాలిన ప్రభుతలుమాలీ
దీనపోషకుల సాయము నోదీ
భవికాంతా జగతిని కాచే ॥

గుడిముందు ఆడుకుంటూ పిల్లలు పాడుతున్నారు.

రాజురాజ్యము మంటలు రేగే
బంగరు సంకెల విరిగే
రైతుల మనసు కాచిన నాడు
[illegible] రాజ్యము [illegible] ॥

సీత ఏతాము దగ్గర్నుంచి నీళ్ళు తీసుకొని పాడుతూ వస్తున్నది.

నీలిమబ్బులో నీళ్ళనుకోసి
తోటలు పైరులు పెంచు
మేని చెమ్మటలో సారుచి వేసియు
ఊరూనాడూ పెంచు రైతు ॥

* * *

కరణం, షావుకారుకనకయ్య ఇద్దరూ అరుగు మీద కూర్చుని లెక్కలు చూస్తున్నారు. కరణం నిరాశగా కలం నేలకు గొట్టాడు.

"అనుకున్నంత సులభంగా కనపట్టంలా ఓట్లు" అన్నాడు.

కనకయ్య పుస్తకంలోంచి తలెత్తాడు.

"ఎందుక్కన్పిస్తాయ్? అటు రామిరెడ్డి ప్రచారం ఇటు ముష్టోడి పాటలు" అసలు కారణం గుర్తుచేశాడు కనకయ్య.

"నర్సిరెడ్డిని వదిలిపెట్టావేఁ?" అడిగాడు కరణం.

"వాడిదేఁవుందిలే? లెక్కలు సిద్ధం చేశాంగా" తేలిగ్గా అన్నాడు కనకయ్య.

"ఊహూ" సంతోషంగా అన్నాడు కరణం చుట్టకాలుస్తూ.

"దారికొచ్చాడా మంచిదే"

"ఊఁ"

"మొండేశాడా? ఉండనే ఉంది!"

విని సంతోషంగా తలూపి చుట్ట తాగడంలో లీనమయ్యాడు కరణం. పొగ వదులుతూ అనుకోకుండా బజారువైపు చూశాడు. ఒకేసారి ఆశ్చర్యం ఆనందం రెండూ కలిగాయి.

"అదిగోనయ్యోయ్! అతనే వస్తున్నాడు. ఆఁ ఇదే సమయం. బాగా బిగేసి అడుగు ఆఁ" కనకయ్యతో చెప్పాడు. కనకయ్య అందుకు సిద్ధమయ్యాడు.

ఇంటిముందుకు వచ్చిన నర్సిరెడ్డిని "నర్సిరెడ్డిగారా! దయచేయండి! దయచేయండి! దయచేయండి!" అని నవ్వుతూ ఆహ్వానించాడు కరణం.

నర్సిరెడ్డి వచ్చి అరుగుమీద కూర్చున్నాడు. "మీ సాయం కొంచెం కావాల్సొచ్చింది" కనకయ్యతో అన్నాడు.

"మా సాయంవే? సాయంజేసే బాటీవాళ్ళం కూడానా?" వెటకారంగా అన్నాడు కనకయ్య.

"రాంవిరెడ్డేంవయ్యాడూ?" హేళనగా అడిగాడు కరణం.

"రైతుసంఘాన్నడగలేకపొయ్యావ్?" ఆక్రోశం వెళ్ళగక్కాడు కనకయ్య.

"వాళ్ళు జేసే సాయం గాదండీ! అమ్మాయి పెళ్ళి. కొంతడబ్బు కావాల్సొచ్చింది" నెమ్మదిగా వచ్చిన పనిగురించి చెప్పాడు నర్సిరెడ్డి.

"డబ్బా! మళ్ళీ డబ్బా! ఏ మొహం పెట్టుకొని అడగడానికొచ్చావ్? పాతబాకే ఉంది పదిహేనువందల చిల్లర" కసురుకున్నాడు కనకయ్య.

"పదిహేనువందలా?" నిర్ఘాంతపోయాడు నర్సిరెడ్డి.

"ఏంవిటా ఆశ్చర్యం?" అన్నాడు కనకయ్య. నర్సిరెడ్డి తీసుకున్న అప్పుల గురించి నోటిలెక్కలు చేస్తున్నాడు.

"పంతులూ! రెడ్డి లెక్క బేరీజు వేసి చెప్పు" అని లెక్కల పుస్తకం తీసి కరణానికి ఇచ్చాడు కనకయ్య.

"ఒకసారి నాలుగొందలూ మరోసారీ రెండొందలూ" అంటూ అంతమొత్తం ఎట్లయితుందో అర్థంకాక ఆలోచిస్తున్నాడు నర్సిరెడ్డి.

కరణం పుస్తకంలో కాగితాలు తిప్పి పద్దులు చూశాడు. "ఆఁ ఈ రోజు కసలు ఫాయిదాలు పదహేనువందల ఇరవైతొమ్మిది రూపాయిల ఏడు పైసలు" అని చదివి చెప్పాడు.

నమ్మశక్యంగాక ఆశ్చర్యపోయి "ఆఁ" అని నోరు తెరిచాడు నర్సిరెడ్డి.

"అహా ఇన్నాళ్ళు నీవూరుకుంటే వడ్డీ కూడా ఊరికే ఉంటుందనుకున్నావా?" అన్నాడు కనకయ్య.

"నువ్వు లెక్కమరిస్తే ఈ రికార్టు మర్చిపోతుందా?" అన్నాడు కరణం.

"అంతుండదండీ!" అన్నాడు నర్సిరెడ్డి కాస్త అనుమానంగా.

"అంటే నేనబద్ధమాడాననా? నా లెక్కలు తప్పుడు లెక్కలనా?" నర్సిరెడ్డిని కసురుకున్నాడు కనకయ్య.

"రామరామ! నేనన్నానా ఆ మాట?" అన్నాడు నర్సిరెడ్డి.

"అంతేలే! అవసరమొచ్చినప్పుడు కాళ్ళూవేళ్ళూ పట్టుకోవడం. ఇవ్వాల్సొచ్చేసరికి ఇవ్వన్నీ తప్పుడు లెక్కలనడం ఎగవేయడానికి దారితీయడం" కోపంగా అన్నాడు కనకయ్య.

"ఎగవేయటమాండీ?" రోషంగా అన్నాడు నర్సిరెడ్డి.

"ఎగవెయ్యడానికి కాకపోతే ఇప్పుడు నువ్వు చేస్తున్న పనేఁవిటోయ్?" అడిగాడు కరణం.

"ఎగవెయ్యడం కాకపోతే దిగలాగడం. ఏద్దైతేయేం? అవ్వపేరు ముసలమ్మ. అంతా తగు మనుషులే సమయం వచ్చిందాకా" కచ్చితంగా నర్సిరెడ్డిని అవమానించాలని కోపంగా అన్నాడు కనకయ్య.

"అన్ని మాటలెందుకు కనకయ్యా! అంతుండదని నేననుకుంటాను. కాదు ఉందీ అని ప్రమాణం చేసి చెప్తే....." అంటున్న నర్సిరెడ్డి మాటలు పూర్తికాకమునుపే –

"తీసుకురా డబ్బూ! నీ యిష్టం వచ్చిన ప్రమాణం చేస్తాను" ఆవేశంగా అన్నాడు కనకయ్య.

కరణం మధ్యలో కల్పించుకొని కనకయ్యతో అన్నాడు –

"చూడండీ! మనఁవంతా కావల్సిన వాళ్ళం. ఆఁ ఏదో పాపం అవసరమని వచ్చాడు . ఆతడికి నిక్షేపంలాంటి కొంద్రుంది. కావలిస్తే అది తాకట్టు బెట్టుకునీ ఏదో తృణమో పణమో ఇస్తే పాపం అవసరమూ తీర్చుకుంటాడు. ఆఁ ఏఁవంటారూ?"

ఆ మాటలకు నర్సిరెడ్డికి కోపం వచ్చింది. ఆశ్చర్యమూ అసహ్యమూ కల్గుతున్నాయి. అరుగు మీంచి లేచాడు.

"కరణంగారూ! నా భూమిని తాకట్టుపెట్టమన్నారా? నా కన్నతల్లిని అప్పగించడఁవా? తాకట్టే?" అని వెళ్ళిపోతున్నాడు. "తాకట్టు" బాధగా అనుకున్నాడు.

వీధిలో రామజోగిబృందం పాట మొదలయ్యింది. ఊరిజనం వెంట వస్తుండగా భార్యాబిడ్డలతో కల్సి రామజోగి పాడుతున్నాడు.

రామజోగిబృందం : సై సై చిన్నప రెడ్డీ, రెడ్డీ నీవు
నిలిచావు ప్రాణాలొడ్డీ ॥

రామజోగి : లావు గల్గినా రైతునాయకుడు
పౌరుషమ్ము గల ప్రతాపశాలి
అంతులేని అభిమానవంతుడు
ఆడితప్పని సత్యసంధుడు
ఆత్మగౌరవం పోతుందంటే
ప్రాణంగూల్చే మానవంతుడు
మిన్ను విరిగి పై బడ్డాగానీ
చలింపనట్టీ సర్దారయ్యా చిన్నపరెడ్డీ

రామజోగిబృందం : సై సై చిన్నపరెడ్డీ ॥

పాట వినిపిస్తుండడంతో లక్ష్మి, సీత, కృష్ణారెడ్డి ఇంటిముందుకి వచ్చి వింటున్నారు.

రామజోగి : చిన్నపరెడ్డీ పేరు చెబితే
పసిపిల్లలే పాలు తాగరు
ఫౌజుదారులే గడగడ వణకు
విరోధులంతా విలవిల దన్నుక
చెట్టుపుట్టలా చేరెదరండీ
కొండవీటిలో సీమ కెల్లనూ
గుండెకాయగా ఉన్నాడండీ చెన్నపరెడ్డీ

రామజోగిబృందం : సై సై చెన్నపరెడ్డీ ॥

నర్సిరెడ్డి వస్తూ బాటలో రామజోగిబృందాన్ని చూశాడు. వారి వెనుకనే నిలబడి వింటున్నాడు.

రామజోగి : బానిసత్వముకు లొంగిపోవడు
పరులకెపుడు తలవంచి యెరుగడు
పాత యిజమ్మును కోలుపోవడు
స్వలాభానికై ప్రయత్నించడు
దేశమంటె పడిచస్తాడండీ
వాటి శ్వాసనే బ్రతుకును రెడ్డీ

రామజోగిబృందం : సై సై చెన్నపరెడ్డీ ॥

నర్సిరెడ్డి రామజోగి పాట విని గుండెధైర్యం తెచ్చుకున్నాడు.

రామజోగి : **కష్టమొచ్చినా కలత చెందక**
నష్టమొచ్చినా దిగులు పొందక
పిరికితనము దరి చేరనివ్వక
బెదరింపులకును లక్ష్యపెట్టక
పేరుమోసినా పెద్దకాపుగా
పెత్తనమ్ము చేతున్నది రెడ్డి

రామజోగిబృందం : సై సై చెన్నపరెడ్డీ ॥

పాట ముగుస్తుండగా నర్సిరెడ్డి ఇంటివైపు కదిలాడు. పాట వింటున్న లక్ష్మి, సీత, కృష్ణారెడ్డి వస్తున్న నర్సిరెడ్డితోపాటే ఇంట్లోకి పోయారు.

నర్సిరెడ్డి దిగులుగా మంచం మీద కూర్చున్నాడు. తలపాగా విప్పి పక్కన బెట్టాడు. అదేమీ గమనించని సీత వచ్చి తండ్రి చేయి పట్టుకొని “అయ్యా! కథ చాలా బాగుందే!” అన్నది చాల సంబరంగా. కానీ దిగులుగా ఉన్న నర్సిరెడ్డి “పోమ్మా! కథ విను” అన్నాడు మరింత దిగులుగా. సంతోషం ఆవిరై సీత అక్కడినుంచి పోయింది.

“లక్ష్మీ!” భార్యను పిల్చాడు నర్సిరెడ్డి.

దిగులుగా ఉన్న నర్సిరెడ్డిని గమనిస్తూ ఉన్న లక్ష్మి దగ్గరికి వచ్చి “ఏఁవిటీ? ఏఁవైందీ?” అని గాభరాగా అడిగింది.

“అప్పు చేయ రోత హరిహరాదులకైన మొప్పెతోడి మైత్రి మొదలు రోత తప్పు పలక రోత తాకట్టు పడ రోత” గద్గదస్వరంతో చెప్పాడు.

“ఆఁ మనభూమిని తాకట్టు పెట్టమన్నారా?” భయంగా అడిగింది.

“అవును. ఏం చెయ్యాలి?”

“మంచి సంబంధం. ఊహూఁ. తాకట్టు మాత్రం వద్దు. ఉన్న ధాన్యం నగానట్రా అమ్మైనా అమ్మాయి పెళ్ళి చేద్దాం” ఆర్తిగా చెప్పింది.

నర్సిరెడ్డి అట్లా దిగులుగానే ఉన్నాడు.

* * *

ధాన్యం అమ్మాలని నిర్ణయించుకున్నాడు నర్సిరెడ్డి. కొడుకు, పనివానితో ధాన్యంబస్తాలను ఎడ్లబండికి ఎత్తించాడు.

నర్సిరెడ్డి పగ్గాలు పట్టుకొని బండికి ముందు నడుస్తున్నాడు. కృష్ణారెడ్డి బండి మీద ఉన్నాడు. పనివాడు బండి వెనుక వస్తున్నాడు. బండి అలా ముందుకు సాగిపోతున్నది.

ఎవరో పాడుతున్నారు. పాట మాత్రం వినవస్తున్నది.

ఓ... గుఱ్ఱాల గోపిరెడ్డీ
దాచెపల్లికే దహనమైతివా ॥

సేరు సేరు ఎండి మురుకుల్
చేతులాకు బెట్టుకొని
కట్ట మీద వస్తు ఉంటే
కలకటే రనుకొంటిర కొడకా
దాచెపల్లికే దహనమైతివా ॥

నర్సిరెడ్డి బృందం బండి నడుపుకుంటూ పోతుండగా ఎదురుగా ఓ కారు వేగంగా వస్తున్నది. అందులో కాసాసుబ్బన్న, తాసిల్దారు వస్తున్నారు. డ్రైవరు గట్టిగా హారన్ కొట్టేసరికి ఎడ్లు బెదిరాయి. కృష్ణారెడ్డి, పనివాడు వాటిని అదుపు చేస్తున్నారు. నర్సిరెడ్డి ముందుకు ఉరికొచ్చాడు.

"ఊదొద్దూ! ఊదొద్దూ! ఆపండి బాబూ ఎడ్లు బెదుర్తున్నాయ్" గాభరాగా, అభ్యర్థనగా గట్టిగా మొత్తుకున్నాడు.

కానీ వాళ్ళు అలా గట్టిగా హారన్ మోగిస్తూనే కారును వేగంగా ఆ ఎడ్లబండి పక్కనుండే పోనిచ్చారు. ఎడ్లు బెదిరి బండి బోల్తా పడ్డది. నర్సిరెడ్డి భయంతో ఉరికొచ్చి చూశాడు. కృష్ణారెడ్డి బస్తాల మధ్యలో రక్తమోడుతూ కనిపించాడు. ధాన్యంబస్తాల మధ్య నలిగి బాధతో విలవిలలాడుతున్నాడు. బాధ భయాలతో వణుకుతూ కృష్ణారెడ్డిని బయటికి తీయడానికి ప్రయత్నిస్తున్నాడు నర్సిరెడ్డి.

* * *

జమీందారి పక్షం ఎన్నికల సభ నిర్వహిస్తున్నది. జమీందారు, జమీందారు పూర్వీకుల చిత్రపటాలను ఆకర్షణీయంగా అలంకరించారు. జమీందారిపక్షానికి జై,

పాలకులు ప్రభువులు – పాలితులు ప్రజలు, రైతురక్షకులు ప్రభువులు రకరకాల నినాదాలు రాసిపెట్టారు. వెంకయ్యగారికే మీ ఓటు ఇయ్యండి అన్న సూచన కూడా రాసి ఉంది.

తాసిల్దారు, అభ్యర్థి వెంకయ్య, కాసా సుబ్బన్న టేబులు ముందు కుర్చీల మీద కూర్చున్నారు. కరణం, షావుకారు, సుబ్బారాయుడు, సాహెబు తదితర జమీందారీ వందిమాగధబృందం నేల మీద చుట్టూ కూర్చున్నారు. ముందు రైతుప్రజానీకం కూర్చున్నారు.

"జైజైలే కానీ జమీందారుకు సమానులౌతారా! నావిష్ణుః పృథివీపతిః అన్నారు. ఈ లోకాన్ని ఉద్ధరించటానికి శ్రీమహావిష్ణువే మన ప్రభువువారుగా అవతరించారు" ప్రజలకు చెప్పాడు కరణం.

"అందుకనే మనమిట్లా కడుపులో చల్ల కదలకుండా ఉన్నాం. వారు మనకు ఎన్నోవిధాల సహాయం చేస్తున్నారు" బోధించాడు కరణం.

"ఇంకా ఎక్కువగా సహాయం చెయ్యాలనే జమీందారుగారు..." తాసిల్దారు రాజభజన కొనసాగిస్తుండగా ఒకముసలిరైతు –

"ఏం సాయమో ఏంటో బాబూ! ఎంత శాకిరీ శేసినా ఎంత పంట పండించినా కడుపుగాలి చస్తున్నారు బాబూ రైతులంతా" గోడు వెల్లబోశాడు.

కాసాసుబ్బన్నకు కోపం వచ్చింది. "ఊం" అని గదమా యించాడు. తనవంతు ప్రసంగం దబాయింపుగా మొదలుపెట్టాడు.

"మధ్యప్రశ్నలొద్దు. నే జెప్పేమాట ఇనండి. అసలీ శాసనసభలంటే మీకేంటో తెలుసా? కొత్తగా ఇంగ్లండ్‌నుండో పేద్ద సట్టమొచ్చింది. అదే ఆరొందల యాభై పేజీల పెద్దపుస్తకం. ఒక్కో పేజీకొక్కో సెక్షను. ఒక్కో సెక్షనా కాంగ్రెసోడికొక్కో కొరడాదెబ్బ. ఈ ఓటుందే ఏ ఊళ్ళో అయినాసరే ఎక్కడైనాసరే ముతకబట్టలోడికి గానీ గాంధీటోపోడికి గానీ, రైతుసంఘాలోడికి గానీ ఇచ్చారా? ఆళ్ళ పేర్లన్నీ కలకటేర్లు రాసుకోమనీ ఆళ్ళ సేలకు నీళ్ళొదలొద్దనీ ఆళ్ళ పొలాలన్నీ లాక్కోమనీ పైనుంచీ ఒక్కో సెక్షను ఒక్కో మరమేకులా తయారుచేసీ పంపారు"

"వినండి వినండి" నవ్వుతూ అన్నాడు తాసిల్దారు.

"దానికిక తిరుగులేదూ. ఆ కలకటేరు శేసే పనికీ పైన అప్పీలే లేదు. పీవీ కౌన్సిల్లోగానీ హైకోర్టులో గానీ దానికెవురూ అడ్డుచెప్పేవాళ్ళే లేరు. ఆ కలకటేరు దయ

సంపాయించాలంటే మీరందరూ మీ ఓట్లు మన పెబువులగారి పార్టీకే ఇవ్వాలి. మన పెబువులుగారూ కలకటేరుగారు మొన్న కబ్బులో కలిసీ కాఫీ తాగారు" ఇకిలిస్తూ చెప్తున్నాడు సుబ్బన్న.

జనంలోంచి ఒక పిల్లవాడు లేచాడు.

"ఇవన్నీ శుద్ధబద్ధాలు. మీరీయన మాటలు విని మోసపోవద్దు మీ ఓట్లన్నీ రైతుబిడ్డైన రామిరెడ్డికే ఇవ్వాలి" అన్నాడు.

వాడి ధాటికి వేదిక మీదున్న రాజభజనబృందమంతా అవాక్కయ్యారు. కరణం తేరుకొని అంటున్నాడు.

"ఆఁ రైతుబిడ్డా? మంచిమాట! రైతు పనేఁవిటీ? వ్యవసాయం! భూమీ పంట రైతుపని పరిపాలన రాజుపని. రాజుకు భూమిచ్చినా చెడుతుంది రైతుకు పరిపాలనిచ్చినా చెడుతుంది. కాబట్టీ మీ ఓట్లన్నీ మన సుబ్బన్నారావు చెప్పినట్లు రాయనింవారి క్యాండిడేటుకే దఖలు జేసుకోవడం మంచిది. మనం వారి పాదాల కింద....."

"పాదాలకిందే కాదూ కార్లకింద కూడా పడి చస్తున్నాం" ఏడుపుతో పూడుకుపోతున్న గొంతుతో కరణం మాటల్ని కొనసాగించాడు అక్కడికి వచ్చిన నర్సిరెడ్డి. పనివాడు కృష్ణారెడ్డిని భుజం మీద మోసుకొచ్చాడు.

వారిని చూసి కూర్చున్న రైతులంతా "ఏఁవిటీ? ఏఁవిటీ? ఏఁవిటీ?" అంటూ దగ్గరికొచ్చారు.

"అడుగో కూర్చున్నారు మహానుభావులు సుఖంగా. గొడ్లు బెదురుతున్నాయీ ఆపండి బాబూ అని మొత్తుకున్నాను. ఆపలేదు. బండి బోల్తాపడ్డది. పిల్లవాడి ప్రాణం మీదకే వచ్చింది" ఏడుస్తూ చెప్పాడు నర్సిరెడ్డి.

"ఇందుకే నటయ్యా! మీకు మా ఓటియ్యాల్సింది? మా గొంతులు కోసుకోడానికేనా?" తీవ్రంగా ప్రశ్నించాడు ముసలిరైతు.

"కబడ్దార్! మాటలు జాగర్తగా రానీ" గద్దించాడు సుబ్బన్న.

"ఏఁవిటా జాగర్త? అది మీకు లేకపోయిందే? ఇంకా కబడ్దార్? ఏం చేస్తావయ్యా నువ్వా?" కోపంగా అన్నాడు మరో రైతు.

పరిస్థితి చెయ్యి దాటుతుండడం గ్రహించాడు తాసిల్దారు.

"ఇయ్యాల్టికి సభ చాలిద్దాం" అని సభ ముగించాడు.

* * *

రాజభక్తబృందమంతా ఒక పెద్దింట్లో సమావేశమయ్యారు.

సుబ్బన్న, తాసిల్దారు కుర్చీల్లో దిగులుగా కూర్చున్నారు. కరణం, కనకయ్య వినయంగా నిలబడ్డారు. సాహెబు, సుబ్బారాయుడు ఒకమూలకు కూర్చున్నారు. కొందరు బంట్లు కూడా ఉన్నారు.

"ఎక్కణ్ణుంచొచ్చాడు నర్సిరెడ్డీ? మీటింగంతా శెడలేపాడు" బాధపడ్డాడు సుబ్బన్న.

'రాడూ! అదంతా ఒక ఎత్తు" నీరసంగా చెప్పాడు కరణం.

"ఎంతవమానం? ఎంతవమానం?" దిగులుగా అన్నాడు తాసిల్దారు.

బయటినుంచి ఒకబంటు వచ్చి సుబ్బన్నకు నమస్కరించాడు.

"ఏంట్రా?" అడిగాడు సుబ్బన్న.

"కాముట్లో సీటీ సపలాల్లు శెయ్యవఁన్నారు" చెప్పాడు బంటు.

"యాఁవన్నారూ?" కోపంగా అడిగాడు సుబ్బన్న.

శెయ్యఁవంటే శెయ్యఁవన్నారండే" వినయంగా చెప్పాడు బంటు.

"ఆఁ ఆళ్ళగ్గూడ కళ్ళు నెత్తికొచ్చినయ్..." రంకెలేశాడు సుబ్బన్న.

"రైతుసంఘాల మహిమ" నిట్టూర్చాడు కనకయ్య.

"మనిషి కనబట్టం బయం. ఒక్కటే బోధ" వాపోయాడు కరణం.

"అసల్ మీతో బాటు మాకూ ఓటుహక్కు ఉంటే ఇంత చిక్కు లేదు కదండీ!" సుబ్బారాయుడితో అన్నాడు సాహెబు.

"మన వెంకయ్యగారు గెలిస్తే ముందుగా హిందూ మహమ్మదీయ ఐక్యం కోసమే తంటాలు పడతారు" చెప్పాడు సుబ్బారాయుడు.

"అదే చెప్పేది. మా ఉద్దేశం కూడా అదే" అన్నాడు సాహెబు.

అంతలో మరో బంటు వచ్చాడు.

"ఏఁవిటోయ్ అక్కడి సంగతులు?" అడిగాడు కరణం.

గుసగుసలాడుతూ చెప్పాడు బంటు.

"నర్సిరెడ్డిగారింట్లో పెద్ద గూడు పుటాని జర్గుతుందండీ ఊరుఊరంతా అక్కడే ఉన్నారండీ!"

సుబ్బన్న విన్నాడు.

"ఆహాఁ" అన్నాడు కరణం.

"ఏదో ఊరికి పోకటమే వచ్చింది. ఒకపెత్తనమా? ఒక యవ్వారమా?" అన్నాడు కనకయ్య.

"ఎవరికివారే యమునాతీరే" బదులు పలికాడు కరణం.

"అట్లాని ఊరుకోడ మెట్లాగంటా? ఆళ్ళంతేదో తేల్చాలిగానీ" అన్నాడు సుబ్బన్న.

"కరణం! ఈ నర్సిరెడ్డి ఎస్టేటుకేఁవైనా బకాయి ఉన్నాడా?" అడిగాడు తాసిల్దారు.

"ఉండొచ్చు! రైతన్న తర్వాతా బకాయి లేకుండా ఉంటుందా?" చెప్పాడు కరణం.

"అయితే ఆళ్ళ పనిబట్టాల్సిందే!" కచ్చితంగా అన్నాడు సుబ్బన్న.

"లెక్కలు తెమ్మంటారా?" అడిగాడు కరణం.

"ఆఁ లెక్కలెందుకు? సుబ్బన్నా! ముందు వాడి పశువుల్ని జప్తు చేద్దామా?" అడిగాడు తాసిల్దారు.

"ఎహె జప్తు యాలాలు ఎందుకండీ. నే తోలుకొస్తా. ఆడి తాతెవడడ్డమొస్తాడో" అంటూ తలపాగా చుట్టసాగాడు వెంటనే పోవడానికి.

"అంతే" సమర్థించాడు కనకయ్య.

* * *

సీత పొయ్యికాడ కూర్చుని వంట చేస్తున్నది.

దెబ్బలతో మంచంలో పడుకుని మూలుగుతున్న కృష్ణారెడ్డికి ఒకపక్కన కూర్చుని దెబ్బలకు ఉడుకునీళ్ళతో కాపడం పెడుతున్నది లక్ష్మి. మరోపక్కన కూర్చుని మూలుగుతున్న కృష్ణారెడ్డిని ఊరడిస్తున్నాడు నర్సిరెడ్డి.

"ఆఁ . . . . ఆఁ . . . ." బాధతో మూలుగుతున్నాడు కృష్ణారెడ్డి.

"ఊర్కో నాయనా!" అని ఊరడించాడు నర్సిరెడ్డి. "గ్రహచారం" లక్ష్మితో అని బాధపడ్డాడు.

"ఏమొచ్చినా ఏ పాపమెరుగనాళ్ళకే" బాధపడ్డది లక్ష్మి.

కృష్ణారెడ్డి బాధతో మూలుగుతూనే ఉన్నాడు ఇంకా.

"ఏం నాయనా?" అడిగింది లక్ష్మి.

చడీచప్పుడు చేయకుండా నర్సిరెడ్డి ఇంటిముందుకు వచ్చారు సుబ్బన్న, తాసిల్దారు ఇద్దరుపనివాళ్ళని వెంటబెట్టుకొని.

సుబ్బన్న కనుసైగ చేయగానే ఒకడు వెళ్ళి కట్టేసి ఉన్న ఆవు తాడు విప్పాడు.

ఇంట్లో దెబ్బలతో బాధపడుతున్న కృష్ణారెడ్డిని "కొంచెం జావ తాగుతావా?" అడిగాడు నర్సిరెడ్డి.

"సీతా! సీతా!" పిల్చింది లక్ష్మి కాపడం పెడ్తూ.

మాటలువిన్న సీత వంటింట్లోంచి గిన్నెలో జావ తెస్తూ ఏదో అలికిడి విన్సించి ఆగింది. వచ్చి గిన్నె తల్లి దగ్గర పెట్టింది. వినిపిస్తున్న అలికిడి స్పష్టపడింది.

"అయ్యోయ్! గంగరుస్తోంది" కంగారుగా అన్నది.

"చూడమ్మా!" గాభరాగా అన్నాడు నర్సిరెడ్డి.

సీత ఉరికి కిటికీలోంచి చూసింది. పనివాడు ఆవుని తోలుకుపోతున్నాడు. సీత భయపడ్తూ తండ్రి దగ్గరికి వచ్చింది.

"అయ్యోయ్! అయ్యోయ్! గంగనెవరో లాక్కుపోతున్నారు" అని చెప్పి బయటికి ఉరికింది.

"ఆఁ" అంటూ లేచి వేగంగా బయటికి నడిచాడు నర్సిరెడ్డి.

"ఎవళ్ళకేం పోయేకాల మొచ్చింది" కాపడం పెడ్తూనే తిట్టింది లక్ష్మి.

సుబ్బన్న దగ్గరికి వచ్చింది సీత. "మా గంగ మిమ్మల్నేం చేసింది?" గట్టిగా అడిగింది.

నర్సిరెడ్డి పరుగున వచ్చి తాడు గుంజుకున్నాడు. సుబ్బన్నను "ఏఁవిటీ దౌర్జన్యం?" అని అడిగాడు.

తాడు మళ్ళీ లాక్కున్నాడు సుబ్బన్న. "ఏఁవిటా? జమీందారుగారి ఆజ్ఞ" అన్నాడు.

"ఎందుకూ?" అడిగాడు నర్సిరెడ్డి.

"శిస్తు బకాయికి" చెప్పాడు తాసిల్దారు.

"బకాయి వట్టినే పోతుందనుకున్నావా? లే అడ్డంలే" అని నర్సిరెడ్డిని గట్టిగా తోశాడు.

తమాయించుకొని నిలబడి " ఈ వజిందే గదండీ కట్టాల్సిందీ! పదిరోజులు గడువియ్యండి కట్టేస్తాను" అన్నాడు.

"కట్టావులే" నర్సిరెడ్డిని ఈసడింపుగా అని "ఊఁ ఊఁ" అన్నాడు పనివాణ్ణి. వాడు ఆవును తోలుకుంటూ కదిలాడు.

"ఇది ధర్మం కాదు!" ఆగ్రహించాడు నర్సిరెడ్డి.

"లాక్కరావోయ్" అంటూ ముందుకుపోయాడు తాసిల్దారు.

పనివాళ్ళు ఆవును తోలుకుంటూ పోతున్నారు. సీత బాధతో ఆవు మీదపడి ఏడ్చింది. సుబ్బన్న సీతను గట్టిగా తోశాడు. సీత గడ్డిలో పడ్డది.

వెనుక ఉన్న లక్ష్మి భయపడి "ఆఁ" అంటూ సీత దగ్గరికి వచ్చింది. "ఏఁవిటా దౌర్జన్యం? నీ చేతులు చెక్కలు గానూ" అని సుబ్బన్నను తిట్టింది.

"నువ్వు మనిషివి గావూ? పిల్లనట్టా తోస్తావా? చూడేం చేస్తానో నిన్ను" కోపావేశంతో సుబ్బన్నను అన్నాడు నర్సిరెడ్డి.

"ఆఁ ఆఁ అట్టే కోక శించుకోకూ. ఏం శేత్తావో శెయ్!" ధీమాగా అంటూ వెళ్ళిపోయాడు సుబ్బన్న.

"ఆఁ" నిర్ఘాంతపోయి చూస్తున్నాడు నర్సిరెడ్డి.

"ఆ మూర్ఖుడితో మనకెందుకు?" అన్నది లక్ష్మి.

* * *

కాసాసుబ్బన్న నర్సిరెడ్డి ఆవును అక్రమంగా తోలుకుపోయిన విషయం ఊరంతా పాకిపోయింది. ప్రజల్లో వ్యతిరేకత బయల్దేరింది. అందరూ సుబ్బన్నను తిడుతున్నారు.

"కాసావాడు నర్సిరెడ్డి ఆవును తోలుకెళ్ళాడంట" ఆశ్చర్యంగా చెప్పాడు ఒకవ్యక్తి.

"ఆఁ" విస్మయం చెందాడు వింటున్న మరోవ్యక్తి.

ఆడవాళ్ళు కూడా ఇదే విషయం మాట్లాడుకుంటున్నారు. ఆడపిల్ల అని కూడా చూడకుండా సీతను అట్లా తోసేయడం జీర్ణించుకోలేక పోతున్నారు.

"ఆడి జిమ్మడ. సీతమ్మను తోసేశాడట" సుబ్బన్నను తిడ్తూ చెప్పింది ఒకావిడ ఇంకొకావిడతో.

గ్రామరైతుల్లో ఈ సంఘటన పట్ల కోపం కట్టలు తెంచుకుంటున్నది.

"దౌర్జన్యంగా అలా తోలుకువెళుతూ ఉంటే చూస్తూ ఊరుకోవడమేనా?" ఆవేశంగా అన్నాడు ఒకరైతు పక్కనున్న ఇంకో రైతుతో.

"కేసు పెట్టాల్సిందే ఇట్లా ఊరుకుంటే లాభం లేదు" మునసబుకు ఫిర్యాదు చెప్తున్నాడో గ్రామస్థుడు.

* * *

నర్సిరెడ్డి దిగులుగా పడుకొని ఆలోచిస్తున్నాడు. కృష్ణారెడ్డి గాయాలతో మంచం మీదనే ఉన్నాడు. ఆవు మీది బెంగతో సీత కూడా పడుకొని ఏడుస్తున్నది.

"గంగా గంగా ఎక్కడున్నావమ్మా! ఇక నాకు కనపడవూ? అమ్మా అమ్మా గంగ నాకోసం ఎక్కడో ఏడుస్తోందే!"

"ఊరుకోమ్మా ఊరుకో. మీ అయ్య ఏర్పాటు చేస్తున్నాడు. గంగొస్తుంది. లేమ్మా లే. లేచి ఎంగిలిపడు. ఎప్పుడో నిన్న పొద్దున్న తిన్న మెతుకులు" ఓదారుస్తూ అన్నది తల్లి.

ఏమీ చేయలేక నిస్సహాయంగా చూస్తున్నాడు నర్సిరెడ్డి.

* * *

రామజోగి ఇంట్లో కూర్చుని తంబురా పట్టుకొని సాధన చేసుకుంటున్నాడు. భార్య వంట చేస్తున్నది. ఇంట్లోకి పరుగుపరుగున వచ్చింది కూతురు.

"అమ్మా అమ్మా! కాసావాడు సీతమ్మ గోవును తోలుకుపోయాడట" వగిరిస్తూ చెప్పింది.

"గంగనా?" ఆశ్చర్యంగా అడిగింది రామజోగి భార్య.

"అవునట!" చెప్పాడు రామజోగి.

"పాపం సీతమ్మే ఏడుస్తూంది. ఒకటే ఏడుపు. ఎవరు చెప్పినా మానదు" చెప్పింది కూతురు.

"ఆపిల్లకు ఆవంటే పంచప్రాణాలు" అన్నది రామజోగి భార్య.

"వీళ్ళ కెందుకో అంత పగ" అన్నది కూతురు సీతమీద జాలితో.

రామజోగి చెప్తున్నాడు -

"పగేంవిటీ? ఈ కరణాలకూ ఉద్యోగులకూ ఉన్న వ్యవహారమే ఇది. తప్పుడు లెక్కలు వెయ్యటం ప్రజల్ని బాధించుకు తినటం. రైతుగోడు వినేవాడెవడు?

సుక్షేత్రములు దయాశూన్యులై పీడించు
ఋణదాతలకు సమర్పింపవలసె
ఇల్లాలి మెడలోని నల్లపూసయు లెక్క
బెట్టి పన్నుల కట్టబెట్టవలసె ॥

కడుపు కక్కురితికై గతిలేని పశుకోటి
ఎల్ల యెల్లల విక్రయింపవలసె
దినవెచ్చములకునై తెచ్చు బాకీలకు
కొంప తాకట్టులో దింపవలసె ॥

ధరలు పడిపోయె సేద్యంబు తక్కువాయె
శిస్తు మెండాయె ఇంకేమి సేయు దయితా
నిత్యరారణ్య జీవలే నెలవటయ్య
కర్షకా కర్షకా కర్షకా ఇది యేనాటి కర్మమయ్యా
ఇది యేనాటి కర్మమయ్యా!!!" ॥

* * *

నర్సిరెడ్డి కొడుకును చూసుకుంటున్నాడు.

గంగ గుర్తుకొచ్చి సీత మళ్ళీ ఏడుస్తున్నది. నర్సిరెడ్డి కూతురు దగ్గరికి పోయి తల నిమిరాడు.

"ఊరుకోమ్మా ఊరుకో! తగిలిన వేలుకే తగుల్తుంది రోజులు మంచివి కానప్పుడు. కథ మర్చిపోయావా? కష్టమొచ్చినా కలత చెందదు నష్టమొచ్చినా దిగులు చెందదు, ఏడవకూ! రైతుబిడ్డలు ఏడవటమా? లే లే" అని ఓదార్చాడు. సీత లేచి కూర్చున్నది.

బయటినుంచి "నర్సిరెడ్డీ!" అని పిలుపు వినిపించింది.

గొంతు గుర్తుపట్టి "రా! మునసబూ" పిల్చాడు నర్సిరెడ్డి.

సీత వారు కూర్చుంటానికి మంచం వేసింది. మునసబు, రామిరెడ్డి లోపలికి వచ్చారు.

"యేం అలా ఉన్నావు?" నర్సిరెడ్డిని అడిగాడు మునసబు.

కూర్చోమని వారికి మంచం చూపించాడు నర్సిరెడ్డి. తానూ వారికి ఎదురుగా పీటమీద కూర్చున్నాడు.

"అబ్బాయి కెలా వున్నదీ? దిగులుపడితే లాభం లేదు" అన్నాడు మునసబు.

"అవును లాభం లేదు. ఒకటిపైన ఒకటి" బాధపడ్డాడు నర్సిరెడ్డి.

"చూస్తున్నకొద్దీ వీళ్ళ ఆటలు ఎక్కువైతున్నై. ఏంవిటీ దౌర్జన్యం?" అన్నాడు రామిరెడ్డి.

"చూస్తూ ఊరుకుంటే మేస్తూపోవడమంటారే ఇదే! ఈ కాసాగాడికి కళ్ళు నెత్తికొచ్చాయ్. సీతమ్మనలా తోస్తాడూ?" ఆవేశంగా అన్నాడు మునసబు.

"వాణ్ణి కోసి ముక్కలు ముక్కలు జేసినా పాపం లేదు" కోపంగా అన్నది సీత.

సీతవైపు చూసి "తప్పు అట్లా అనొద్దు" అన్నట్టు చెయ్యి ఊపాడు నర్సిరెడ్డి. మళ్ళీ వచ్చినవాళ్ళతో "ఎవర్నినీ ఏం ప్రయోజనం? గ్రహచారం" అన్నాడు నిరాశగా.

"గ్రహచారమని ఊర్కుంటే కాదు" అన్నాడు రామిరెడ్డి.

"ఊర్కోకేం చేస్తాం?" అడిగాడు నర్సిరెడ్డి.

"కోర్టులో కేసు పడేస్తే...?" చెప్పాడు మునసబు.

"ఆం పడేసి జమీందారును బోనెక్కించాలి. అప్పుడుగానీ వీళ్ళ ఆటలు కట్టవు" అన్నాడు రామిరెడ్డి.

"ఏం నర్సిరెడ్డీ యాంవంటావ్?" అడిగాడు మునసబు.

"కోర్టా...?" ఆశ్చర్యంగా అన్నాడు నర్సిరెడ్డి.

"మరేం ఫర్వాలేదు మేంవుంటాం" భరోసా ఇచ్చాడు రామిరెడ్డి.

"కావలసినంత సాక్ష్యం ఉంది. ఇవ్వాళ పశువులైనై రేపు మరొకటౌతుంది" అన్నాడు మునసబు.

"ఏంవైనా సరే కోర్టు మాత్రం వద్దు. కోర్టెక్కి ఏ రైతు బాగుపడ్డాడండీ?" అన్నాడు నర్సిరెడ్డి.

"అందులోనూ మంచీ చెడ్డా లేదా?" అన్నాడు రామిరెడ్డి.

"ఏ మంచైనా లాభం లేదు వ్యాజ్యాలు వద్దు బాబూ వద్దు" అని వారికి చేతులెత్తి నమస్కరించాడు నర్సిరెడ్డి.

"మరి యేం చేద్దామంటావ్?" అడిగాడు మునసబు.

"ఏమీ లేదు. అన్నింటికీ ఆ భగవంతుడే" అంటూ పైకి చూశాడు నర్సిరెడ్డి.

* * *

రాజారత్నం నాట్యం నేర్చుకుంటున్నది.

తల్లి నేలమీద కూర్చుని హార్మని వాయిస్తున్నది. గురువు కుర్చులో కూర్చొని తాళం వేస్తున్నాడు.

"తకిట తకతక తకిట త తకిట తకతక తకిట త తకిట తకత తకిట తకత తకిట తకత "

తాళానికి అనుగుణంగా నాట్యం చేసింది రాజారత్నం.

గురువు రాజారత్నం కీర్తన మొదలుపెట్టారు.

ఇన్నాళ్ళ వలె కాదమ్మా మువ్వగోపాలుడూ

ఎన్ని నేర్చినాడమ్మా

రాజారత్నం పాటను అభినయిస్తున్నది. గురువు తప్పులని సరిచేస్తూ నేర్పిస్తున్నాడు.

ఇన్నాళ్ళ వలె కాదమ్మా మువ్వగోపాలుడూ

ఎన్ని నేర్చినాడమ్మా

"అహా ఆ హస్తం తప్పు పెడుతున్నావ్!" అని ఆపాడు. "కాదమ్మా" అని పాడుతూ ఎలాచేయాలో చూపించాడు. "ఇది పతాకహస్తం. నువ్వు పడ్తున్నది ఇదీ! ఇది అర్ధచంద్రం" అని పొరపాటును విడమర్చి చెప్పాడు.

అర్థం చేసుకొని "**కాదమ్మా**" అని పాడుతూ సరిగా అభినయించింది రాజారత్నం.

అవునన్నట్టు "ఆఁ" అన్నాడు గురువు.

రాజారత్నం కీర్తన పాడుతూ అభినయించింది. గురువూ కుర్చీలో కూర్చొనే హస్తాలను అభినయించి చూపాడు.

నన్ను కన్నులు మూసి

నా చెంత నుండిన

అని పాడుతూ కొంత తడబాటుగా అభినయించింది రాజారత్నం.

"**నన్ను కన్నులు మూసి - నా చెంత నుండిన - సన్నుతాంగి మోవి - చాల చప్పరించి**" అని చదువుతూ హస్తాభినయం విడమర్చి చేసి చూపించాడు గురువు.

నన్ను కన్నులు మూసి

నా చెంత నుండిన

సన్నుతాంగి మోవి

చాలా చప్పరించి ॥

గురువూ రాజరత్నంతోపాటు పాడుతూ అభినయించి చూపాడు.

రాజారత్నం చేస్తున్న పిల్లనగ్రోవి అభినయం చూసి "ఆ చెయ్యి అట్టేనా?" గురువును అడిగింది తల్లి.

"**మువ్వగోపాలుడు**" అని పాడ్తూ అభినయించి చూపి "ఇట్లా" అని చెప్పాడు గురువు.

"**మువ్వగోపాలుడు**" అని పాడుతూ అభినయించి చూపింది రాజారత్నం. ఆమె అభినయం చూసి తప్పు గ్రహించి "సింహముఖాలు పడ్తున్నావ్ మృగశీర్షాలు పట్టాలి" అని చెప్పాడు.

"**మువ్వగోపాలుడు**" అని పాడ్తూ సరిగా అభినయించింది రాజారత్నం.

"ఓసి మొద్దుముండా! ఇట్టా సూపిత్తే అట్టా పట్టుకోవాలి గదా! ఇంతశేపటే ఈ రెండు ముక్కలకీనూ" అని తిట్టింది తల్లి.

"హస్తాలంటే మాటలనుకున్నావే" అన్నది రాజారత్నం తనను తాను సమర్థించుకుంటూ.

"మగశిరాలని చెప్తున్నాడు గదూ" పలకరాక అన్నది తల్లి.

ఉత్తరీయం నోటికి అడ్డుపెట్టుకొని నవ్వాడు గురువు. రాజారత్నం విరగబడి నవ్వింది. "మగశిరాలు కాదే మృగశీర్షాలు" తల్లికి చెప్పింది.

"ఏం పాడో ఇగలించుకోవద్దూ?" అన్నది తల్లి.

"అంత తేలికా? అసలివి క్షేత్రయ్య పదాలు. అందులో ఇవి కష్టంవైన హస్తాలు" చెప్పాడు గురువు.

"ఏమో బాబూ అన్నీ తెలిసినోరనే మీ శేతిలో బడేశాం. మా సుబ్బన్న మీ సంగతి మారాజులంగారి చెవిలో కూడా యాస్తున్నాడు. ఎలాగైనా మా పిల్లని సినిమాటారుని జేత్తిరా మీ పేరు జెప్పుకొని బ్రతుకుతాం" అన్నది తల్లి.

* * *

జమీందారు తరఫు అభ్యర్థి వెంకయ్య ఎన్నికల ప్రచారం చేస్తున్నాడు. ఒక చెట్టు కింద సభ ఏర్పాటు చేశారు. వెంకయ్య, సుబ్బారాయుడు ఇంకోవ్యక్తి అరుగు మీద కూర్చుని ఉన్నారు. ఊరి ప్రజలు నేలమీద కూర్చున్నారు.

ప్రజల చప్పట్ల మధ్య సుబ్బారాయుడు మాటలు మొదలుపెట్టాడు.

"ఓట్లడగటానికి అంతా వస్తారు. మేమూ రైతులమని అంటారు. రైతులకు మేలు చేస్తాంవనీ అంటారు. కానీ సోదరులారా! మీరుమాత్రం మోసపోకూడదు"

"లేదులే నిన్నే నమ్ముకొని ఉంటాం" వెక్కిరించాడో గ్రామస్థుడు.

"నీది మోసం గాదూ?" అడిగాడు మరో గ్రామస్థుడు.

"ఇందులో రైతులు కానివారెవ్వరూ? రైతుల మేలు కోరనివారెవ్వరూ? మీరు యోచించాలి. ఎవరు సమర్థులూ ఎవరు కారూ అని చూడాలి" ఉపన్యసించాడు సుబ్బారాయుడు.

"నువ్వే సమర్థుడివి"

"ఏడయ్యా సమర్థుడు"

"నువ్వు నిలుస్తావా?"

"అతన్నే మాట్లాడమనూ!"

"నిన్నెవడు మాట్లాడమన్నాడూ?"

"ఇందులో మనకేపాటి ముట్టిందీ?"

"అతన్ని మాట్లాడమని నువ్వు దిగవయ్యా దిగూ!" అని ఆవేశంగా వెటకారంగా అన్నారు ప్రజలు.

"దిగూ దిగూ దిగూ దిగూ..." అని బాగా గోల చేశారు. ప్రజల్ని అదుపు చెయ్యడం వారివల్ల కాలేదు.

"వెంకయ్యగారు మాట్లాడ్తారు మీరు నిశ్శబ్దంగా ఉండండి!" అన్నాడు సుబ్బారాయుడు.

"తఁవరు తగ్గండి" అన్నాడో గ్రామస్థుడు.

సుబ్బారాయుడు కూర్చున్నాడు. ఇక లేవక తప్పదన్నట్లు వెంకయ్యవైపు చూశాడు. అయ్యో తప్పదా? అని దీనంగా చూశాడు వెంకయ్య. తప్పదు ఇక వేరే మార్గంలేదు అన్నట్లు చూశాడు సుబ్బారాయుడు.

"లేవాలి" గట్టిగా అరిచాడో గ్రామస్థుడు.

బలవంతంగా అతికష్టం మీద లేచి నిలబడ్డాడు వెంకయ్య. జనమంతా "వాఁ... వాఁ..." అని వెక్కిరించారు.

వెంకయ్య ప్రజలకు నమస్కరించి జేబులు వెదుక్కొని కాగితాలు తీసి చదువనారంభించాడు.

"మహాశయులారా!"

"హాచ్చి" జనంలోంచి తుమ్మాడొకడు. జనం పగలబడి నవ్వారు. "శుభం" అని వెక్కిరించాడు ఇంకొకడు.

"అఁ... మరిగెల్తే నూతన శాసనసభా నిర్మాణ విధానంబు నందు..." చదువుతున్నాడు వెంకయ్య.

"అఁ... " అన్నారు జనం అర్థం కాక.

"నూతన శాసనసభా నిర్మాణ విధానంబునందు" మళ్ళీ చెప్పాడు.

"అంటే" అడిగారు జనం. "ఆహాఁ" అని వెక్కిరించారు.

"నియోజకవర్గంబుల"

"ఆం"

"తత్త్వంబుల"

"ఆం"

"పొరబల సంపన్నంబులనీ"

"పారా? పలుగా? ఏదయ్యా?" వెటకారంగా అర్థంకాక అడిగాడొకడు.

"పలుగు లేదండీ" నీరసంగా జవాబిచ్చాడు వెంకయ్య.

జనం విరగబడి నవ్వారు. వెంకయ్య జనానికి అభ్యర్థనగా దండం పెట్టాడు. అప్పటికే అసహనం చెందిన సుబ్బారాయుడు వెంకయ్యను తట్టి తలకొట్టుకొని ఏదో ఒకటి కానీయ్ అన్నట్లు సైగ చేశాడు.

"ఆ పారతోనే కానీయ్" అన్నాడు ఓ గ్రామస్థుడు.

"నేనీ మహావసరంబున" వెంకయ్య ప్రారంభించాడు.

"ఆం"

"భవాదృశులకు"

"ఆ"

"కరషక తవసంబులకు"

"ఆం". "కరషక తవసంవా? కరషక ధ్వంసంవా" ఎగతాళిగా అడిగాడు మరో గ్రామస్థుడు.

కాగితంలో చూసి "తవసంబేనండీ" అన్నాడు వెంకయ్య. జనం మళ్ళీ విరగబడి నవ్వారు.

"తవసంబులకు నివేదించు నగత్యం పత్యం" మళ్ళీ చదవటం మొదలెట్టాడు వెంకయ్య.

"పత్యానికి జబ్బేదీ?" వెక్కిరించాడు గ్రామస్థుడు.

"కాల్పంచే య్యైననూ వంకాయలు నాలుగు మళ్ళూ బెండకాయలు ఆరు మళ్ళూ" ఇంకా చదవబోతుండగా సుబ్బారాయుడు దిగ్గునలేచి వెంకయ్యను ఆపి చేతిలోని కాగితాలు గుంజుకొని చూశాడు. జనం విరగబడి నవ్వుతున్నారు.

"కూరగాయల చీటీ ఇచ్చావేం సుబ్బారాయుడూ?" అమాయకంగా అడిగాడు వెంకయ్య.

"యేం పేజీ పోయిందా యేం?"

"గ్యాసులైటు ఎలిగించాడూ"

"మతాబా కాల్చాడూ"

"మల్ల మొకం పలిగిందీ"

"ఎవడు రాసిచ్చాడూ?"

జనం రకరకాలుగా వెక్కిరిస్తున్నారు.

సుబ్బారాయుడు చిరాకుపడి "ఏదో ఒకటి చెప్పవోయ్" అన్నాడు. జనం విరగబడి నవ్వుతున్నారు.

"ఇప్పుడు చెప్పవలసిందంతా మా సుబ్బారాయుడుగారు కేవలం చెప్పేశాడు. ఇక నేనేం చెప్పేదిలేదండీ!" దీనంగా ప్రజలకి వివరించాడు వెంకయ్య.

జనం నవ్వారు. గట్టిగా అరుస్తున్నారు. సుబ్బారాయుడు వెంకయ్య చెవిలో ఏదో చెప్పాడు. అరుస్తున్న జనానికి ఏదో చెప్పాలని ప్రారంభించాడు వెంకయ్య.

"ఇదుగో"

"ఆఁ"

"ఇప్పుడు"

"ఆఁ"

"మీ ఊళ్ళో ఉన్న ఓట్లన్నీ నాకిస్తే"

"ఆఁ"

"నే గెలుస్తా"

"ఆఁ ఆఁ...."

"లేకపోతే"

"ఆఁ"

"గెలవను" చెప్పి కూర్చున్నాడు వెంకయ్య. జనం పకపక నవ్వారు.

"గెలవకపోతే లోకం మునిగిపోదులే"

"నువ్వు గెలిశి శేశేసేవేందోయ్"

"గుడ్డికన్ను మూస్తే ఎంత తెరిస్తే ఎంత"

రకరకాలుగా వెక్కిరిస్తూ అంటున్నారు జనం.

ఇక కాదన్నట్టు సుబ్బారాయుడు లేచాడు. మాటలు మొదలుపెట్టాడు.

"రైతులకు చేయవలసిన ఉపకారములు చాలా ఉన్నవి" అన్నాడు.

"ఆఁ"

"శిస్తుభారములు తగ్గించవచ్చును"

"శరభ"

"వ్యవసాయాభివృద్ధి చేయించవచ్చునూ"

"అశ్శరభ"

వెంకయ్య మధ్యలో లేచాడు.

"మరే మీ ఊళ్ళో దేవిడులు గూడా గట్టిస్తాం" అన్నాడు.

"ఓ మసీదు గూడా గట్టించండీ" అన్నాడు ఒకడు.

"గ్రామాదులకు రహదారీలు కూడా వేయించవచ్చును" చెప్పాడు సుబ్బారాయుడు.

"జమీందార్ల వద్ద కులకవచ్చును"

"డబ్బు గుంజవచ్చును"

"మోటార్ల కింద మనుషులను పడవేసి చంపవచ్చును"

అంటూ ఆగ్రహించారు ప్రజలు. పరిస్థితి చెయ్యి దాటిపోతున్నది.

"నిలబడేది ఎవరయ్యా?"

"నువ్వు మెంబరౌతావా అతనా?" అడిగారు గ్రామస్థులు కోపంగా.

"వెంకయ్యగారేనండీ" చెప్పాడు సుబ్బారాయుడు.

"అయితే అతన్నే చెప్పనీయ్"

"మధ్యన్నీకెందుకీ పితలాటకం?"

"ఆయనకాపాటి పసుంటేగా"

"లేనిదానికి ఈ ఓట్లెందుకోయ్" అన్నారు ప్రజలు. వెంటనే వెంకయ్య లేచి "అందుకనే మీ ఊళ్ళో ఉన్న ఓట్లన్నీ అడుగుతుండా" అన్నాడు.

"ఆఁ ఆఁ..."

"ఇవ్వాల్సిందే ఇవ్వకేం జేస్తామూ"

అన్నారు ప్రజలు వెటకారంగా.

సుబ్బారాయుడు వెంకయ్య చెవిలో ఏదో చెప్పాడు.

"మిమ్మల్నీ మహారాజులంగారు మరీ మరీ అడగమన్నారు అందుకనే అడుగుతున్నాను" అన్నాడు వెంకయ్య.

"మహారాజులంగారైతే ఎవరికెక్కువయ్యా?"

"ఆయనకుంటే ఆయనే తింటాడు"

"మహారాజులంగారు చెప్పార్ట ఈయనొచ్చి అడిగాడ్ట"

"ఆఁ.. గొప్ప"

"గొప్ప"

జమీందారుపేరు చెప్పేసరికి జనం ఇంకెక్కువ తిడ్తున్నారు.

"మహాజనులారా! మీరంతా దయచేసి కూర్చోండి" ప్రార్థించాడు సుబ్బారాయుడు.

కొందరు గాడిదలా ఓండ్రపెట్టి వెక్కిరించారు. బాగా గోల చేశారు.

"కూర్చోండి ఒక్క మనవి" మళ్ళీ ప్రార్థించాడు సుబ్బారాయుడు.

"నీకీ ఊళ్ళో యేం పని?" అంటూ ఒక్కసారిగా లేచి వారిచుట్టు మూగారు. వారి చేతిలోని కాగితాలు గుంజుకొని చింపి వెదజల్లారు. అరిచి వెక్కిరించారు.

ఈ దెబ్బకు ముగ్గురూ హడలిపోయారు. జనం మధ్యలోంచి పరుగులంకించు కున్నారు. జనం పారిపోతున్న వారివెంటబడీమరీ తరిమారు. వారు తొందరగా కారెక్కి జనానికి అందకుండా పారిపోయారు.

* * *

షావుకారుకనకయ్య వడ్లు కొలుస్తున్నాడు. అప్పుడే కరణం వచ్చాడు.

"ఏం కనకయ్యా! ఇంతమంది పాలేర్లను బెట్టుకొనీ నువ్వే ఈ ముష్టిపనులతో గూచుంటే ఎట్లా? వాతావరణఁవంతా మారిపోతేనూ" అన్నాడు.

"ఉండవయ్యా! నీకేం చెప్తావ్. పురులన్నీ పందికొక్కులు ఎరాలు పెట్టుకుంటేను" విసుక్కున్నాడు కనకయ్య.

"అదేఁవిటయ్యా? ఈ ఊరి ఓట్లభారఁవంతా మన యిద్దరి మీద పెట్టారు గదా! మహారాజులంగారూ"

"ఒక్కడూ మనమాట వినందే! మనం చెయ్యగలిగిందంతా చేస్తూనే ఉన్నాం. ఇంకేం చెయ్యగలం?"

"అట్లంటే ఎట్లా? ఎట్లాగైనా ఈ నర్సిరెడ్డిని తోవకు తీసుకురావాలి. అది నీ పూచీ"

"ఇంకా నన్నేం చెయ్యమంటారండీ?" నిస్సహాయంగా అన్నాడు కనకయ్య.

"గట్టిగా నిలదీసి నీ అప్పు చెల్లించమనాలి. లేకపోతే దావా పడేసి జప్తుకు తెస్తానని నిక్కచ్చిగా చెప్పాలి. అప్పుడు లొంగిరాక మరేం చేస్తాడూ?"

"మరీ చెడ్డైపోతానండీ"

"ఏహె. చెడ్డేఁవిటీ? మహారాజులంగారి పనీ! చెయ్యక తప్పుతుందా? ఊఁ పద" జమీందారును గుర్తుచేసి భయపెట్టాడు కరణం.

"వెళ్తా లే" అన్నాడు కనకయ్య తటపటాయిస్తూ.

"వెళ్తానంటే కాదు. ఇవాళ అటోఇటో తేల్చాలి" తొందరపెట్టాడు కరణం.

"సరే లే" ఇబ్బందిగా ఒప్పుకున్నాడు కనకయ్య.

* * *

జమీందారు అద్దంలో చూసుకుంటూ గడ్డం చేసుకుంటున్నాడు. కత్తి సరిగా తెగడం లేదు. విసుగొచ్చింది.

"లింగూ" పిల్చాడు జమీందారు.

వెంటనే ఒక నౌఖరు ఉరుకొచ్చి "చిత్తం బాబయ్యా!" అన్నాడు.

"మొండివాడి ముక్కు తెగదురా ఈ కత్తి. సానపట్టించావ్?" గట్టిగా అడిగాడు జమీందారు.

"కొత్తది బాబయ్యా! మొన్న పట్నంలో కొందీ!" చెప్పాడు లింగు.

"నీ మొహం. ఆ క్రాప్రేజరిలా తే" కసిరాడు జమీందారు.

లింగు పెట్టెలోంచి తీసి ఇచ్చాడు.

జమీందారు దానితో గడ్డం చేసుకుంటున్నాడు. దవడకింద గీకుతుండగా కోసుకుంది.

"అబ్బ ఎంత నరుకు నరికిందిరా రాస్కెల్" అన్నాడు చుర్రున మండి.

"మారాజులంగారి చేతికత్తి బాబయ్యా! నరక్కూరుకుంటుందా?" పొగిడాడు లింగు.

"పౌడర్" గట్టిగా మొత్తుకున్నాడు జమీందారు.

లింగు ఉరికి డ్రెస్సింగ్ టేబుల్ ముందున్న పౌడర్ డబ్బా తెచ్చాడు. జమీందారు పఫ్‌తో పౌడర్ అద్దుకున్నాడు కోసుకున్న దగ్గర.

"కత్తి ఇంత పదునుగా సాన పట్టటంఁవేఁవిట్రా? ఆ వ్యాలెట్ ఇలా తే" ఆదేశించాడు. లింగు తెచ్చి ఇచ్చాడు. దానితో మిగతా క్షవరం చేసుకుంటున్నాడు.

ఎదురుగా ఉన్న తలుపులోంచి సుబ్బన్న వచ్చాడు. జమీందారుని చూసి అతిగా పొగడటం మొదలుపెట్టాడు.

"బింబం చంద్రబింబం పున్నమనాటి చంద్రబింబం" అన్నాడు.

జమీందారు ముఖం వెలిగిపోయింది.

"అభిమానం గాడిదకి. వెర్రి అభిమానం" అన్నాడు నవ్వుతూ.

"చిత్తం మహాప్రభో! ఆడోళ్ళు క్షవరం జేస్కున్నాక మీ మొకం చూడకా మానరు. దిష్టి తగలకా మానదూ. రేత్రిపూట పడుకోబోయేటప్పుడు దిష్టి తీసేయించుకోండి మాప్రభూ!" అతివినయం చూపిస్తూ పొగిడాడు సుబ్బన్న.

జమీందారు బాగా ఉబ్బిపోయాడు.

"నీకు మూడు రూపాయలు జీతం ఎక్కువ జేశాం" అని వరమిచ్చాడు. సుబ్బన్న సంబరపడ్డాడు.

"చిత్తం మా మారాజులంగార్లాటి అందమైన నవమన్మథుణ్ణి ఆర్లోకాల్లో ఎతికి తెచ్చిన మొనగాడికి ఎయ్యి రూపాయలు ఈనాం పెజెంటు! గజిట్లో ఏయించండి మా ప్రభో!" అన్నాడు.

ఈ అతిపొగడ్తకి ఉబ్బితబ్బియ్యాడు జమీందారు. తల దువ్వుకుంటూ "నీకు మరి రెండు రూపాయలు జీతం ఇచ్చాం పో" అని వరాన్ని పొడిగించాడు.

"చిత్తం!" మహాసంబరపడిపోయాడు సుబ్బన్న.

"మరి ఆ ఊసెత్తకు దిష్టి తగలగలదు" అన్నాడు జమీందారు. మళ్ళీ "సుబ్బన్నా! ఏఁవిటి విశేషం?" అని అడిగాడు.

"తాసిల్దారుగారొచ్చారండీ!"

"మా దగ్గరికెందుకురా"

"ఆయ్!"

"ఆ ఓటర్ల దగ్గరికి వెళ్ళమనూ! ఓట్లు మూటగట్టుకొని రమ్మను. ఒరేయ్ చెప్పుతాను ఆ రైతుసంఘం రామిరెడ్డికి ఒక్క ఓటైనా వెళ్ళకూడదు" కోపంగా అన్నాడు జమీందారు.

"మూతి మీద మీసంలేనోడికి ఏ నాయాళ్ళేస్తారండీ ఓట్లు!" అన్నాడు సుబ్బన్న హేళనగా.

"మరయితే" ఏదో అడగబోయాడు జమీందారు.

"అంతా... రై ట యి నట్టే కానండీ... ఆ నాగాపురంలో మాత్రం..." దీర్ఘాలు తీస్తూ చెప్తున్నాడు సుబ్బన్న.

"ఏఁవిటీ?" కోపంగా అడిగాడు జమీందారు.

"తాసిల్దారుగారు మనవి జేస్కుంటారండీ!" అన్నాడు సుబ్బన్న విషయం తన మీదకి రాకుండా.

తాసిల్దారు, వెంకయ్య, సుబ్బారాయుడు కచేరీలో జమీందారుకోసం ఎదురుచూస్తున్నారు.

జమీందారు మెట్లు దిగి వచ్చాడు. ఆయన వెనకే సుబ్బన్న కూడా చేతులు కట్టుకొని వచ్చాడు.

వచ్చిన ముగ్గురు జమీందారుకు నమస్కరించారు. ఆయన సోఫాలో కూర్చుని అనుజ్ఞ ఇవ్వగానే వెంకయ్య, సుబ్బారాయుడు కుర్చీల్లో కూర్చున్నారు. తాసిల్దారు పక్కన నిలబడ్డాడు.

జమీందారు పక్కనే ఉన్న టీపాయ్ మీది పెట్టెలోంచి సిగార్ తీసి నోట్లో పెట్టుకున్నాడు. నౌఖరు వచ్చి సిగార్ ముట్టిస్తుండగా "మారాజులంగారు సాయంగా దయచేశారు. అర్జెంటుగా మనవి జేస్కోండి" వచ్చినవాళ్ళకు చెప్పాడు సుబ్బన్న.

"నర్సిరెడ్డి ఓట్లకు మహా అల్లరి చేస్తున్నాడు మహాప్రభూ!" ఫిర్యాదు చేశాడు తాసిల్దారు.

"ఆడి ఆవును లాక్కొచ్చాంగా!" అన్నాడు సుబ్బన్న.

"ఆవెందుకయ్యా? ఓటు కావాలి గానీ" అన్నాడు వెంకయ్య.

"ఒక్క నర్సిరెడ్డి ఓటు పోతే మాత్రం యేం" అని సుబ్బన్న అనగానే తాపీగా పొగపీలుస్తున్న జమీందారు అదిరిపడి సుబ్బన్నవైపు కోపంగా చూశాడు. వెంటనే మాట మారుస్తూ "అఁ అని అంటారేమో! ఒక్క ఓట్లో ఒక్కముక్కైనా పోగూడదు" అన్నాడు సుబ్బన్న. అవునన్నట్టు తలూపాడు జమీందారు.

"నర్సిరెడ్డి ఓటంటే వెయ్యి ఓట్ల లెక్క. ఆ వేజండ్ల మీటింగులో అడ్డు ప్రశ్నలకు తగులుకున్నారండీ" అని జమీందారుకు చెప్పాడు సుబ్బారాయుడు.

"అడ్డు ప్రశ్నలేంటి సుబ్బారాయుడూ! అంత గందరగోళం జర్గితే!" సుబ్బారాయుడితో అన్నాడు వెంకయ్య. లౌక్యం తెలియని ఆతన్ని చూడలేక ముఖం తిప్పుకున్నాడు సుబ్బారాయుడు.

వెంకయ్య జమీందారుకు నమస్కరించి "బాబూ! ఇంకొక్క నిమిషమాగితే చెత్తచెత్తగా కొట్టేసేవారండీ! నాకొద్దు బాబూ ఈగోలంతా. ఇంకెవర్నయినా చూచుకోండి నేనుపడలేను బాధ" దీనంగా అర్థించాడు.

అప్పుడే కుక్కపిల్ల డిట్టీ వచ్చి జమీందారు కాళ్ళ దగ్గర చేరింది.

"నిలబడ్డాడివి నువ్వయితే గెల్చేవాడివి నువ్వంటయ్యా? మారాజులంగారి పేరుతో ఈ కుక్కని కాదుకాదు ఈ డిట్టీని నిలబెడితే అది గెలుస్తది" అన్నాడు సుబ్బన్న.

"కానీ" అని తాసిల్దారు సందేహంగా అంటుండగానే జమీందారు సుబ్బన్న వైపు ఒక నాణెం విసిరాడు. అది జేబులో వేసుకొంటూ "ఇంకేం మారాజులంగారు కావల్సినంత డబ్బుకూడా సరఫరా చేస్తామంటున్నారు" చెప్పాడు సుబ్బన్న.

"చిత్తం చిత్తం" అంటూ లేచారు వెంకయ్య, సుబ్బారాయుడు.

* * *

ఇక తప్పేదిలేక షావుకారుకనకయ్య నర్సిరెడ్డిని గట్టిగా బాకీ అడగడానికి నిర్ణయించుకున్నాడు. నర్సిరెడ్డి ఇంటికి వచ్చాడు.

"నర్సిరెడ్డీ! నర్సిరెడ్డీ!" అని పిల్చాడు.

"ఆఁ వస్తున్నా!" ఇంట్లోంచి సమాధానం వచ్చింది.

"ఏదో పనిమీదున్నట్టున్నావే" అంటుండగానే ఎదుటకొచ్చాడు నర్సిరెడ్డి.

"ఏఁ? ఇలా వచ్చావు కనకయ్యా? కూర్చో" ఇంటిముందున్న అరుగు చూపించాడు నర్సిరెడ్డి. కనకయ్య కూర్చున్నాడు.

"నీకోసఁవే నీ ఓటడగటానికి వచ్చాను. మహారాజు పార్టీకివ్వాలి" అన్నాడు.

"వారికి మాటిచ్చానుగా వీరికెలా ఇస్తాను?"

"ఎలా ఇస్తావో నువ్వే ఆలోచించుకో! ఓటివ్వక తప్పదు" కచ్చితంగా అన్నాడు కనకయ్య.

"ఆ మాటమాత్రం అనకండి! ఓటివ్వలేను ఇవ్వను" అన్నాడు నర్సిరెడ్డి అంతే కచ్చితంగా.

"వొద్దు సుమా బాధపడతావ్"

"నీ మాటలు నాకర్థం కాలేదు"

"మాతో విరోధం తెచ్చిపెట్టుకోడం ఎందుకూ అని"

"ఏఁవిటీ విరోధఁవా? ఓహ్హో బాకీ గురించేనా మీరనేది"

"ఆఁ అలాంటి చిక్కులే ఉంటాయ్"

"కనకయ్యా! అప్పుకోసం ఆత్మగౌరవాన్ని అమ్ముకోమంటావా?" కోపం అణుచుకుంటూ అడిగాడు.

"వీల్లేనప్పుడు ఏం చేస్తాం చెప్పు చెడిపోతాఁవా?"

"చెడిపోతే చెడిపోతాం గానీ మాట నిలుకడుండాలె. ఒక్కమాట అంతకొస్తే పెళ్ళాం

మెళ్ళో పుస్తెలమ్మయినా నీ అప్పు తీరుస్తాగానీ రైతులం మాటపోగొట్టుకోం. క్షమించాలి" ఆవేశంగా అన్నాడు.

"అంతేనా"

"అంతే. దీనికి తిరుగులేదు"

"సరే! అట్లయితే నీ మొహంవాటం నాకెందుకూ? నా అప్పంతా ఇప్పుడూ ఈ క్షణంలో ఊఁ తే నా డబ్బు. మనిషికొక మాట గొడ్డుకొక దెబ్బ"

"చెల్లిస్తాను. చిక్కుల్లో ఉన్నాను. కొద్దిగా గడువియ్ నాకు" శాంతంగా అడిగాడు నర్సిరెడ్డి.

"అదంతా పదిగాదు. తీర్చు నా బాకీ. పెళ్ళాం మెళ్ళో పుస్తెలైనా అమ్మి తీరుస్తానన్న మొహంవేనా ఇది. తే నాడబ్బు తే" కోపంగా కసిరాడు కనకయ్య.

"ఇస్తాను. దమ్మిడీల్తో సహా చెల్లిస్తాను. పదిరోజులు గడువీయ్ నాకు"

"ఛ. ఇప్పుడిస్తావా? లేక కొంపాగోడు జప్తు చేయించమంటావా?"

కనకయ్య మాటలన్నీ ఇంట్లోకి వినిపిస్తున్నాయి. లక్ష్మి భరించలేకపోయింది. ఇక క్షణంకూడా ఆలస్యం చేయకుండా పుస్తెలతాడు తీసి పసుపుతాడు కట్టుకున్నది.

"కనకయ్యా! ఎందుకలా కేకలేస్తావ్? పాత స్నేహితం మర్చిపోతావా వెధవ ఓట్లకోసం? ఉన్న ఒక్క కొడుకూ మంచం ఎక్కాడు నీవు చూస్తున్నావ్‌గా" అన్నాడు నర్సిరెడ్డి.

"నీ కొడుకు మంచమెక్కితే నాకేఁ? విమానమెక్కితే నాకేఁ? ముందు నామాట చెప్పు" కఠినంగా అన్నాడు కనకయ్య.

లక్ష్మి సీతకు నగలన్నీ ఇచ్చింది. మంచంలో ఉన్న కృష్ణారెడ్డి మాటలన్నీ వింటూనే ఉన్నాడు. తల్లి నగలు తీసి ఇవ్వడం చూస్తూనే ఉన్నాడు.

సీత నగలన్ని తెచ్చి కనకయ్యకు ఇచ్చింది. నర్సిరెడ్డికి తలతీసినట్టయింది. నోట మాట రాలేదు. తల తిప్పుకున్నాడు. కనకయ్య వాటిని పరిశీలించి చూశాడు.

"సిగ్గెగ్గులు నీకు లేకపోయినా నీ యిల్లాలు కాపాడింది నీ పరువు. ఇంటికి రా తూకం వేసుకొని పద్దు చెల్లివేద్దువు గానీ" అని చెప్పి వెళ్ళిపోయాడు.

సీత తండ్రి ముఖం చూడలేకపోయింది. నర్సిరెడ్డి ఇంట్లోకి వచ్చాడు.

“లక్ష్మీ! నగలన్నీ ఇచ్చేశావుగా” బాధగా అన్నాడు భార్య దగ్గరికొచ్చి.

“లక్ష్మికి నగలకేం తక్కువ? మీరే ఒక పెద్దనగ” అన్నది లక్ష్మి ఓదార్పుగా.

“ఇన్నాళ్ళకి నాకు స్త్రీధనం మీద బతకాల్సిన గతి పట్టింది”

“మీరిట్లా అనుకోరాదు. ప్రపంచమే స్త్రీధనం మీద ఆధారపడి ఉంది. భూదేవి ఎవరూ? పోనిద్దురూ ఇంతటితోనైనా మన అప్పంతా తీరినట్లేనా?”

“ఏమో? అప్పు సంగతి భగవంతుడెరుగు కానీ అమ్మాయి సంగతి చెప్పూ! ఎదిగిన పిల్లే! ఎన్నాళ్ళిలా ఊరుకుంటాం?”

“ఇప్పుడెందుకా సంగతి”

సీత తండ్రి దగ్గరికి వచ్చింది.

“అయ్యా! నాకు పెళ్ళొద్దయ్యా! మన కష్టాలు గట్టెక్కేవరకూ నాకు పెళ్ళొద్దయ్యా!” అంటూ ఏడ్చింది.

“అమ్మా! ఎంత మాటన్నావమ్మా? నీ మాట వింటే నా కడుపు తరుక్కుపోతోందమ్మా” బాధతో ఏడ్చాడు నర్సిరెడ్డి.

* * *

జమీందారు కుర్చీలో కూర్చొని హుక్కా పీలుస్తున్నాడు. తాసిల్దారు, నౌఖరు వినయంగా చేతులు కట్టుకొని నిలబడ్డారు.

“ఏంవిటీ విశేషం?” ఆసక్తిగా అడిగాడు జమీందారు.

“మనపార్టీ గెలిచి తీర్తుంది మహాప్రభో!” చెప్పాడు తాసిల్దారు.

“మొన్న కలెక్టరుగారేంవన్నారో తెల్సా?”

“చిత్తం చిత్తం”

“మనపార్టీయే అసెంబ్లీలో మొజార్టీగా ఉండాలన్నారు”

“మనం గెలిస్తే అలాగే ఉంటుంది మహాప్రభో!”

“ఎంత కష్టంవైనాసరే ఎంత ఖర్చైనాసరే ఓడిపోవడం....”

"ఓడిపోవడమే? అది వంశమర్యాదకు భంగం. అది నాకు తెల్సు మహాప్రభూ!"

"అది మనసులో పెట్టుకొని పన్జేయండి"

సుబ్బన్న లోపలికి వచ్చాడు. చేతులు కట్టుకొని అతివినయంగా వంగి "చిత్తం! ఈ నాగాపురం అల్లరి పెట్టేటట్టే ఉందండీ!" జమీందారుకు ఫిర్యాదు చేశాడు.

ఉలిక్కిపడ్డాడు జమీందారు. "ఏఁవిటీ" అన్నాడు.

"కూసే గాడిదను చూసి మేసే గాడిదన్నట్టు పక్క ఊళ్ళల్లో గూడ ఎదురుతిరుగుతున్నారండీ" చెప్పాడు సుబ్బన్న.

జమీందారు కోపంతో చేతిలోని హుక్కాను పక్కనున్న బల్లమీద బలంగా కొట్టాడు.

"మారాజులంగారు ఆళ్ళను ముక్కలు ముక్కలు జెయ్యమంటున్నారు" తాసిల్దారుకు వివరించాడు సుబ్బన్న.

"విడగొట్టమని కూడా అభిప్రాయం. కొట్టు!" చెప్పాడు తాసిల్దారు.

"హోహో! అయితే అదెంతసేపూ? రెండు మినిట్లు"

అప్పుడే జమీందారుకొడుకు జమీందారు దగ్గరికి వచ్చాడు. "నాన్నగారూ! వీడు నాబంతి తన్నేసాడండీ!" అని సుబ్బన్న మీద ఫిర్యాదు చేశాడు.

"వోట్ల గాభరాలో పరిగెత్తుకొస్తుంటే కాలు తగిలింది బాబూ!" సంజాయిషీ ఇచ్చుకున్నాడు సుబ్బన్న.

"కళ్ళు కనపడవ్?" గద్దించాడు ఆ పిల్లవాడు. "నాన్నగారూ! వీణ్ణి డిస్మిస్ చేయండీ!" అన్నాడు.

"సుబ్బన్నా నువ్వు డిస్మిస్" నవ్వుతూ అన్నాడు జమీందారు.

"అంతే" అంటూ ఆడుకుంటానికి వెళ్ళిపోయాడు ఆ పిల్లవాడు.

"సుబ్బన్నా! నెంబర్ టూ ఇంకేం చేద్దాం?" అడిగాడు జమీందారు.

"కూచిపూడి బాగోతం పెట్టిద్దాం మాప్రభో!" జమీందారు కాళ్ళకాడ కూర్చుంటూ అన్నాడు సుబ్బన్న.

"గెల్చిన తర్వాత! ఇప్పుడెందుకు లే"

"కాదు మహాప్రభో! రేపెలక్షననగా ఇయ్యాల మనసర్కారు దొడ్లో కూచిపూడి బాగోతం పెట్టిద్దాం"

"భేష్ భేష్" సుబ్బన్న ఆలోచనను మెచ్చుకున్నాడు తాసిల్దారు.

"పెడితే" అర్థంకాక అడిగాడు జమీందారు.

"కథ మంచి రసకందాయం పట్టులో ఉన్నప్పుడు మనవోట్ల సంగతి చూసుకుందాం. మనపార్టీ కనుకూలంగా ఉందా ఓయస్ ఓల్ రైట్. లేదూ... ఆల్నందర్నీ అందులోనే పెట్టి బిగిద్దాం" అన్నాడు సుబ్బన్న.

అందరూ గట్టిగా నవ్వారు.

"ఈలోగా ఇంకోపని గూడా చెయ్యొచ్చు మాప్రభో!" అన్నాడు సుబ్బన్న.

"ఊఁ నెంబర్ త్రీ" ఉత్సాహంగా అన్నాడు జమీందారు.

"నర్సిరెడ్డి కూతురికి సంబంధం చూసుకున్నాడే రంగారెడ్డి"

"ఊఁ"

"మన ఇథేడి లిస్టులో ఉన్నాడు మహాప్రభో! అతగాడిచేత నర్సిరెడ్డికి చెప్పిస్తే..."

"ఇది చాలా మంచి ఎత్తు" మెచ్చుకున్నాడు తాసిల్దారు.

"చెప్పించు. కానీ సుబ్బన్నా! నిన్ను గవర్నమెంటు జిల్లాకలెక్టర్ని చేస్తేనా" అని జమీందారు కూడా మెచ్చుకున్నాడు.

సుబ్బన్న దీనంగా మొహంపెట్టి "మొన్న పదిరూపాయలు జీతం తగ్గించారు మాప్రభో!" అన్నాడు ఏడుపు గొంతుతో.

జమీందారు గలగలా నవ్వాడు.

* * *

జమీందారు తమ్ముడు యువరాజు తనవిలాసంలో విలాసంగా కూర్చున్నాడు. సిగరెట్ నోట్లో పెట్టుకోగానే సెక్రటరీ సిగరెట్ వెలిగించాడు.

"జాకీ! నీవు సెంట్ పర్సెంట్ టాకీ. కార్యం ఇల్లే" అన్నాడు యువరాజు.

"ఏం చేయనండీ మళ్ళీ తహసిల్దార్నీ నేను మండేనాడు అడిగేనండీ. ఇప్పుడు ఎలక్షన్లో వేలు ఖర్చొతున్నవి లాభం లేదన్నారండీ" చెప్పారు సెక్రటరీ.

"ఊఁ తర్వాతనేమో ఎలక్షన్లలో అంతా అయిపోయిందీ ఇప్పుడు కాదూ అంటాడు. అంతేనా?" అడిగాడు యువరాజు.

"ఎలాగైనాసరే కానీ మీరు స్వయంగా హ్యాండు చేసుకుంటేనే గాని యూజ్‌ఫుల్ లేదండీ"

"స్వయంగా హ్యాండ్ చేస్కున్నా లాభం లేదోయ్. చూడూ! సర్వజ్ఞోణ చెప్పాడే ఆ మార్గమే ఫస్టుగా కనబడ్తోంది"

"సుబ్బులు మన చేతుల్లోనే ఉంది కదండీ"

"ఆఁ మనచేతుల్లో ఏఁవిట్రా డర్టీ ఫూల్?" కోపంగా తిట్టాడు యువరాజు.

"అంటే తమచేతుల్లో ఐ ఎక్స్‌క్యూజ్ ఐ ఎక్స్‌క్యూజ్"

"అలా కిర్రెక్కించి గుమ్మెత్తిస్తున్నానోయ్" హుషారుగా చెప్పాడు యువరాజు.

"ఏదో బిజినెస్ వేగం బ్రేక్ చేసేయండి సార్" అంటూ మందుగ్లాసు అందించాడు జాకీ.

"రైట్ నౌ టూ నైస్" అన్నాడు యువరాజు మందు తాగుతూ.

* * *

సీతను తన కొడుకుకి చేసుకోడానికి సంబంధం కుదుర్చుకున్న రంగారెడ్డి నర్సిరెడ్డి ఇంటికి వచ్చాడు. తోడుగా మధ్యవర్తికూడా వచ్చాడు. నర్సిరెడ్డితో మాటామంతీ అయ్యాయి. మాటల్లో ఓటు ప్రస్తావన కూడా వచ్చింది.

లోపల భోజన ఏర్పాట్లు ఎట్లా జరుగుతున్నాయో పోయి చూశాడు నర్సిరెడ్డి. ఏర్పాట్లు పూర్తవడంతో అతిథుల దగ్గరికి వచ్చాడు.

"భోజనం అయింతర్వాత మాట్లాడుకుందాం గానీ లెండీ కాళ్ళు కడుక్కోండి" అన్నాడు అతిథులతో. పనివాడు లోపల్నుంచి నీళ్ళు తెచ్చిపెట్టాడు. సీత కిటికీలోంచి గాభరాగా చూస్తున్నది.

"భోజనానికేంగానీ ముందు నీ ఓటుమాట దేల్చూ!" అడిగాడు రంగారెడ్డి.

"ఏం తొందర్లెండీ! తర్వాత మాట్లాడదాం లెండి!" బ్రతిమాలాడు నర్సిరెడ్డి.

"ఎందుకు నీకీ బెడదంతా? వెంకయ్యకివ్వరాదు నీ ఓటూ" సలహా ఇచ్చాడు రంగారెడ్డి.

తల అడ్డంగా ఊపి "ఆ పని మాత్రం చెయ్యలేను" అన్నాడు నర్సిరెడ్డి.

"అట్టా అంటే మనసంబంధానికే భంగం కలుగుతుంది" బెదిరించాడు రంగారెడ్డి.

"అంటే" అర్థంకాక అడిగాడు నర్సిరెడ్డి.

"నీకోసం జమీందారుగారి మొహమాటం నన్ను జెడగొట్టుకోమన్నావా? మావల్ల కాదు" కచ్చితంగా చెప్పాడు రంగారెడ్డి.

"మామాట వినీ జమీందారు పార్టీకే ఓటిచ్చేయకూడదూ! ఎందుకు మంచిసంబంధం చెడగొట్టుకుంటావ్?" నర్సిరెడ్డికి చెప్పాడు మధ్యవర్తి.

"అలా అంటే నేనేం చేయగలనూ?" అన్నాడు నర్సిరెడ్డి.

వచ్చిన వారిద్దరూ చివ్వున లేచారు.

"ఓటు మాపార్టీ కివ్వడమో సంబంధం వదులుకోడమో ఒక్కటే" కరాఖండిగా చెప్పాడు రంగారెడ్డి.

"ఆ పార్టీకి మాత్రం ఓటివ్వను" నిశ్చయంగా చెప్పాడు నర్సిరెడ్డి.

"సరే" కోపంగా పోయి కారెక్కాడు రంగారెడ్డి. అతని వెనుకనే మధ్యవర్తి కూడా ఎక్కాడు. నర్సిరెడ్డి కళ్ళముందునుంచే కారు వెళ్ళిపోయింది.

చేసేదిలేక నిస్సత్తువగా ఇంట్లోకి నడిచాడు నర్సిరెడ్డి.

లక్ష్మి వచ్చినవాళ్ళకోసం పీటలు వేసింది. విస్తరాకులు తెచ్చివేస్తున్నది.

"ఇంకెందుకా పీటలూ? రంగారెడ్డి సంబంధం తెంపేసి వెళ్ళిపోయినాడు. హు హూఁ ఓట్లు ఎంత ప్రమాదం కలగజేశాయో చూడూ!" లక్ష్మితో అన్నాడు నర్సిరెడ్డి.

"ఓటుకూ పెండ్లికీ ముడిపెట్టాడా? మరి అమ్మాయి పెండ్లీ...?" ఆశ్చర్యం బాధ కలగలిసి అడిగింది.

సీత చూస్తుంది వద్దన్నట్లు చూశాడు నర్సిరెడ్డి. లక్ష్మి మాటలు ఆపింది.

సీత తల్లిదండ్రుల దగ్గరికి నవ్వుతూ వచ్చింది.

"అమ్మా! పెండ్లి సంగతేనా? నేనిదివరకే చెప్పాగా పెళ్ళొద్దనీ" అన్నది.

"మాట్లాడుకున్నా తప్పేఁవిటమ్మా?" అడిగింది లక్ష్మి.

"పన్లేకపోతే సరి" అన్నది సీత సిగ్గుపడ్తూ.

"ఏం చేయమంటావమ్మా?"

"అయ్యకు సాయంగా ఉండి రైతుసంఘానికి సేవ చేయకూడదేం"

"ఆడవాళ్ళం మనంవేం చేసిస్తాం?"

"అయ్యా! ఆడవాళ్ళు చెయ్యాల్సిన రైతుసేవేం లేదూ?"

"ఎందుకు లేదమ్మా! ఆడవాళ్ళూ మగవాళ్ళూ అందరూ రైతుసంఘాలకు సేవ చెయ్యాల్సిందే! విను నువ్వు అమ్మా ఇద్దరూ పసుపు కుంకుం పట్టుకొని గడపగడపకూ వెళ్ళి ఓట్లు సాధించాలి"

సీత పెళ్ళి సమస్య ప్రస్తుతానికి పక్కకు పోయింది. అందరూ ఎన్నికల పనిలో నిమగ్నమవ్వాలని నిర్ణయించుకున్నారు.

* * *

ఎన్నికల ప్రచారం ముమ్మరమయ్యింది. సభలు విరివిగా జరుగుతున్నాయి. ఒకరాత్రిపూట రామిరెడ్డి రైతుసంఘం సభలో ప్రజలను ఉద్దేశించి ఆవేశంగా ఉపన్యసిస్తున్నాడు.

"ప్రజలను కన్నబిడ్డలవలె పాలింపవలసిన జమీందారు ఇప్పుడేం చేస్తున్నాడు? అక్రమంగా అన్యాయంగా ఎంతో డబ్బు రైతుల దగ్గర గుంజుతున్నాడు. అడవులు డొంకలు పోరంబోకులు గ్రామకంతాలు అన్నీ ఆక్రమించుకొని రైతుకు నిలువ నీడ లేకుండా చేస్తున్నాడు"

"వినండి వినండి" అన్నాడొక రైతుసంఘం సభ్యుడు.

"పెంటపోగు పోసుకొనే దొడ్డికి పేడకళ్ళాపి చల్లే వాకిలికి శిస్తా? పచ్చిబాలింతలచేత మండుటెండలో వెట్టి జేయించడమా? రైతీ దుండగాలను భరించలేడు. రైతు నాయకులీ దౌర్జన్యాలను సహించలేరు. ఈ అక్రమాల్ని ప్రతిఘటించడానికే రైతుసంఘం పూనుకొన్నది"

"రైతుసంఘానికీ" అని ఒక సభ్యుడు అనగానే ప్రజలంతా "జై" అన్నారు.

"ఈ జమీందారీ దౌర్జన్యాలను రూపుమాపడానికే మేం శాసనసభలో ప్రవేశిస్తున్నది"

ప్రజలు కేరింతలు కొట్టారు. "వినండీ" అని అందర్నీ సావధాన పరిచాడొక సభ్యుడు.

"జమీందారులను నమ్మినందువల్ల ప్రయోజనం లేదు. ముమ్మాటికీ లేదు. జమీందారు హృదయపరివర్తనానికి ప్రయత్నించినందుకు రైతునాయకుడగు మునిస్వామినాయుడుగారికి జరిగిన మహాద్రోహంను మీరొక్కసారి స్మరించండి"

అందరూ చప్పట్లు కొట్టారు.

"ఎవరు మీ మేలు గోరువారో ఆలోచించండి. ఎవరిని శాసనసభకు పంపితే ఉపయోగమో యోచించండి"

వెనుకనుండి ఒకవ్యక్తి వచ్చి రామిరెడ్డితో చెప్పాడు "తాసిల్దారు నాగాపురం వచ్చాడు. ఏదో కుంభకోణం జరిగేటట్టుంది"

"వస్తున్నా" అని అతనితో చెప్పి మళ్ళీ ప్రసంగిస్తున్నాడు.

"మహాజనులారా? మాకిక శెలవిప్పించాలి. జమీందారీ నౌఖర్లు నాగాపురానికి వచ్చి రైతులను బాధిస్తున్నారట. మీ కర్తవ్యాన్ని గూర్చి మేం చెప్పనక్కర్లేదు. జై రైతు సంఘానికీ"

"జై" ప్రజలంతా జయధ్వానం పలికారు.

* * *

అదే సమయంలో నర్సిరెడ్డి మంచంలో పడుకొని దీపం వెలుగులో పుస్తకం చదువుతూ శ్లోకం పాడున్నాడు.

"నయనం క్షిబంతి శస్త్రాణి నయనం దహతి పావక: ।

నచైనం హృదయమిత్యాపో న శోచయసి మారుత: ॥

ఎవరో తలుపు కొట్టిన చప్పుడయ్యింది. నర్సిరెడ్డి లేచి "ఎవరదీ?" అంటూ కందిని పట్టుకొని వెళ్ళి తలుపు తీశాడు. వచ్చిన వ్యక్తిని కందిని వెలుగులో చూసి ఆశ్చర్యపోయాడు.

"ఓ తాసిల్దారుగారా! అర్ధరాత్రివేళ మా యింటికా రండీ!" అని లోపలికి ఆహ్వానించాడు. తాసిల్దారు లోపలికి వచ్చాడు. నర్సిరెడ్డి తలుపు పెట్టి వచ్చాడు. తాసిల్దారును మంచం మీద కూర్చోబెట్టి తాను పీటమీద కూర్చున్నాడు.

తాసిల్దారు ఒకసారి చుట్టూ పరికించాడు.

"మరెవ్వరూ లేరు కదా! చూడూ నర్సిరెడ్డీ ! ప్రభువులవారి ఆజ్ఞ క్షణాలమీద జర్గాలి. ఎలాగో వారికి తెలిసింది. తక్షణం వెళ్ళిరా అని నన్ను పంపారు" అన్నాడు.

రైతుబిడ్డ

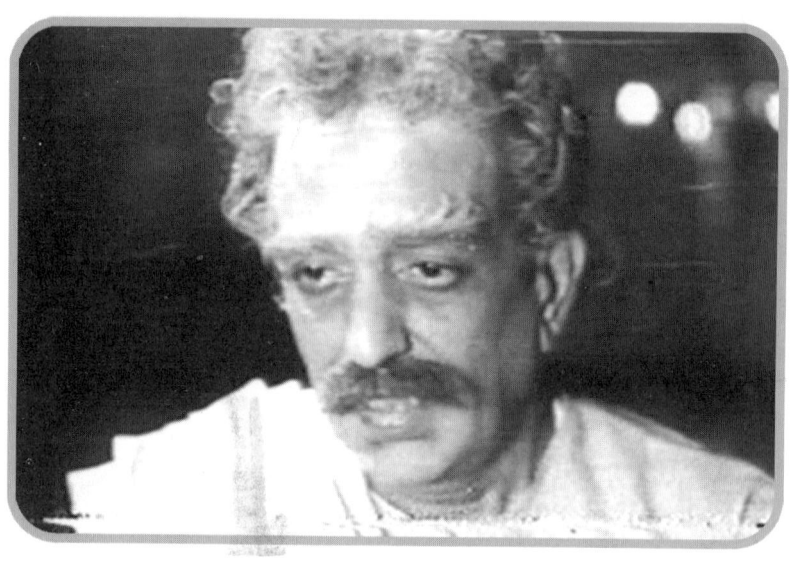

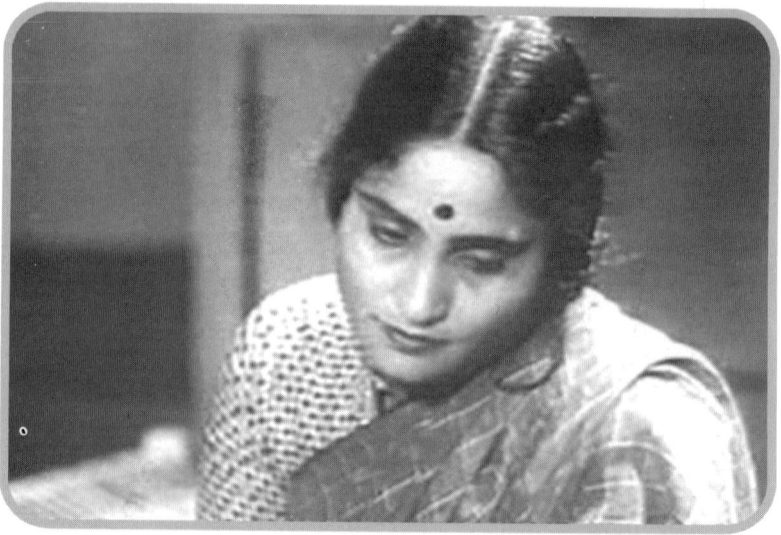

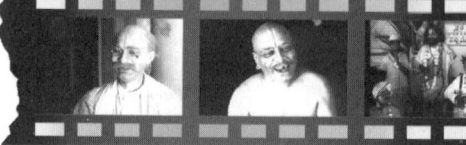

రైతుబిడ్డ

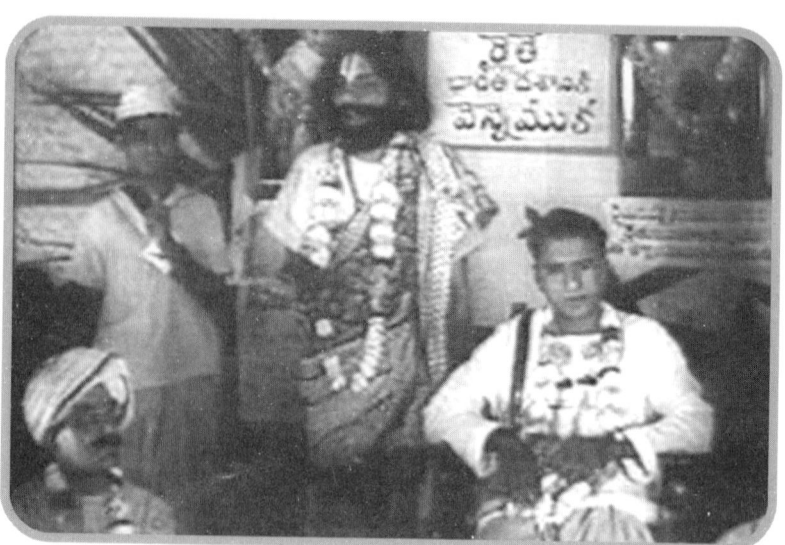

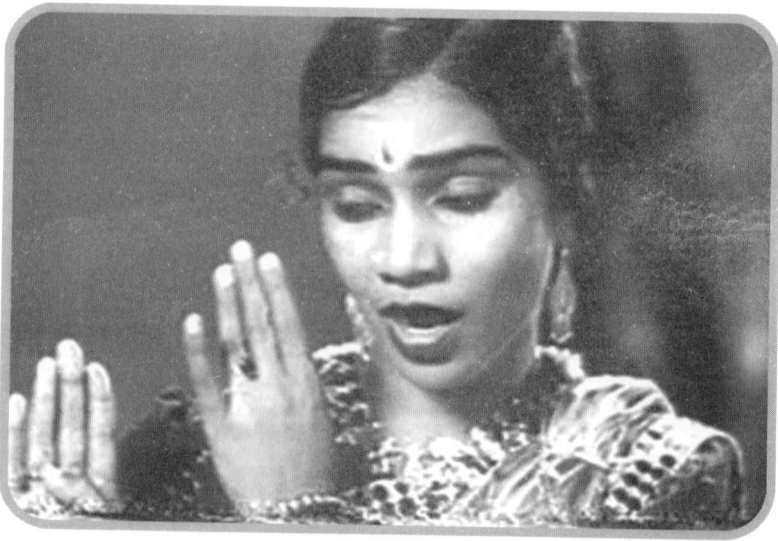

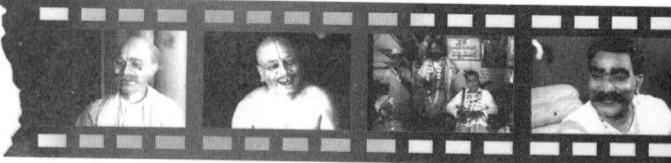

"ప్రభువులు తల్చుకుంటే అంతేమరి. అసలు విషయం...?" అడిగాడు నర్సిరెడ్డి.

"ఏముందీ? సొమ్ము విషయమై నువ్వేదో చాలా చిక్కుల్లో ఉన్నావని"

"ప్రతి సంసారానికీ ఉన్నదే కదండీ!"

"నిజమేలే! అది తెలిసీ ప్రభువులవారు నీకు ఈ పదివేలు ఇచ్చిరమ్మని" అని తను తెచ్చిన పొట్లంలోని డబ్బు తీసి చూపించాడు.

"నాకా! జమీందారుగారు పదివేలా?" ఆశ్చర్యంగా అన్నాడు నర్సిరెడ్డి.

"ప్రభువులవారి మనస్సు నవనీతం వంటిది కదండీ!"

"హు హ్హా ఒక్కసారి పదివేలంటే"

"పదివేలు నీకూ నాకూ గొప్ప. కానీ కోటీశ్వరులైన ప్రభువుల వారికి"

"ఈ ఫసల్నీ తీసుకుంటే మా గంగను బంజరుదొడ్డిలో పెట్టించిన ప్రభువులవారు...."

"ఆఁ ఇయ్యన్నీ రివాజుమీద జరిగే కార్యాలులెండి. కాని ఇది మాత్రం ప్రత్యేకాభిమానంతో కూడుకొన్నది"

"ఇంత ప్రత్యేకాభిమానానికి కారణం?"

"ఏముందీ! లోకులు పలుగాకులు. అంటారూ! వాళ్ళనే మాటలకు అర్థంవేంవుందీ? ఎలాగో ప్రభువులవారు ఎలక్షన్లో దిగారే అనుకోండి అంతమాత్రంచేత రైతులపై అభిమానం చంపుకొని పొదుగుకోసి పాలు తాగుతారా? నర్సిరెడ్డి రైతుసంఘాల తరఫున పనిచేస్తున్నాడనీ జమీందారుగారు ఆయన బాకీలన్నీ కొన్నాడనీ ఆయన స్థిరపరచుకొనిన వివాహ సంబంధం భగ్నం చేయించాడనీ నిన్న ఒకసభలో రామిరెడ్డి ఉపన్యాసం చెప్పొట్ట. అది తెలిసీ ప్రభువులవారు ఖిన్నులై...."

"నా బాకీ తీర్చుకోవడానికీ నా కూతురి పెండ్లి ఖర్చుకీ పైకం పంపి నన్ను జమీందారుగారి పక్షాన పనిచేయమన్నారు అంతే కదూ!"

"కేవలం బైటపడి ఎట్లా పనిచేయడానికి వీలుపడ్తుంది లెండి. నిన్నటివరకూ రైతుసంఘాలకు ప్రాకులాడి ఇప్పుడు జమీందారుగారు జమీందారుగారని ఎట్లా అంటారు! ఆఖరి రెండు రోజులూ కలుగజేసుకోకుండా ఆనాటికి పోలింగుస్టేషను దగ్గరమాత్రం కనపడకుండా ఉన్నావంటే..."

తాసిల్దారు మాటలు విన్న నర్సిరెడ్డికి కోపం తన్నుకొచ్చింది.

"ఏఁవిటీ తాసిల్దారుగారూ? నర్సిరెడ్డి అంత నీచుడనుకున్నారా? డబ్బుకోసం ఆశపడి ఆత్మస్వాతంత్ర్యాన్ని పోగొట్టుకుంటాడనుకున్నారా? నేనేకాదూ ఈ నాగాపురంలో నాగలిపట్టే ఏ రైతేకాని డబ్బుకోసం ఆశపడడని ఇప్పుడైనా తెలుసుకోండి. ఈ నాగరిక ప్రపంచంలో ఇంతవరకూ మలినం కాకుండా ఉండేది రైతుజాతేనని ఇప్పుడైనా తెలుసుకోండి. ఇక ప్రసంగం చాలించీ ..."

భావం బోధపడింది తాసిల్దారుకి.

"వచ్చిందార్నే వెళ్ళమంటావా?" అడిగాడు.

"ఆఁ చిత్తం"

డబ్బు పొట్లంలో సర్దుకొని బయల్దేరాడు తాసిల్దారు.

* * *

రైతుసంఘం కార్యాలయం ముందు అరుగు మీద కూర్చుని కార్యకర్తలతో మాట్లాడ్తున్నాడు రామిరెడ్డి.

"ఈ చివరి రోజుల్లో మనం జాగర్తగా ఉండాలి. ఇప్పుడే జమీందారు డబ్బు వెదజల్లుతాడు. మనం వెయ్యికళ్ళతో కనిపెట్టి ఉండాలి. నాగాపురంలో జమీందారు కూచిపూడి భాగవతం ఏర్పాటు చేశాడట. ఎందుకో తెలియడం లేదు. నువ్వెళ్ళి కనుక్కొస్తావా?" ఒక కార్యకర్తను అడిగాడు.

"ఓ" అని లేచి వెంటనే సైకిల్ తీసుకొని పోయాడు.

"మీరు జాగ్రత్తగా పనిచేయాలి. నే జెప్పిన మాటలు మర్చిపోవద్దు" కార్యకర్తలకు చెప్పాడు రామిరెడ్డి.

* * *

నాగాపురం సర్కారు దొడ్లో దశావతారనృత్యం ప్రారంభం కాబోతున్నది. రైతులంతా వేదిక ముందు నేలమీద కూర్చున్నారు. ఆసక్తితో ఎదురుచూస్తున్నారు.

నృత్యం ప్రారంభమయ్యింది. వేదికకు ఇరువైపుల నిలబడ్డ ఇద్దరు దశావతార గీతాన్ని ఆలపిస్తున్నారు. గీతానికి అనుగుణంగా నృత్యకారుడు నృత్యం చేస్తున్నాడు.

బయట ఏర్పాట్లను చూసుకుంటున్నాడు సుబ్బన్న. వచ్చిన వెంకయ్య సుబ్బారాయుళ్ళకు నేనున్నానుగా మీకేం ఫరవాలేదని సైగచేసి భరోసా ఇచ్చాడు. వారిద్దరు సంతోషంగా వెళ్ళిపోయారు.

లోపల నృత్యం అద్భుతంగా సాగుతున్నది. ఆటపాటకు ప్రజలు మైమరిచి పోతున్నారు.

సుబ్బన్న పనివాళ్ళను తీసుకొని రమ్మని కరణంతో చెప్పాడు. కరణం తీసుకొచ్చాడు. రైతులు బయటికిరాకుండా తాళంవేసి కట్టుదిట్టంచేశారు పనివాళ్ళు.

ఇదేమీ తెలియని రైతులు లోపల నృత్యంలో లీనమై చూస్తున్నారు. కూచిపూడి భాగవతం భలే పసందుగా ఉన్నది.

విషయం తెలుసుకున్న రామిరెడ్డి కంగారుకంగారుగా వచ్చాడు అక్కడికి. బయటినుండి తాళం వేసుంది. తనతోపాటు వచ్చిన సహాయకుని సాయంతో గోడ ఎక్కాడు.

"ఆపండాపండీ!" గట్టిగా అరిచాడు. ఆ అరుపుకి నృత్యం ఆగింది.

"ఏం జరిగిందేఁవిటీ?" అడిగారు రైతులు.

"మోసం ద్రోహం జమీందారీ నౌఖర్లు మిమ్మల్ని ఇందులో పెట్టి తాళం వేసారు. ఇదేనా మీరు ఆనందించే సమయం? లెండి త్వరగా నిర్బంధంనుండి బయటపడండి"

అది విన్న నర్సిరెడ్డి కూర్చున్న ప్రేక్షకుల్లోంచి లేచాడు.

"ఏమిటీ తలుపులకు తాళం వేయించారా? జమీందారుగారా? ఆమాత్రానికే ఇక్కడే కట్టుబడి ఉండిపోతాఁవనుకున్నారా? రైతుబిడ్డలమని మర్చిపోయారు కాబోలు. కోటలను బద్దలుజేసి పడగొట్టిన వీరులమని మర్చిపొయ్యారు గాబోలు. జమీందార్లు వస్తారు పోతారు రైతుసంఘం మాత్రం ఈ దేశం ఉండేంతవరకూ చావు లేంది. లేవండి! బద్దలు గొట్టండా తలుపుల్ని. రైతుసంఘానికీ" అనగానే

"జై" అంటూ రైతులు లేచి ఉరికారు. తలుపులు పడగొట్టి బయటపడ్డారు.

* * *

నాగాపురం ప్రజలు ఎన్నికలకు పెద్ద ఉద్యమంలా తరలివస్తున్నారు. రామజోగి పాడుతు వారందరికీ ముందు నడుస్తున్నాడు.

రైతుకే ఓటివ్వవలెనన్నా
నీ కష్టసుఖముల రైతుప్రతినిధి
తీర్చగలడన్నా ॥

నర్సిరెడ్డి మునసబుతో కలిసి రామిరెడ్డి ప్రజలను చైతన్యపరుస్తున్నాడు. ప్రజల నుద్దేశించి పాడుతున్నాడు.

దారిడొంకలు లేని ఊళ్ళన్నా!
మన పల్లెకొంపలు దమ్మిడీకి పనికిరావన్నా!
దారిడొంకలు లేక ధాన్యము ధరలు తగ్గియు పంట పాడై
చేరికొనుటకు అశక్తుడగు నాదాని రైతుకు తెన్ను చూపే ॥

* * *

సీత స్త్రీలకు బోధిస్తూ పాడుతున్నది.

శిస్తుభారము చాల హెచ్చమ్మా
పంటెల్ల బోసిన శిస్తుకైనను
చాలబోదోయమ్మా
శిస్తుభారము హెచ్చె రైతుల చిక్కులన్ని
మిన్నుముట్టె
కట్టితెచ్చెను ద్రవ్యమునకీ గండమును
తీర్చేటి రోజులు ॥

* * *

జమీందారు అనుచరులంతా రైతులకు భోజనాలు ఏర్పాటు చేశారు. అట్నుంచిపోయే రైతులందరినీ పిలుస్తున్నారు.

"ఎందుకట్లా ఎండలో మాడ్తారు? రాండీ! ఓటు సంగతి తర్వాత జూసుకుందాం. భోజనాలు కానివ్వండీ రండీ! నిలబడ్డారేం? రండీ!"

కొందరు రైతులు వచ్చి కూర్చున్నారు. వాళ్ళకు కనకయ్య, కరణం విస్తరాకులు వేసి వడ్డిస్తున్నారు. అది చూసి అక్కడికి రామజోగి ఉరికొచ్చాడు. పాడుతూ ప్రబోధిస్తున్నాడు.

ఓటు విలువను తెలుసుకోరన్నా
ఒకపూట తిండికి ఓటునిచ్చుట
సిగ్గుచేటన్నా
ఓటుతోనే ముందు స్వేచ్ఛాకోట
పట్టగవలసియున్నది
నేటికైనను నిదుర మేల్కొని
చాటి స్వార్థము పౌరుషముతో ॥

కనకయ్య కరణం కోపంగా చూస్తుండగానే రామజోగితోపాటు రైతులు లేచి వెళ్ళిపోయారు.

* * *

పోలింగుబూతు దగ్గర ఒకతను మునసబును అడుగుతున్నాడు.

"అవునయ్యా! రైతు అభ్యర్థికే ఓటిస్తాం. అయితే మనకేం ఊడిపడుతుంది?"

మునసబు పాడుతూ వివరిస్తున్నాడు.

కాదుకాదు
ముందుకాలము రైతుదేనన్నా
నిదురించక నీవందు పాల్గొన సిద్ధపడుమన్నా
ముందుకాలంలోన నీవు
ఆనందపడగల రేఖలున్నవి
కనుకనె తెలతెల్లవారకముందె స్థానము
నాశ్రయింపగ ॥

ప్రజలు : రైతుకే ఓటివ్వవలెనన్నా
నీ కష్టసుఖముల రైతుప్రతినిధి తీర్చగలడన్నా
రామిరెడ్డికీ జై ॥

* * *

పోలింగబూతుకు ఓటెయ్యడానికి వస్తున్న ఒక యువకుణ్ణి జమీందారు అనుచరులు ఆపారు. వారిలో ఒకడు పాడుతూ చెప్తున్నాడు.

రాండి రాండి
పాలనము నీ చేతిలోదన్నా
మీరెన్నుకొన్న ప్రతినిధియె పెత్తనదారన్నా
పాలనమునకెవడు యోగ్యుడొ
ప్రథమమున యోచింపకుండిన
పాలనము చెడిపోద ॥

* * *

సీత లక్ష్మి రామజోగికూతురు స్త్రీలను చైతన్యపరుస్తున్నారు. ఒకస్త్రీ అన్నది "వెంకయ్య మా కులపోడు నేను వెంకయ్యకే ఇస్తాను"

రామజోగికూతురు పాడుతూ చెప్తున్నది.

తప్పు తప్పు
కులమతాలు మనకేమి లేవమ్మా
కష్టించి దున్నే కులము ఒక్కటె
తెలుసుకొనుడమ్మా ॥
కులపు కక్షలు గట్టి మనలోపల
అరమరికలు కల్గింపజేసి
పదవి సంపాదింపవత్తురు
కులము మతమును వీడి మనము ॥

అందరూ ఓటెయ్యడానికి వెళ్తూ ప్రజలు పాడుతున్నారు.

రామిరెడ్డికె ఓటు ఇవ్వన్నా
మీ కష్టసుఖముల రామిరెడ్డే తీర్చగలడన్నా॥

"రామిరెడ్డికీ జై రైతుసంఘానికీ జై" ప్రజలు జేజేలు పలుకుతూ ఓటు వేశారు.

* * *

రామిరెడ్డి విజయం సాధించాడు. "రామిరెడ్డికి అఖండవిజయం జమీందారి పక్షం ఓటమి" అని పత్రికలు పెద్దపెద్ద అక్షరాలతో రాశాయి.

* * *

ఊరంతా రైతుసంఘవిజయంతో కోలాహలంగా ఉన్నది. రైతులంతా తామే గెల్చినంత సంబరపడుతున్నారు.

రామిరెడ్డి నర్సిరెడ్డి రామజోగులను కారులో ఊరేగిస్తున్నారు ప్రజలు. పూలమాలలతో సత్కరిస్తున్నారు. వారిపై పూలవర్షం కురిపిస్తున్నారు. రామిరెడ్డి విజయోత్సవయాత్ర వైభవంగా జరుగుతున్నది. ఆ ముగ్గురికీ ప్రజలు కొట్టే జైజైలతో దిక్కులు అదురుతున్నాయి.

"రామిరెడ్డికీ జై"

"నర్సిరెడ్డికీ జై"

"రైతుసంఘానికీ జై"

"రామజోగికీ జై"

* * *

జమీందారు తాపీగా పచార్లు చేస్తూ సిగార్ కాలుస్తూ పేపర్ చూస్తున్నాడు.

"రైతుబిడ్డ రామిరెడ్డికి అఖండవిజయం జమీందారి అభ్యర్థికి పరాభవం" అని చదివాడు. ఆశ్చర్యపోయాడు. కోపంతో ఆ పేపర్‌ను విసిరికొట్టి అసహనంగా అటూ ఇటూ తిరుగుతూ "విజయం. అఖండవిజయం. రైతుసంఘానికి అఖండవిజయం" కసిగా అంటున్నాడు.

నౌఖరు లింగు మంగలికత్తితో వచ్చాడు. "బాబయ్యా! క్షవరంఁవౌతారా?" అని అడిగాడు.

అసలే కోపంగా ఉన్న జమీందారు మరింత కోపం వచ్చింది. "అయింది చాలదూ పో! అవతలకు పో!" అన్నాడు.

లింగుకు అర్థం కాలేదు. "అయిందా బాబయ్యా! సొంత సవరం చేస్కుంటే సురకలు తగుల్తాయ్! పెద్దసురకేఁవైనా తగిలిందా బాబయ్యా?" అని అమాయకంగా అడిగాడు.

ఆ మాటలకు తిక్కరేగిన జమీందారు భయంకరమైన కోపంతో వాని మీదికి ఉరికొచ్చి "ఛీ గాడిదా! పళ్ళూడగొడ్తాను. పో!" అని దిక్కులదిరేలా కసిరాడు. ఆ దెబ్బకు దడుచుకున్న లింగు అక్కడినుండి పారిపోయాడు.

కలశం పట్టుకొని మెట్లు దిగబోతున్న దాసి జమీందారు ఉగ్రరూపం చూసి భయపడింది. వెనక్కుమళ్ళి పోయింది. సోఫాలో ఠీవిగా కూర్చుని పుస్తకం చదువుతున్న జమీందారిణి దగ్గరికి వచ్చింది.

"మహారాజులంగారు మహాకోపంగా ఉన్నారు. ఎవ్వరినీ ఆ ఛాయలకు రానివ్వడం లేదు. దివాణం అంతా అదిరిపోతున్నది" అని చెప్పింది.

ఆశ్చర్యపోయి "ఆఁ ఎందుకంత ఆగ్రహం" అంటూ సోఫాలోంచి లేచింది ఆమె. కొంత కంగారు పడ్డది. "ఎన్నడూ ఓటమి ఎరుగని మనస్సు తట్టుకోవటమూ కష్టమే" అని సమర్థించింది. మరో దాసి శాలువ తెచ్చి కప్పింది. జమీందారు వద్దకు పోవడానికి కదిలింది.

జమీందారు మేడ మీంచి వీథిలోకి చూస్తున్నాడు. రైతుసంఘం విజయోత్సవయాత్ర సాగుతున్నది కింద.

"రామిరెడ్డికీ జై రైతుసంఘానికీ జై" అన్న ప్రజల నినాదాలు ఆకాశాన్నంటాయి. అవి విని భరించలేకపోయాడు జమీందారు.

"రామిరెడ్డికీ జై వరిగడ్డికీ జై సిరాబుడ్డికీ జై పశువులు గాడిదలు రాస్కెల్స్" కసిగా కోపంతో పళ్ళు కొరుకుతూ వెటకారంగా అన్నాడు.

అంతలో "రామిరెడ్డికీ జై రైతుసంఘానికీ జై" అంటూ రైతుసంఘపు జెండా పట్టుకొని ఉత్సాహంగా ఉరికొచ్చాడు జమీందారు కొడుకు.

జమీందారుకు కోపం వచ్చింది. కొడుకును ఎత్తుకొని చేతిలోని జెండా గుంజుకొని విసిరిపారేశాడు. "అవి పాడుమాటలు బాబూ! మీరనకూడదూ" అని మందలించాడు. ఆ పిల్లవాడికి దు:ఖమొచ్చింది. తండ్రి చేతుల్లోంచి దిగిపోయాడు. మెట్లు దిగివస్తున్న తల్లిని చూసి "అమ్మా!" అంటూ ఆమె దగ్గరికి పోయాడు.

జరిగిందంతా చూసిన ఆమె "ఎందుకు బాబూ! నాన్నగారేగా!" అని సముదాయించింది. వెనుక వచ్చిన దాసి పిల్లవాణ్ణి ఎత్తుకున్నది.

"ఎందుకీ అవేళ రాక" దగ్గరికి వచ్చిన భార్యను అడిగాడు జమీందారు.

"ప్రభువులవారిని సేవించటానికి" చెప్పింది ఆమె.

జమీందారు కూర్చోమని కుర్చీ చూపించాడు. ఆమె కూర్చున్నది. మౌనంగా ఉన్న భర్తతో అన్నది.

"రివటగాలికీ పర్వతం చలిస్తుందా?"

"చలిస్తుందీ! కాలం వచ్చినప్పుడూ పర్వతమేకాదూ ప్రపంచమే చలిస్తుంది. ఒకరైతు పురుగు రాజును ఓడించాడంటే" ఆక్రోశం వెళ్ళగక్కాడు జమీందారు.

"రైతులెవరూ? మనబిడ్డలూ! పుత్రాదిచ్ఛేత్ పరాజయం సంతసించవలసిన సమయం" ఊరడించబోయింది.

"హూఁ సంతసింపవలసిన సమయం. వంశగౌరవ నాశన సమయమున సంతోష సంరంభ సంభాషణ" తన నిరాశను వ్యక్తపరిచాడు.

* * *

ఆ సమయంలో సుబ్బన్న దివాణానికి రాకుండా ఇంట్లో దిగులుగా కుర్చీలో ముడుచుకుని కూర్చున్నాడు. అతణ్ణి అలా చూసి ఏంటా అని దగ్గరికి వచ్చింది తల్లి. తల్లిని చూసి "కోపంతో రగిలిపోతున్నారు మారాజులంగారు. ఆయనోడిపోడంగాదుగానీ నాకు సచ్చే సావొచ్చింది" దీనంగా చెప్పాడు.

"అయితే గెలిపించమాక పోయావంటరా" అన్నది తల్లి.

"ఒక్క దిక్కుమాలినవాడైనా నామాట వింటేనా? అందరూ మొనగాళ్ళే..."

"అయితే ఇప్పుడు ఏఁవిటీ చెయ్యటం?"

"మారాజులంగారిని ఎట్టాగైనా మెప్పించుకోవాల. అదీ మన రాజారత్నంచేత చేయించాల"

"మారాజులంగారికి ఆడోళ్ళమీద ఆసక్తి లేదంటగదరా!"

"లేకపోతే కలిగించాలే. ఇదో మొద్దుదద్దమ్మ గందా! కళ్ళు ఇట్లేసి గుండెలొదిలేసి సినిమా టారులాగా కులికితే మారాజులంగారు మాత్రఁవేంటే? మడిషా? మానా?"

"మరి దానికా చలాకీ ఉండొద్దూ?"

"ఉండకపోతే నేర్పూ. నేర్చుకోకపోతే చంపు"

* * *

జమీందారిణి భర్తతో అంటున్నది.

"ప్రభువులూ పాములకు పాలు పోసి పెంచుతున్నారు"

"ఇప్పుడు తెలిసొచ్చిందీ. ఈ దుష్టపరివారంవల్ల మనం చాల నష్టపడ్డాం. వీరందర్నీ వెంటనే మార్చివేద్దాం"

"ఇందర్ని మార్చివేయుటకంటే మనం మారడం సులభం కాదూ! నిదానంగా ఆలోచించండి"

"హు హు హూ" అని ఏడుస్తూ సుబ్బన్న గొంతు వినపడింది.

"అన్యులు" అన్నాడు జమీందారు.

జమీందారిణి వెంటనే లేచింది. దాసీలు తెచ్చిన పరదా చాటున నడుచుకుంటూ లోపలికి పోయింది.

సుబ్బన్న ఏడుపు నటిస్తూ వచ్చాడు.

"ఈ శాతగాన్నాయాళ్ళెంతపని జేశారండీ! కొంపముంచేశారూ! నాయంటి ఇశాసపాత్రు డిప్పుడేఁవి శెయ్యాల? సావాలా? బతకాలా? మాప్రభో! నన్ను సంపెయ్యండి లేకపోతే ఆజ్ఞెయ్యండి నేనే సస్తా" అన్నాడు.

కోపంతో జమీందారు సుబ్బన్న మీదికొచ్చి "చావరా చావు" అంటూ గొంతుపట్టి కిందపడేశాడు. "మీరంతా కల్సి ముందు మమ్మల్ని చంపారు కదరా!" అన్నాడు.

సుబ్బన్న ఏడుపు నటిస్తూ "ఒక్కనాయాల గడ్డికరవడం వల్ల ఈ గోడొచ్చింది మారాజా! లేకపోతే మారాజులంగారేంటీ ఓడిపోడఁవేంటీ? ఏదీ రేపే ఎలక్సను పెట్టమనండీ! ఓట్లన్నీ మనకే వచ్చి మనఁవే గెలవకపోతే నా చెవు కడపాయించుకుపోతాను" అన్నాడు.

"ఇటువంటి వెధవ కబుర్లతోనే మమ్మల్నీ బురదలోకి దింపారు"

"ఏం జెయమంటారు మారాజా! ఒక్క నాయాల ఒక్క ఎదవ ఎక్క గాడిద డబ్బుకోసం గడ్డితింటే..."

"ఎవడ్రా అది?"

"తాసిల్దారుగాడు మాప్రభో"

* * *

యువరాజుగారి విలాసంలో డ్రెస్సింగ్ టేబుల్ ముందు కూర్చుని అలంకరించుకుంటుంది సుబ్బమ్మ.

"సు...బ్...లూ.... సుబ్‌లూ" అంటూ వెనుకనుండి వచ్చి భుజాల మీద చేతులు వేశాడు యువరాజు.

"యాఁవిటా సంతోషం?"

"అయిందిగా శాస్త్రి అన్నగారికి. నే చెప్పినంతవలా? ఊఁ మాకెలవెన్ను లివ్వకా ఎలక్షన్లటా ఎలక్షన్లు" కోపంగా అంటూ పోయి కుర్చీలో కూర్చున్నాడు.

సుబ్బులు వచ్చి ఆ కుర్చీ చేతిమీద కూర్చున్నది.

"చిన్నబాబుగార్నీ ఎత్తుకురావాలి. తెల్సిందా? మరేం ఫర్వాలేదూ" అన్నాడు యువరాజు.

"చంపేటానికా" భయంగా అడిగింది సుబ్బమ్మ.

"అబ్బే చంపితే యేం లాభం? దాచేద్దాం!"

"ఎట్లా తేవడం బాబూ! ఇల్లాంటివాటికన్నీటికి ఆ సుబ్బన్నే తగినోడు. ఆడితో మాట్లాడండీ!"

"మేం మాట్లాడ్డం అంత బాగుండదు నువ్వే కానీయ్"

"ఆడికేదన్నా ఆశ పెట్టాల్నేమో?"

"ఇద్దాం పదివేలిద్దాం. రహస్యం సుమా!"

* * *

రాజారత్నానికి తల్లి తల దువ్వుతున్నది.

"మా అమ్మడే రేపు దివాణానికెడుతుంది లక్షణంగా" నవ్వుతూ కూతురుతో అన్నది.

"ఎందుకూ?" అడిగింది రాజారత్నం.

"ఎందుకేఁవిటే? ఇంత పిచ్చిదానవెట్లా బతుకుతావే?"

"ఎందుకో చెబితే నోటి ముత్యాలు రాలుతాయా ఏఁవిటీ?"

"ఒక్కసారి ప్రభువులచూపులో పడితే...."

"నే వెళ్ళను" తల్లి దగ్గర్నుంచి లేచి దూరంగా పోయింది.

తల్లి వెనకే వచ్చి "ఎందుకెళ్ళవ్ ?" అని గదమాయించి అడిగింది.

"ఆ కారణాలతో నీకెందుకూ? నేవెళ్ళను!"

"వెళ్ళకేం జేస్తావే? కులవృత్తి పోగొట్టుకుంటావటే"

"కులవృత్తీ? ఏం కులం? ఏం వృత్తి? ఏదో సినిమాలలో ప్రవేశపెడ్తానని మభ్యపెట్టి నాకీ ఆట నేర్పి నన్ను దివాణానికి బలివ్వబోతున్నావా? నా ప్రాణాలు పోవటానికైనా ఒప్పుకుంటా కానీ ఈ దివాణపు జమీందారుల చేతుల్లో పట్టానికి నే సుతరాము ఒప్పుకోను" కరాఖండిగా చెప్పింది.

"అంతేనా?"

"అంతే"

"ముమ్మాటికీ"

"ఆఁ"

"సరే" అని వెళ్ళి మూలకున్న పొరక తీసుకొని వచ్చింది. "చెప్పిప్పుడు వెడతావా లేదా?" కోపంగా అడిగింది.

"కొట్టూ! చంపవే! మీరేం చేసినా సరే నేనా జమీందారి గడప దొక్కను"

"నువ్వెళతావా నీ తల్లో జేజమ్మెలుతుందా?" అని రాజారత్నం జుట్టు పట్టి పొరకతో కొట్టింది. "నీకింత ఆటగా ఉందా గయ్యాల ముండా!" అని తిడ్తూ పక్కగదిలో వేసి గొళ్ళెం పెట్టింది. "నీ ఖర్మమింతే ఇందులో మగ్గి చావ్. నా కడుపున చెడబుట్టావే ముండా!" బాగా తిట్టింది.

* * *

కృష్ణారెడ్డికింకా అనారోగ్యం తగ్గలేదు. మంచంలోనే ఉన్నాడు. తల్లీ చెల్లెలు మూడుపూటలా సమయానికి మందులు వేస్తూ జాగ్రత్తగా చూసుకుంటున్నారు.

ఎట్లానో కృష్ణారెడ్డికి కాసాసుబ్బన్న వచ్చినట్టు తెలిసింది. మందుపోస్తున్న చెల్లెలిని అడిగాడు.

"కాసావాడు వచ్చాడా?"

"వచ్చాట్ట అన్నయ్యా!"

"వచ్చాడూ! వాడి డొక్క బద్దలు దీస్తా ఏడీ?" కోపంగా పళ్ళుకొరుకుతూ లేవబోయాడు.

"లేవబోకన్నయ్యా! జబ్బెక్కువౌతుంది పడుకో!" వారించి మందు ఇచ్చింది సీత.

*   *   *

కాసాసుబ్బన్న షావుకారుకనకయ్య ఇంట్లో కనకయ్య కరణంలతో మాట్లాడ్తున్నాడు.

"కోపంతో అగ్గిరాముడైపోతున్నారు మారాజులంగారు. తహసిల్దారు పనైపోయింది. కాస్కోండి!"

"మేమేం చేసాం? ఆ నర్సిరెడ్డి చేశాడు కానీ" అన్నాడు భయపడ్డ షావుకారు.

"అదే శెప్తున్నా! ఆ నర్సిరెడ్డి సంగతేదో అంతుదేల్చుకోడానికే నేనొచ్చా. నీ డిక్రీ అమలు జర్పి ఆడి యిల్లు ఆకిలీ యాలం యేయించూ!"

"ఓరి బాబోయ్! ఇక ఈ ఊళ్ళో నాకు నీళ్ళు పుట్టవ్"

"ఆఁ సరే! ఈ సంగతే మారాజులంగారితో జెప్పనా?" బెదిరించాడు.

వెంటనే కరణం కల్పించుకున్నాడు.

"ఆఁ ఆఁ అంతవరకు దాకా ఎందుకు సుబ్బన్నారావ్! బావ ఏదో మాటవరస కన్నాడు గానీ. ప్రభువులవారి ఆజ్ఞను తోసివేస్తాడా?" అని సర్దిచెప్పాడు. "ఏం బావా! మనమాట మనం దక్కించుకుందాం" కనకయ్యతో అన్నాడు.

"నేను మాత్రం కాదన్నానా? ఏదో కష్టసుఖాలు చెప్పుకున్నాం గానీ డిక్రీ అమలు జరుపనన్నానా? చూడూ నర్సిరెడ్డిని ఏం జేస్తానో చూడూ" మీసాలు తిప్పాడు కనకయ్య.

"అద్గదీ అద్గదీ ఈ దెబ్బతో నాగాపురం ఫైసలా ఫైసలా" విరగబడి నవ్వాడు సుబ్బన్న.

కనకయ్య కరణాలుకూడా సుబ్బన్నతోపాటు నవ్వారు.

*   *   *

నర్సిరెడ్డి మునసబు రామజోగి ఒకయువకుడు వృద్ధుడు నర్సిరెడ్డి ఇంటిముందు కూర్చుని మాట్లాడుకుంటున్నారు.

"ఈ కాసావాడిప్పుడెందుకొచ్చినట్టూ?" అన్నాడు రామజోగి అందర్నుద్దేశించి.

"ఇంకెందుకూ? రైతుల్ని పీక్కుతినడానికి" మునసబు ఈసడించుకున్నాడు.

"శిస్తులు కట్టేశాంగా!" అన్నాడు యువకుడు.

"జమీందారు రైతుల్నేడ్పించడానికి శిస్తు బకాయిలే కావాలీ? ఏదో వంక చెప్తారు. పీడిస్తారు. కానీ మనం మాత్రం జాగర్తగా ఉండాలి" హెచ్చరించాడు రామజోగి.

"ఏఁవుంటాం? ఈసారి వాళ్ళు దౌర్జన్యాలు చెయ్‌కా మానరూ! మన కుర్రకుంకలు ఎదురుతిరక్కా మానరు" అన్నాడు వృద్ధుడు.

"అదే వద్దనేది. ఓర్పు అహింస మన సిద్ధాంతాలు.ఆ సిద్ధాంతాల్తోనే మనం జయించాలి. ఆ సిద్ధాంతాల్తోనే జమీందారు హృదయపరివర్తనం కల్గించాలి" బోధించాడు నర్సిరెడ్డి.

"నరసయ్యా! అందుకు నువ్వే సమర్థుడివి. ఆ భారమంతా నీ మీదే ఉంది. ఏవిధంగా సమర్థించుకుంటావో సమర్థించుకో" అన్నాడు యువకుడు.

అంతా పైవాడి దయ అన్నట్లు చూశాడు నర్సిరెడ్డి.

* * *

సామానంతా కింద పారేయిస్తున్నారు, ఇల్లంతా చిందరవందర చేస్తున్నారు, డిక్రీ అమలు చేయడానికి నర్సిరెడ్డి ఇంటి మీదికొచ్చిన కనకయ్యా కరణం.

అడ్డుకోబోయిన సీతను కిందపడేలా నెట్టేశాడు కనకయ్య. కోపంతో కొట్టడానికి మంచంలోంచి లేచివచ్చిన కృష్ణారెడ్డిని బలంగా తోశాడు. జబ్బుతో ఉన్న కృష్ణారెడ్డి దబ్బున నేలమీద పడ్డాడు. "అన్నయ్యా" "అయ్యోనాయనా" అంటూ సీత లక్ష్మి కృష్ణారెడ్డి దగ్గరికొచ్చారు.

కనకయ్యా కరణంలు తమ పని తాము కానిస్తున్నారు.

* * *

ఆకాశం మబ్బు పట్టింది. కారుచీకట్లు అలుముకున్నాయి. ప్రచండవేగంతో ఈదురుగాలులు వీస్తున్నాయి. జోరుగా వాన మొదలై కుంభవృష్టిగా మారింది. ఇళ్ళన్నీ తడిసి ముద్దైనాయి. వీథులు వాగులై పొంగి పొర్లుతున్నాయి.

* * *

రాత్రయ్యింది. కరణం భార్య ఆ భయంకరమైన వానలో చిక్కుకున్నది. ముందుకు అడుగేయడానికి సాహసించలేక ఓ చెట్టుకింద ఆగింది. కానీ అతివేగంగా వీస్తున్న గాలికి తట్టుకొని నిలబడలేకపోతున్నది. ఏం జరుగుతుందోనన్న భయంతో వణుకుతున్నది.

"ఏమే ఎక్కడున్నావే? ఎక్కడనే? అయ్యో పోయిందీ! పోయిందీ నా కొంప పోయింది" అంటూ భార్య కనిపించక గాభరాగా ఆదుర్దాగా ఇల్లంతా తిరుగుతున్నాడు కరణం. బాధ ఆందోళన ఎక్కువయ్యాయి. ఆమె ఎక్కడా కనిపించలేదు. వెతుకుతూ బయటికి పోయాడు కరణం.

* * *

గదిలో బంధింపబడి ఉన్న రాజారత్నం కిటికీలోంచి అవతలికి చూస్తున్నది. పెను ఉప్పెన ప్రళయం సృష్టిస్తున్నది.

ఇంట్లోనే ఉంటే తనకు నచ్చని పనులు చేయిస్తారు కనుక ఇంట్లోంచి వెళ్ళిపోవాలని నిర్ణయించుకున్నది రాజారత్నం. గదిలో ఓ మూల కనపడ్డ పెద్ద బండరాయి తీసుకున్నది. దానితో తలుపు పైభాగంలో గట్టిగా కొట్టింది. అవతల్నుంచి పెట్టి ఉన్న గొళ్ళెం ఊడింది. తలుపు తెరుచుకొని ఇంట్లోంచి వెళ్ళిపోయింది.

* * *

కురుస్తున్న కుంభవృష్టికి తట్టుకొంటూ వేగంగా వీస్తున్న గాలులకు ఎదురు నిలుస్తూ బలంగా నడుస్తూ నాగాపురంలో ప్రవేశించారు దొంగలు.

* * *

కనకయ్య తోయడంతో కిందపడ్డ కృష్ణారెడ్డి చనిపోయాడు. కొడుకు తల ఒళ్ళో పెట్టుకొని బాధపడ్తున్నాడు నర్సిరెడ్డి. ఒకదాని వెంట ఒకటి వరుస కష్టాలను ఎదుర్కొన్న నర్సిరెడ్డి ఎన్నికల్లో రైతుసంఘ విజయంతో కాస్త ఊరట చెందాడు. కానీ ఇంతల్నే కొడుకు చనిపోవడంతో తీరని దు:ఖంలో మునిగిపోయాడు నర్సిరెడ్డి. నోట మాట రావడంలేదు. చెయ్యి కదలడంలేదు. నిశ్చేష్టుడైనాడు. కొడుకు మృతదేహంపై పడి ఏడుస్తున్న భార్యని కూతుర్ని నిర్జీవంగా చూస్తున్నాడు.

* * *

పిడుగులు పడి కొంపలు కూలుతున్నా కుంభవృష్టి కురిసి ఊరు మునుగుతున్నా నిశ్చింతగా నిద్రపోతున్నాడు కనకయ్య.

ఊర్లో ప్రవేశించిన దొంగలు నెమ్మదిగా కనకయ్య ఇంట్లో చొరబడ్డారు. నిదురపోతున్న కనకయ్యను లేపారు. కత్తులు చూపించి బెదిరించారు. కనకయ్య గజగజ వణికాడు. దొంగలు కనకయ్యను ఇంటి స్తంభానికి కట్టేశారు.

బయట భయంకరంగా వర్షం కురుస్తూనే ఉన్నది. దొంగలు ఇంట్లో ఉన్న సొమ్మంతా మూటలు కట్టుకున్నారు. ఆ మూటల్ని తీసుకొని పోతూపోతూ దొరికిన కాగితాలు చింపి కనకయ్య నెత్తినకొట్టి చేతుల్లో పెట్టిపోయారు.

* * *

నాగాపురంలో వాననీరు వరదలై పారుతున్నది.

ఆ వరదలోనే చిమ్మచీకటిలో కరణం భార్యకోసం వెతుకుతూ పోయాడు. ఎంత వెతికినా ఆయన భార్య కానరాలేదు. ఎక్కడ తిరుగుతున్నాడో ఎలా నడుస్తున్నాడో తెలియకుండానే పోతున్నాడు. పోయిపోయి తానూ వరదలో చిక్కుకున్నాడు. అసలే చిమ్మచీకటి ఆపై గమ్యం తెలియని ప్రయాణం ఇప్పుడు ఇంకో కొత్తచిక్కు. చనిపోయాననే అనుకున్నాడు కరణం. అక్కడెవరిదో అలికిడైన చప్పుడు వినిపించింది. కేకేసి పిలుద్దామనుకున్నాడు. కానీ నోటమాట రాలేదు. పాతాళంలోకి తననెవరో లాక్కపోతున్నట్టు అనిపించింది. ఏం జరుగుతుందో తెలియలేదు.

కరణం కళ్ళు తెరిచాడు. అంతా మసక చీకటి. అప్పుడప్పుడే తెలవారబోతుంది. ఎదురుగా ఆకాశం కనపడింది. అర్థంకాక చూసుకుంటే తాను మునసబు ఒడిలో ఉన్నాడు. అప్పుడు అర్థమైంది కరణానికి.

"మునసబూ! నీ ప్రాణాలొడ్డి నన్ను రక్షించావు. నీ ఉపకారం జన్మలో మరువలేను. నా తప్పులు క్షమించూ!" వేడుకున్నాడు కరణం.

"మనం ఇద్దరం తప్పులు చేశాం. అనవసరంగా మనలో మనం కక్షలు పెంచుకొని మునసబు పార్టీ అని కరణం పార్టీ అని గ్రామాన్ని రెండు ముక్కలుగా చీలదీసి రైతు జీవనం పాడుచేశాం. మునసబు కరణాలేకంవైతే గ్రామాలెంత బాగుపడ్తాయ్! రైతులెంత సుఖపడ్తారు!" అన్నాడు మునసబు.

"అవును! తెలిసింది ఇప్పుడు తెలిసింది" ఏడుస్తూ అన్నాడు కరణం.

* * *

ఉదయం రాజారత్నానికి అన్నం తీసుకొని వచ్చిన తల్లి గది తలుపులు తెరిచుండేసరికి కంగారుగా లోపలికి పోయి చూసింది. రాజారత్నం లేదు.

"రాజరత్తం! రాజరత్తం! ఒసేవ్!" అంటూ ఇల్లంతా వెతికింది. ఎక్కడా రాజారత్నం కనిపించలేదు. ఊడిపడ్డ గొళ్ళెం కనపడగానే చేతిలోని పళ్ళెం వదిలేసింది. దాన్ని చేతిలోకి అందుకొని "రాజరత్తం! అయ్యో రాజరత్తం! అయ్యో నా కూతురా!" గుండెలు బాదుకుంటూ ఏడ్చింది.

* * *

గండం గడిచిన కరణం తర్వాత నెమ్మదిగ కనకయ్య ఇంటికి వచ్చాడు.

కనకయ్య మంచంలో కూర్చుని పిచ్చిగా విరగబడి నవ్వుతూ చినిగిన కాయితాలు చిందర వందర చేస్తూ నెత్తిన కొట్టుకుంటూ ఏడుస్తున్నాడు. అంతలోనే నవ్వుతున్నాడు. మళ్ళీ ఏడుస్తున్నాడు. పిచ్చిపట్టినవాడిలాగా ప్రవర్తిస్తున్నాడు. అతణ్ణి చూసిన కరణం ఆశ్చర్యపోయాడు. కరణాన్ని చూసిన కనకయ్య ఇంకా ఏడ్చాడు. కరణం వచ్చి కనకయ్య మంచం మీద కూర్చున్నాడు.

"ఊరుకో! ఊరుకో బావా! ఊరుకో ఊరుకో" అని ఓదార్చాడు. "చేసిన పాపాలకు అనుభవిస్తున్నాం. నీ ఆస్తీ పోయింది నా భార్యా మరణించింది" అని తానూ ఏడ్చాడు.

"ఇక మనకు ఏం దారి?" ఏడుస్తూ అడిగాడు కనకయ్య.

"ఒక్కటే. చేసిన పాపాలకు పశ్చాత్తాపపడి ఆ నర్సిరెడ్డితో కలిసి రైతుసంఘాలకు ఇకనైనా సహాయం చేద్దాం!"

"చెట్టంత కొడుకుని చేతులారా చంపాం కదా! ఆ నర్సిరెడ్డి మనల్ని చేరదీస్తాడా?"

"నీకా అనుమానం అక్కర్లేదు. నర్సిరెడ్డీ చాల ఉదారస్వభావుడు"

"సరే మాట్లాడూ! నలుగురితో పాటు నారాయణా!" మళ్ళీ ఏడ్చాడు కనకయ్య.

"ఊరుకో ఊరుకో బావా! ఊరుకో" ఏడుస్తూనే ఓరాద్చాడు కరణం.

* * *

కుర్చీలో కూర్చున్న జమీందారిణి ఏడుస్తూ దినపత్రిక చదువుతున్నది. జమీందారు రాగానే లేచి నిలబడ్డది. ఆమె కన్నీటిని చూసి ఆశ్చర్యపోయి అడిగాడు.

"ఏఁవిటి రాణీగారూ? ఇంత కలవరానికి కారణం?"

ఆమె తన చేతిలో ఉన్న పత్రిక ఆయన చేతికిస్తూ "చిత్తగించండి" అన్నది.

జమీందారు పత్రికలోని వార్త పైకి చదువుతూ "శావల్యాపురం జమీందారు దురంతాలా?" ఆశ్చర్యంగా అన్నాడు. పత్రిక టేబుల్ మీద పడేసి "మేము చేసిన దురంతాలా?" అర్థంకాక అన్నాడు.

"ప్రభువులు గాకున్ననేమి? ప్రభువుల పేరుతో ....."

"ఎవడా ద్రోహి?"

"మరెవ్వరూ! ప్రభువులవారి కాసా సుబ్బన్న. ప్రభువులు నామాట వినలేదు"

"ఈ ఘోరకృత్యాలు మా ఆజ్ఞ మీదను జరుగలేదని రాణిగారు నమ్మాలి"

"నమ్ముతాను. కానీ మన సేవకుల అకార్యాలకు మనం ఉత్తరవాదులం కాదా?"

"ఆఁ మనమే"

"అయితే దీనికి ప్రతీకారం?"

"ఇప్పుడు. ఇప్పుడే ఎవరక్కడ!"

ఓ దాసి వచ్చింది.

"సుబ్బన్నను రమ్మనూ తక్షణం" ఆజ్ఞాపించాడు.

ఆ దాసి నమస్కరించి వెళ్ళిపోయింది.

* * *

నర్సిరెడ్డి ఇంటిలో సమావేశమయ్యారు. కనకయ్య కరణం గోడకున్న అరుగు మీద కూర్చున్నారు. నర్సిరెడ్డి పక్కనే కింద పీటమీద కూర్చున్నాడు. ఆయనకు ఎదురుగా నేలమీద రామజోగి మునసబు కూర్చున్నారు.

"హుఁ దేవుడుకూడా రైతులకు విరోధే" అన్నాడు రామజోగి వచ్చిన వరదను గుర్తు చేసుకొని.

"కాదు. భగవంతుడు మనల్ని పరీక్షిస్తున్నాడు. మనలో ఐకమత్యం ఉంటే....." అంటున్నాడు నర్సిరెడ్డి. కరణం కల్పించుకున్నాడు.

"నర్సిరెడ్డీ! అజ్ఞానం వల్లా అధికార వ్యామోహంతో ఊళ్ళో చీలికలు తెచ్చిపెట్టాను. దాని ఫలితం అనుభవించాను. ఇప్పుడు తెలిసింది తుఫాను ఒకవిధంగా ఉపకారమే చేసింది. దానితో పార్టీలు మాసిపోయి ఊరంతా యేకంవైంది. అందుకు సంతోషించవలసిందే" వర్షాన్ని సమర్థించాడు.

"ఒక్క ఊరే కాదూ రైతులోకమంతా" అన్నాడు కనకయ్య.

"ఇక మనశక్తి కెదురులేదు. ఒక్క జమీందార్నేగాదూ ప్రపంచాన్నంతా మార్చగలం" అన్నాడు నర్సిరెడ్డి.

"నిజం. ముందు కార్యాన్నాలోచించండి!" అన్నాడు మునసబు.

"ఆఁ చెప్పు నర్సిరెడ్డీ!" అడిగాడు కరణం.

"నే చెప్పేదేముందీ రైతులకు ఆశ్రయింపుల వలన లాభంలేదు. స్వశక్తి మీదనే రైతు ఆధారపడాలి. మన కనీసపు కోర్కెలు జమీందారుగారికి తెలియజేద్దాం. ఆ కోర్కెలను అంగీకరించేవరకూ ప్రాణాలను లెక్కించక పోరాడుదాం" నిశ్చయంగా చెప్పాడు నర్సిరెడ్డి.

"శుభస్య శీఘ్రం. కాయితం కలం ఇవ్వండీ! రాసిస్తాను. తక్షణం పంపిద్దాం!" అన్నాడు కరణం.

అందరూ చెప్తుంటే రాశాడు కరణం. కోర్కెల జాబితా పూర్తయింది. ఆఖరున ఆ కాయితం అందుకొని చదివాడు నర్సిరెడ్డి.

"శ్రద్ధగా వినండి. జమీందార్లు ఒకటి లంచగొండితనాన్ని రూపుమాపాలి. రెండు వెట్టిచాకిరీ రద్దుపర్చాలి. మూడు నిరక్షరాస్యతను నిర్మూలించాలి. నాలుగు బంజరుభూములు రైతులకే వదలాలి. అయిదు ఉమ్మడి భూములూ రైతులకే వదలాలి. ఆరు అడవులను కూడా రైతులకే వదలాలి. ఏడు నజరానాలకు స్వస్తి చెప్పాలి. ఎనిమిది సప్లయ్ లేనప్పుడు నీటి తీరువుకు స్వస్తి చెప్పాలి. తొమ్మిది పంటపాడైనప్పుడు రెమిషన్ ఇచ్చితీరాలి. పది ఇంతవరకున్న బకాయి శిస్తుల్ని రైటాఫ్ చెయ్యాలి. పదకొండు రైతులకు పర్మనెంటు సెటల్మెంటు ఏర్పర్చాలి. పన్నెండు దివాణం ఖర్చు ఆదాయంలో పదోవంతుకు తగ్గాలి. పదమూడు ప్రజల ప్రతినిధుల సలహాసంఘంతో పరిపాలన సాగించాలి. పద్నాలుగు భూకామందు జమీందారు కాదు రైతే అని గ్రహించాలి. పదిహేను జమీందారు ధర్మకర్త మాత్రమే అని గుర్తించాలి"

మళ్ళీ ఉత్సాహంగా చెప్పాడు “ఇవీ మన కనీసపు కోర్కెలు. మనం రైతుబిడ్డలం. ఆడి తప్పం. జమీందారుకీ మనకీ సామరస్యం కుదరాలంటే ఈ కోర్కెల్ను అంగీకరించి తీరాలి. ఒక్క నెల గడువు. లేకపోతే మన తిరుగులేని అహింసాత్మక అస్త్రాన్ని ప్రయోగిద్దాం. తుదివరకూ పోరాటం సాగిద్దాం”

“బాగుంది” మెచ్చుకున్నాడు కరణం.

* * *

జమీందారు సుబ్బన్నమీద మహాకోపంగా ఉన్నాడు. వస్తున్న సుబ్బన్న చూసీచూడగానే గట్టిగా గద్దించి అడిగాడు.

“ఏంరా రాస్కెల్! నాగాపురంలో ఆ ఘోరాలన్నీ నీవు చేసినవేనా?”

“హెహె... చిత్తం మాప్రభో!” ఇకిలిస్తూ అతివినయంగా చెప్పాడు.

“మేం చేయమన్నామా?”

“తమరెందుకు చేయమంటారు మహాప్రభో!”

“మరెందుకు చేశావ్?”

“తమ మరియాదేంటీ? ఆళ్ళ బతుకేంటి? ఆళ్ళు తమర్ని ఓట్లల్లో ఓడించడఁవా? తమ తడాఖా చూపించకపోతే ఆళ్ళు లొంగొస్తారా బాబయ్యా? తమ మరియాద నిలపడం కోసం నేను చేసినమాట వాస్తవమేనండీ!”

“ఎవరిచ్చార్రా నీకీ అధికారం?”

“ఒకళ్ళిచ్చేదేంటి బాబయ్యా! అంతా తమకోసమే”

“ఊహూఁ.... నీ చెల్లెల్ని మాకప్పజెప్పడానికి ప్రయత్నం చేశావు కదూ!”

“చిత్తం మాప్రభో!”

“ఎప్పుడైనా దాసీలను చేరదీయడం చూశావూ?”

“లేదు గనకనే తమకు దాఖలు జేసుకుందాఁవనీ....”

“దగుల్బాజీ నీ మూలానా మా వంశగౌరవం సమూలంగా నశించిపోయినది. మాపేరుప్రతిష్ఠలు భంగమైపోయినవి. మా బ్రతుకే హాస్యాస్పదమైపోయినది. నీవు చేసిన

నేరాలకి" అంటూ పక్కనున్న టీపాయ్ మీదున్న కర్ర అందుకొని "నిన్ను ముక్కలు ముక్కలుగా నరకాలి. దయతలచి విడిచిపెడుతున్నాం. నీకు దేవిడీ బల్నాం పో అవతలికి పో" దిక్కులదిరేలా ఆవేశంగా అరిచాడు.

భయంతో సుబ్బన్న గొంతు బొంగురుపోయింది. "చిత్తం చిత్తం" అని వణుకుతూ నమస్కరించి వెనక్కి తిరిగిచూడకుండా వెళ్ళిపోయాడు.

* * *

కుర్చీలో కూర్చున్న యువరాజు దగ్గరికి ప్రేమతో వచ్చింది సుబ్బమ్మ. కుర్చీచేతిమీద కూర్చున్నది. అంతల్నే ముఖం అదోలా అయ్యింది.

"ఏమైందీ?" అడిగాడు యువరాజు.

"అటూ ఇటూ కాకుండా చచ్చింది. ఆ సుబ్బన్నకిప్పుడే దేవిడీమన్నా కావాలీ...?" అన్నది సుబ్బమ్మ.

"అదీ మనమంచికే వచ్చింది. ఈ వేడిమీద మనపని త్వరగా చేస్తాడు"

"నిజఁవే కానీ డబ్బూ?"

"పదివేలు పారేద్దాం దాందేఁవుందీ! రాజ్యమే మన్ది"

* * *

జమీందారు చాల అసహనంగా ఉన్నాడు. కూర్చున్నతీరులో పైప్ పీలుస్తున్న పద్ధతిలో అది స్పష్టంగా తెలుస్తున్నది. ఆయన్ని చూసి పనివాళ్ళు జాగ్రత్తగా మసలుతున్నారు.

ఇద్దరు గుమస్తాలు ఫైళ్ళమీద జమీందారు సంతకాలు తీసుకుంటున్నారు. ఆయన నిర్లక్ష్యంగా చూసీచూడకుండానే సంతకాలు చేస్తున్నాడు.

ఒకఫైలు తీసి చూసి "నాగాపురం రైతుల అర్జీలండి" చెప్పాడు గుమస్తా.

"ప్చ్. ఊఁ" తీసేయమన్నట్లు సైగ చేశాడు జమీందారు.

"తాసిల్దారు ఉద్యోగానికి దరఖాస్తులండి" చెప్పాడు గుమస్తా.

అదీ వద్దని చెయ్యి విదిలించాడు జమీందారు.

అది పక్కనపెట్టి ఒక పెద్ద ఫైళ్ళకట్ట తీసి "కాసాసుబ్బన్న మీద వచ్చిన కంప్లయింట్లండీ" చెప్పాడు గుమస్తా.

కోపంతో వాటిని గుంజి నేలకు విసిరికొట్టాడు జమీందారు. గుమస్తా ఇంకో ఫైలు ఇవ్వబోతుండగా "అబ్బ. వీటితో మా ప్రాణం విసిగిపోతుంది" అన్నాడు. గుమస్తా ఆగిపోయాడు.

"మాపటికి మద్రాస్ ప్రయాణం. అంతా సిద్ధం చేయించు" ఆదేశించాడు జమీందారు.

* * *

సాయంత్రం కలకత్తా – మద్రాస్ ట్రెయిన్‌కు అందుకున్నాడు జమీందారు. ఎలక్షన్ల ఓటమి సంస్థానపు బాధ్యతలు పక్కనపెట్టి కొన్నిరోజులు మద్రాసులో ప్రశాంతంగా గడపాలని అనుకుంటున్నాడు. విశ్రాంతిగా కిటికీ పక్కన కూర్చొని బయట ప్రకృతిని చూస్తున్నాడు. రైలు వేగంగా మద్రాస్‌వైపు సాగిపోతున్నది.

* * *

అదే రాత్రి దివాణంలో –

జమీందారిణి, జమీందారుకొడుకు చినబాబు వేరువేరు మంచాల్లో పడుకున్నారు. ఆ రెండు మంచాల మధ్యన ఒక దాసి పడుకున్నది. వారి తలలవైపు కిటికీ దగ్గర సుబ్బమ్మ పడుకున్నది.

అర్ధరాత్రి సుబ్బన్న ఎవరు చూడకుండా జాగ్రత్తగా వచ్చి కిటికీలోంచి కర్రతో తట్టి సుబ్బమ్మను నిద్రలేపాడు. లేచిన సుబ్బమ్మ సుబ్బన్నను చూసి ఆగమని సైగ చేసింది. నిలబడి అందర్నీ గమనించింది. అంతా మత్తుగా నిద్రపోతున్నారు. చుట్టుపక్కల జాగ్రత్తగా పరిశీలించి చూసింది. ఇంకెవ్వరూ లేరు.

నెమ్మదిగా సుబ్బమ్మ జమీందారిణి మంచం దగ్గరికి వచ్చి లైట్ బంద్‌చేసింది. చినబాబు మంచం దగ్గరికి వచ్చి మెల్లగా అతిజాగ్రత్తగా చడీచప్పుడు కాకుండా ఆ పిల్లవాణ్ణి ఎత్తుకపోయి కిటికీలోంచి సుబ్బన్నకు అందించింది. సుబ్బన్న చినబాబును ఎత్తుకొని వెళ్ళిపోయాడు.

ఎవరైనా చూస్తున్నారా అని సుబ్బమ్మ చుట్టూ ఒకసారి జాగ్రత్తగా చూసింది. ఎవరూ లేరు. నెమ్మదిగా పోయి లైట్ వేసింది. వచ్చి ముందు పడుకున్నచోటనే ఏమీ ఎరగనట్టు పడుకున్నది.

తెలతెలవారుతుండగా శావల్యాపురం జమీందారు మద్రాసు రైల్వేస్టేషన్లో దిగాడు.

* * *

తెల్లవారి అందరికన్నా ముందుగా నిద్రలేచింది సుబ్బమ్మ. నిద్రపోతున్న జమీందారిణిని చూసి నవ్వుకుంది. వచ్చి నేలమీద పడుకున్న దాసిని నిద్రలేపింది. ఏడుపు నటిస్తూ "చినబాబు చినబాబు" ఏడీ ఎక్కడా ఏమయ్యాడు అన్నట్టు చేతులాడించి అడుగుతూ దొంగ ఏడుపు ఏడిచింది.

లేచి చూసిన దాసి చినబాబు లేకపోయేసరికి కంగారుపడ్డది. సుబ్బమ్మ ఏడుపు నటిస్తూనే ఉన్నది.

ఆ దాసి గదిలోంచి బయటికి వచ్చి "చినబాబుగారు కనపట్టం లేదు" అని ఇంకో దాసితో చెప్పింది.

క్షణాల్లో దివాణం అంతా తెలిసిపోయింది. అందరూ "చినబాబూ చినబాబూ" అంటూ ఒకటే ఉరుకులు పరుగులు. ఏం జరుగుతుందో తెలియని వాళ్ళు "ఆఁ ఏంటీ? ఏంటీ?" అని అడుగుతున్నారు. దాసీలు "చినబాబు కనిపించట్లేదు" అని చెప్పి పరుగులు తీస్తున్నారు. తెలియగానే అడిగినవాళ్ళూ "అయ్యో" అంటూ వాళ్ళతోనే చినబాబును వెదకడానికి పరుగులు తీస్తున్నారు.

దివాణం అంతా ఒకటే గోల. "చినబాబూ చినబాబూ" అన్న పిలుపులే అంతటా వినిపిస్తున్నాయి. దాసీలు పనివాళ్ళు తమ రోజువారీ పనులు మాని చినబాబుకోసమే వెదుకుతున్నారు. గోల క్రమంగా పెద్ద కలకలంగా మారింది.

బయట్నుంచి "చినబాబూ చినబాబూ చినబాబూ" అన్న అరుపులు విని ఉలిక్కిపడి లేచింది జమీందారిణి. కోలాహలం అంతా విని భయపడి "ఆఁ ఆఁ ఆఁ" అంటున్నది.

ఏడుపు నటిస్తూ వచ్చి సుబ్బమ్మ జమీందారిణితో "చినబాబుగార్ని ఎవరో ఎత్తుకుపొయ్యారు" అని చెప్పింది.

ఆ మాటవినగానే జమీందారిణి "ఆఁ " అంటూ మంచం మీద పడిపోయింది.

దివాణంలో కోలాహలం ఎక్కువౌతున్నది. ఎవరికి ఏం చెయ్యాలో తోచక తలో దిక్కున వెతుకుతున్నారు. ఇట్లా కాదని గుమస్తా పోలీస్ స్టేషన్‌కు ఫోన్ చేశాడు.

"హలో హలో"

"ఎస్. సార్జంట్ స్పీకింగ్. వాట్ డూ యూ వాంట్?"

"జమీందారుగారి కుమారుని చినబాబుని ఎవరో ఎత్తుకపొయ్యారు. ఆచూకీ..."

* * *

చినబాబుని ఎవరో అపహరించారని పేపర్లో కూడా వచ్చింది. ప్రజలు పేపరు చూసి తెలుసుకున్నారు. చదవడం రానివాళ్ళకు చదివి చెప్తున్నారు.

"శావల్యాపురం జమీందారుగారు గ్రామంలో లేని సమయం కనిపెట్టి వారి ఏకైక పుత్రుడైన చినబాబుగారిని ఎవరో అపహరించారు. ఆచూకీ తెలిపిన వారికి పదివేల రూపాయల బహుమానం. జమీందారుగారికీ రైతుసంఘాలకీ స్పర్థలు విపరీతంగా పెరిగిపోవటం వల్ల దీనికేదో ప్రబలమైన రాజకీయ కారణం ఉందని పుకారుగా ఉంది"

* * *

జమీందారు హోటల్ గదిలో కూర్చుని పేపర్ చదువుతున్నాడు. బాయ్ వచ్చి టెలిగ్రామ్ అందించాడు. అది చూసి ఆశ్చర్యపోయాడు. "చిన్నబాబు మిస్సింగ్" అని చదివి ఒక్కక్షణం నిశ్చేష్టుడయ్యాడు. వెంటనే తేరుకొని "బాయ్! కార్" అని ఆదేశించాడు.

* * *

విమానాశ్రయంలో జమీందారుకోసం ప్రత్యేకవిమానం సిద్ధమయ్యింది.

జమీందారు హోటల్‌నుంచి విమానాశ్రయానికి కార్లో అతివేగంగా వచ్చాడు. కారు వచ్చి సరాసరి విమానం పక్కనే ఆగింది. జమీందారు కారు దిగి విమానం ఎక్కాడు. విమానం ముందుకు కదిలింది. క్షణాల్లో ఆకాశంలోకి ఎగిరింది. వేగంగా దూసుకుపోతున్నది.

* * *

పోలీస్ స్టేషన్లో సార్జంట్ తన సీట్లో కూర్చుని ఫైళ్ళు చూస్తున్నాడు. ఉద్యోగం పోయి గడ్డం పెరిగిన తాసిల్దారు కంగారుకంగారుగా వచ్చాడు. "మా జమీందారుగారి కుమారుణ్ణి చిన్నదొరవారు కాసాసుబ్బన్న సహాయంతో కోనంగి వద్ద దాచేశారండీ! దయచేసి రండి!" ఆదుర్దాగా అర్థించాడు.

"ట్రూ?" అడిగాడు సార్జంట్.

"యస్ యస్"

సార్జంట్ లేచి తాసిల్దారుతో వెళ్ళాడు.

* * *

జమీందారు దివాణంలోకి వచ్చాడు. జమీందారు తమ్ముడు వెనుక గుమస్తాలు మౌనంగా తలలు దించుకొని నెమ్మదిగా ఆయన ముందుకొచ్చి నిలబడ్డారు.

"ఏమైనా ఆచూకీ తెలిసిందా?" విషణ్ణవదనంతో అడిగాడు జమీందారు.

"లేదు బాబూ! అంతా మాయగా ఉంది" భయంగా చెప్పాడు గుమస్తా.

"అంతా మాయ. ఇది నర్సిరెడ్డి మాయ. వేరు ఎవరు చేస్తారు? పేరుకేమో రైతుసంఘాలూ చేసేవేమో ఇటువంటి పనులు" జమీందారు దృష్టి వారివైపు మళ్ళేలా అన్నాడు యువరాజు.

నిజమా అన్నట్లు చూశాడు జమీందారు.

"ఇది వాళ్ళ పనే మహారాజా! దివాణానికి అల్టిమేటం పంపారు కూడాను. ఏవో కనీసపుకోర్కెలనీ అవి నెరవేర్చకపోతే ఏమో చేస్తామనీ..." నెమ్మదిగా చెప్పాడు గుమస్తా.

"ఆం! నర్సిరెడ్డిని తక్షణం పిలిపించు"

"అలాగే"

* * *

జమీందారు వర్తమానం అందింది. నర్సిరెడ్డి దివాణానికి ప్రయాణమయ్యాడు. మునసబు రామజోగి కరణం షావుకారు సాగనంపడానికి వచ్చారు.

నర్సిరెడ్డి ఆరాంకుర్చీలో కూర్చున్నాడు. మిగతావారంతా ఆయన చుట్టూ అరుగు మీదా, కుర్చీల్లో కూర్చున్నారు. ముందుగా అందరూ విషయం గూర్చి మాట్లాడుతున్నారు.

"మొన్న మనం అల్టిమేటం పంపించాం చూశారూ! దాన్ని గురించి మాట్లాడడానికే పిలిపించి ఉంటారు" అన్నాడు రామజోగి.

"అయితే ఒక నర్సిరెడ్డినే పిలిపించడం వే..??" అనుమానంగా అన్నాడు మునసబు.

"జమీందారుగారికి మాత్రం తెలియదూ! నర్సిరెడ్డే మన నాయకుడనీ!" నవ్వాడు కరణం.

"మొనగాడవయ్యా నర్సిరెడ్డీ! ఒక్క కాగితం ముక్కతో జమీందారుని ఎంత హడలగొట్టావయ్యా!" మెచ్చుకున్నాడు కనకయ్య.

"అదంతా మీదయ. నాదేంవుందీ? రైతులంతా ఏకగ్రీవంగా ఉంటే ఏది జరుగదూ?" అన్నాడు నర్సిరెడ్డి.

"సరే కానీ జాగర్త సుమా! ఆ మాటా ఈ మాటా చెప్పీ ఊరికే పంపగలరు" జాగ్రత్త చెప్పాడు రామజోగి.

"అసలు మాటలెందుకూ? మన కనీసపు కోర్కెలు తెలుపుకున్నాంగా. నేను మీ ప్రతినిధిగా వెళ్ళి ఆ కోర్కెలు తీరుస్తారా లేదా? అని అడుగుతాను. రెండు మాటల్లో అటో ఇటో తేల్చుకొస్తాను. అంతే" అని కుర్చీలోంచి లేచాడు నర్సిరెడ్డి. "శెలవా?" అందర్నీ అడిగాడు.

మునసబు చేయిసంచి తెచ్చిచ్చాడు. ఓ వృద్ధుడు వచ్చి పూలదండ నర్సిరెడ్డి మెడలో వేసి ఒక పండు చేతిలో పెట్టాడు. "నరసయ్యా! క్షేమాన పోయి లాభాన రా!" అని దీవించాడు.

* * *

సార్జంటు తాసిల్దారు చెప్పిన ప్రకారం అతనితో పోయి సుబ్బన్న సుబ్బమ్మలను అరెస్టు చేసి తీసుకొచ్చాడు. తన్ని లాకప్పుల్లో వేశాడు. చినబాబును ఎత్తుకున్న తాసిల్దారును తీసుకొని మరో ఇద్దరు కానిస్టేబుళ్ళతో జమీందారు ఇంటికి బయల్దేరాడు.

* * *

దివాణం అంతా నిశ్శబ్దంగా ఉంది. నౌఖర్లంతా హాల్లోనే నిలబడ్డారు. జమీందారు విచారంగా కుర్చీలో కూర్చున్నాడు. యువరాజు కూడా పక్కనే విచారం నటిస్తూ కూర్చున్నాడు.

యువరాజు సెక్రటరీ జాకీ వాళ్ళదగ్గరికి పరుగెత్తుకొచ్చి "నర్సిరెడ్డి" అన్నాడు.

జమీందారు ఉలిక్కిపడి లేచాడు. నర్సిరెడ్డికి ఎదురొచ్చాడు.

"ఒక్కడివే వచ్చావా?" అని అడిగాడు

"అవును" నమస్కరిస్తూ చెప్పాడు నర్సిరెడ్డి. "రైతులు నన్ను పంపారు. మా కనీసపు కోర్కెలు ప్రభువులకు ఇదివరకే తెలుపుకున్నాం. ఇప్పుడు నేనూ....." ఇంకా చెప్తున్నాడు.

"చినబాబుగారేరీ?" అడిగాడు జమీందారు.

"ఇంకా దొరకలేదా?" ఆశ్చర్యంగా అడిగాడు నర్సిరెడ్డి.

"చెప్పూ! నిజం చెప్పూ! గతం మేం మర్చిపోతాం. నీకేం భయంలేదు చెప్పూ!" గద్దించి అడిగాడు జమీందారు.

"నన్నునుమానిస్తున్నారా?" మరింత ఆశ్చర్యంగా అన్నాడు నర్సిరెడ్డి.

"నర్సిరెడ్డీ! ఈ వేషాలు చాలించు. నువ్వు బాబును ఎత్తుకుపోయావ్. దాచావ్. తక్షణం హాజరు పెడతావా లేదా" గట్టిగా బెదిరిస్తూ అడిగాడు జమీందారు.

ఈ వ్యవహారమంతా నచ్చలేదు నర్సిరెడ్డికి.

"ప్రభువులవారి మనస్సు చెదరినట్లున్నది. క్షమించాలె. తర్వాత దర్శనం చేసుకుంటాను" కొంచెం కఠినంగానే పల్కి పోబోయాడు.

"నిలు" అంటూ యువరాజు నర్సిరెడ్డి గల్లా పట్టుకున్నాడు. "ఎక్కడికి పోతావ్? చినబాబుగారి సంగతి తేల్చకుండా ఒక్క అడుగు వెయ్యటానికి వీల్లేదు. నీవే చేశావ్. నీ రైతుసంఘాల్చేశాయ్. ఇప్పటికైనా బుద్ధి తెచ్చుకో. చిన్నబాబు గార్ని చూపించు లేకుంటే నిన్ను నీ రైతుసంఘాల్ని మాడ్చి మసిచేస్తాం" కోపంగా అన్నాడు.

"సమర్థులు! చేస్తారు!" కోపంగా అంటూ అతని చెయ్యి విదిలించుకున్నాడు.

"క్షమించాలి. దొరగారూ నన్నిందుకేనా పిలిపించింది?" జమీందారును అడిగాడు.

జమీందారు నర్సిరెడ్డి చేతులు పట్టుకొని "మనం మాట్లాడ్దాం" అని లోపలికి తీసుకొనిపోయాడు. కుర్చీ మీద కూర్చోబెట్టాడు. తానూ కూర్చుంటూ "నర్సిరెడ్డీ! మేంవయితేనేమీ మా ఉద్యోగస్థులయితేనేమీ మిమ్మల్ని కష్టపెట్టాం. కానీ మీకు ఈ పని ధర్మం కాదు. వాడు మాకు ఒక్కడు" అన్నాడు. దు:ఖం ఆపుకోలేక ఏడ్చాడు. "మా ప్రాణాలన్నీ వాడిమీదనే పెట్టుకొని బ్రతుకుతున్నాం. వాడే లేకపోతే" ఏడుస్తున్నాడు.

"బాబూ! నాదీ కన్నకడుపే! నేనూ పుత్రశోకం అనుభవించా!" చెప్తున్న నర్సిరెడ్డికి కృష్ణారెడ్డి గుర్తురావడంతో దు:ఖం పొంగుకొచ్చింది. "చెట్టంత కొడుకును పోగొట్టుకున్నా" అన్నాడు.

"విన్నాం. కానీ మీరు తప్ప మాకు విరోధుల్లేరే?"

"బాబ్బాబూ! మీ మీద మాకేం విరోధం? మా హక్కులకోసం పోట్లాడుతాం. మీ ఉద్యోగస్థుల దౌర్జన్యాల్ని ఎదిరిస్తాం. మీ హృదయపరివర్తనకోసం ప్రయత్నిస్తాం. అది కూడా నిష్ఫలమైతే ముఖాముఖీ పోట్లాడుతాం. రైతుసంఘాలకు ఆ బలమున్నది. రాజుల సాధించే శక్తి ఉన్నది. అది పశుబలం కాదు సుమండీ! నైతికబలం! మా పోరాటం ద్వేషపూరితం కాదు ప్రేమపూరితం. మీరు మమ్మల్ని అర్థం చేసుకోవాలె" చేతులు జోడించి అన్నాడు నర్సిరెడ్డి. "మేము ఒక ఆదర్శంకోసం ప్రజల సుఖంకోసం పోట్లాడుతున్నాం. మా ఆయుధం స్వార్థత్యాగమే. బలమైన ఆయుధం సుమండీ!" చెప్పాడు నర్సిరెడ్డి.

"చినబాబు దొరకడూ? ఆశ లేదూ?" బాధగా అన్నాడు జమీందారు.

"విచారపడకండి వెదుకుదాం. మీ సిబ్బందిని పంపండి. రైతుసంఘాలు కూడా సహాయం చేస్తవి. పైన భగవంతుడున్నాడు" చెప్పాడు నర్సిరెడ్డి.

బయటినుండి "చినబాబుగారు చినబాబుగారు" అని కలకలం వినపడింది.

"బాబూ! బాబూ!" అంటూ బయటికి వేగంగా వెళ్ళాడు జమీందారు. నర్సిరెడ్డీ బయటికి కదిలాడు.

నౌఖర్లంతా "చినబాబుగారు చినబాబుగారు" అంటున్నారు.

సార్జంట్ తాసిల్దార్, చినబాబులతో వచ్చాడు.

కొడుకును చూసి జమీందారు "బాబూ! బాబూ!" అంటూ పరుగున వచ్చాడు.

"నాన్నగారూ! నాన్నగారూ!" అంటూ జమీందారువైపు చేతులు చాచాడు చినబాబు.

"బాబూ! బాబూ!" అంటూ తాసిల్దారు చేతుల్లోంచి ఎత్తుకొని సంతోషంతో "వచ్చావా బాబూ! బాబూ వచ్చావూ!" అని ముద్దాడాడు.

వెనుకవెనుకనే ఉంటూ తప్పు బయటపడుతుందేమోనని కంగారుపడుతున్నాడు యువరాజు.

"బాబూ! బాబూ! వచ్చావా బాబూ! వచ్చావా!" పై అంతస్థులోంచి జమీందారిణి పిలిచింది.

"లోపలికి తీస్కెళ్ళు లోపలికి తీస్కెళ్ళు" అంటూ చినబాబును దాసి చేతికి అందించాడు. ఆమె చినబాబును ఎత్తుకొని జమీందారిణి దగ్గరికి తీసుకొనిపోయింది.

అందరి ప్రాణాలు కుదుట పడ్డాయి.

దాసి చేతుల్లోంచి కొడుకును అందుకొని "హో! నా బాబూ! వచ్చావా బాబూ! వచ్చావా! వచ్చావా! " అంటూ ఎత్తుకొని ముద్దాడింది.

"మీరు చేసిన ఉపకారం ఎన్నటికీ మరువలేను" కృతజ్ఞతగా అన్నాడు జమీందారు సార్జంటుతో.

"నాట్ మెన్షన్ సర్! ఐ హావ్ డన్ మై డ్యూటీ. ఉపకారం చేసిందీ.." అంటూ తాసిల్దారును చూపించాడు సార్జంటు.

గడ్డం పెరిగి మారిపోయి ఉన్న అతన్ని చూసి "తాసిల్దార్" అని భుజం తట్టాడు జమీందారు.

"నా పనింకా పూర్తికాలేదండీ!" జమీందారుతో అని యువరాజుతో "యూ ఆర్ అండర్ అరెస్ట్" అన్నాడు సార్జంటు. యువరాజు తలొంచుకున్నాడు. కానిస్టేబుళ్ళు వచ్చి అతని వెనుక నిలబడ్డారు.

"మీరు పొరబడుతున్నారు" సార్జంటుతో అన్నాడు జమీందారు.

"వీరి మొహం చూడండీ" యువరాజు ముఖం చూపించాడు సార్జంటు.

"మీరా!!? మీరు చేశారా?" నమ్మశక్యంకాక తమ్ముణ్ణి అడిగాడు జమీందారు.

"ఆс చేశాను. నేనే చేశాను. ఎందుకు చెయ్యనూ? మనం ఏకగర్భజనితులం. మీరు నాకంటే ముందు జన్మించడం సంభవించింది. దాంతో మీరు పాలించే ప్రభువులైనారు నేను మీరు విదిలించిన మెతుకులు తినే బానిసనైనాను. చేశాను నా స్థితిలో ఉంటే మీరుమాత్రం చెయ్యరూ? నేను చేసిందానికి పశ్చాత్తాపపడటం లేదు" జవాబిచ్చాడు యువరాజు. ఇంకా "నేనుకూడా ఒకవిధంగా రైతుసంఘానికి మేలే చేశాను. కానీ నీ విషయంలో మాత్రం అనుకోకుండా అపకారం చేశాను క్షమించు" అన్నాడు నర్సిరెడ్డితో. "నేను సిద్ధం" అన్నాడు సార్జంటుతో.

సార్జంటు జమీందారుకి సెల్యూట్ చేసి ఇద్దరు కానిస్టేబుళ్ళతో యువరాజును తీసుకొని పోయాడు.

* * *

ఘనంగా ఉత్సవాలు జరుగుతున్నాయి ఊరంతా.

దివాణంలో జమీందారు రైతుసంఘాల కోర్కెలను అంగీకరిస్తూ సంతకం చేసి పత్రం నర్సిరెడ్డికి అందించాడు. "ఇదే నా జీవితానికి ప్రారంభం" అన్నాడు సంతోషంగా.

"మీరిప్పుడూ సత్యం చూడగలుగుతున్నారు" అన్నాడు నర్సిరెడ్డి.

"అవును కృతజ్ఞుణ్ణి"

"ప్రభువులూ.....!" జమీందారు నోట్లోంచి ఆ మాట విని ఆశ్చర్యంగా అన్నాడు నర్సిరెడ్డి.

"ప్రభువులు. ప్రభువులు రైతులు. మీరన్న మాటలు మీ ఆయుధం స్వార్థత్యాగం అని కదూ! తెలుసుకున్నాను. నా రాజ్యం రైతుసంఘానికే అప్పజెపుతున్నా. మీరే పాలించుకోండి"

వెంటనే నర్సిరెడ్డి జమీందారు చేతులు అందుకొని కళ్ళకు అద్దుకున్నాడు.

"ఇక నేనూ ఒక రైతునే. రైతుల్లోనే ఉండి రైతులతో దేశకళ్యాణానికి పాటుపడ్తాను"

సంతోషంతో నర్సిరెడ్డి చెయ్యెత్తి "జై జమీందార్ కీ" అనగానే "ఆс కాదూ! రైతుసంఘానికీ జై" అన్నాడు నర్సిరెడ్డి భుజాలమీద చేతులు వేసి.

* * *

రైతులకు మంచిరోజులు మొదలయినాయి. రైతులంతా హాయిగా వ్యవసాయం చేసుకుంటున్నారు.

విశ్వప్రేమయే శుభమూ
విశ్వప్రేమయే సుఖమూ ॥

రైతులంతా కృష్ణారెడ్డి పేరున ఆశ్రమం నిర్మించారు. అందరూ అక్కడ సమావేశ మయ్యారు. రామజోగి పాడుతున్నాడు.

పెద్దచిన్నయను భేదము లేదూ
రాజురైతు వాదము లేదూ
కనుగొనుడీ జయమనుడీ
జననీపూజకు రండీ ॥

మంగళమ్

గృహప్రవేశం

దర్శకత్వం

ఎల్.వి. ప్రసాద్

తారాగణం

ఎల్.వి. ప్రసాద్	- సోమలింగం
సి.యస్.ఆర్	- రమణారావు
భానుమతి	- జానకి
హేమలత	- తులశమ్మ
రంగస్వామి	- సుందర్రావు
శ్రీరంజని	- లలిత
శివరావు	- ఆచార్యులు
బేబి ఇందిర	- చిట్టి

ఇంకా...

కృష్ణవేణి, రాజేశ్వరి, కనకం, ఇందిర,

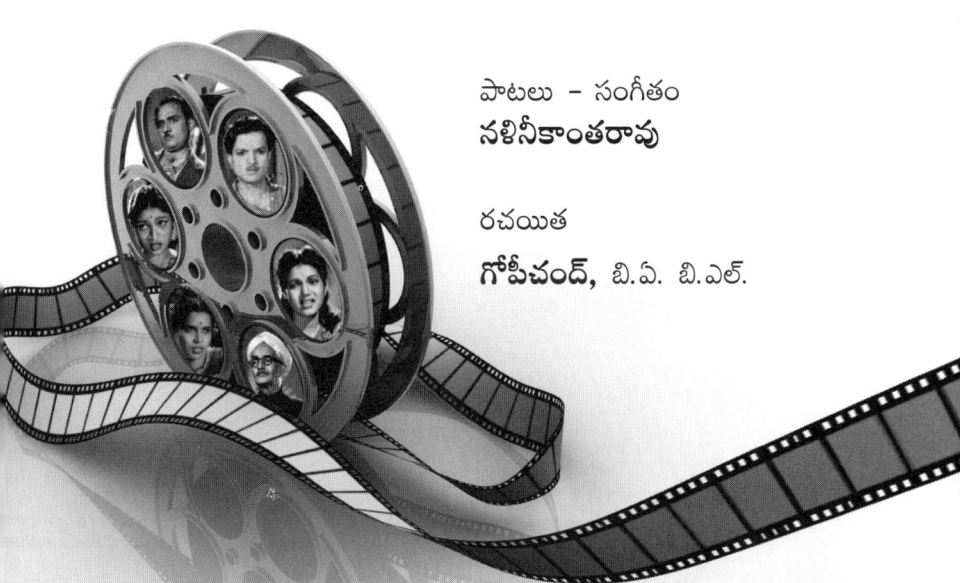

పాటలు - సంగీతం

నళినీకాంతరావు

రచయిత

గోపీచంద్, బి.ఏ. బి.ఎల్.

పట్టపగలు వీథివెంట వేగంగా పరుగెడుతున్నది యువతి. దారినపోయేవారంతా వింతగ చూస్తున్నారు. కానీ ఆమె అవేమీ పట్టించుకోవట్లేదు. చేతిలో ఉన్న కాగితాన్ని జారిపోకుండా చినిగిపోకుండా జాగ్రత్తగా పట్టుకుని పరుగెడుతున్నది.

మనుషులు వాహనాలు వీథిమలుపులు అన్నీ దాటింది. ఏడారిలాంటి తారురోడ్డు ముగిసి సుందరవనంలాంటి పార్కులో ప్రవేశించింది. అక్కడ తన స్నేహితురాళ్ళంతా షటిల్ ఆడటంలో నిమగ్నులై ఉన్నారు. చిలకలతో కళకళలాడుతున్న చెట్టులాంటి ఆ పార్కులో కోయిల కూసినట్టుగా పలికింది ఆ యువతి.

"ఏఁవర్రోయ్ రారండి"

ఎవరూ రాలేదు. తమ ఆట తాము ఆడుకుంటున్నారు. పరుగెత్తి పరుగెత్తి అలిసిపోయిన ఆమె వగరుస్తూ అక్కడున్న కుర్చీలో కూర్చుంది. మళ్ళీ పిలిచింది.

"ఇందిరా! అనసూయా! మిమ్మల్నేనే పిలిచేది. సీతా రావే"

ఒక్క సీత మాత్రమే కదిలింది.

"జానకీ! జానకీ! నిన్నేనే తల్లీ! త్వరగా రా" మళ్ళీ పిలిచింది.

సీరియస్‌గా ఆడుతున్న జానకి ఆట ఆపి పిలుపు వచ్చినవైపు చూసింది. అప్పటికే అమ్మాయిలంతా అక్కడ గుంపుగా చేరారు. అందరూ ఆ యువతిని అడుగుతున్నారు.

"ఏఁవిటే?"

"కొంప మునిగిందే" చెప్పిందా యువతి.

"ఏం జరిగిందేఁవిటీ?"

"కొంప మునిగిందే తల్లీ కొంప మునిగింది"

"ఆపసోపాలు పడకపోతే అదేఁవిటో చెప్పరాదటే!"

అంతలో జానకి వచ్చిందక్కడికి.

"ఏఁవిటే ఏం జరిగిందేఁవిటీ?" ప్రశ్నించింది.

"మళ్ళీ ఆ సోమలింగం మీటింగు పెట్టాడే" చెప్పిందా యువతి.

"ఏ సోమలింగం?" అడిగిందో యువతి.

"వాడే ఆ బ్రహ్మచారి లేడూ! బ్రహ్మచర్యం వర్ధిల్లుగాకా ప్రేమ నశించుగాక అంటాడే వాడూ! ఆడది జిత్తులమారి నక్కటే. చూడండే వాడి పొగరూ" అంటూ సోమలింగం వేసిన బ్యానర్ చూపించింది.

"సోదరులారా! బ్రహ్మచర్యం అవలంబించండి ఆడది జిత్తులమారి నక్క జాగ్రత్త" అని రాసున్న ఆ బ్యానర్ చూసిన జానకి ఆలోచనలో పడ్డది.

"ఏఁవిటే ఆలోచిస్తున్నావ్?" అడిగిందా యువతి.

"ఆలోచించేదేఁవుందే ఆయన సిద్ధాంతాల్ని అతను ప్రచారం చేసుకోవచ్చును కానీ ఇతరులను దూషిస్తే మాత్రం మనం సహించగూడదు. పోదాం పదండి!" అని కదిలింది జానకి. మిగతా యువతులంతా జానకిని అనుసరిస్తూ కదిలారు.

* * *

విశాలమైన ప్రాంగణంలో బ్రహ్మచారుల సభ బ్రహ్మాండంగా నడుస్తున్నది. మధ్యమధ్యలో "బ్రహ్మచర్యానికీ జై! భీష్మ బ్రహ్మచారికీ జై! బ్రహ్మచర్యానికీ జై!" అని నినాదాలిస్తున్నారు బ్రహ్మచారులంతా. వేదికమీద సోమలింగం మాట్లాడుతున్నాడు.

"కాబట్టి సోదరులారా! మనదేశం బాగుపడాలంటే మనదేశం పూర్వపు ఔన్నత్యాన్ని పొందాలంటే బ్రహ్మచర్యం అవలంబించాలి. ఆధ్యాత్మిక సిద్ధాంతాన్ని ప్రచారం చెయ్యాలి. ఆధ్యాత్మిక సిద్ధాంతం ఆత్మశక్తిని ప్రసాదిస్తుంది. ఆత్మశక్తితో మనం సాధించలేని కార్యాలు లేవు. ఆత్మశక్తివల్ల మన పూర్వులు బ్రహ్మాండమైన అస్త్రాలు కనిపెట్టారు. దివ్యదృష్టి సంపాదించారు. విమానాన్ని సృష్టించారు. దూరదర్శిని యంత్రాన్ని సాధించారు"

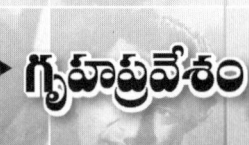

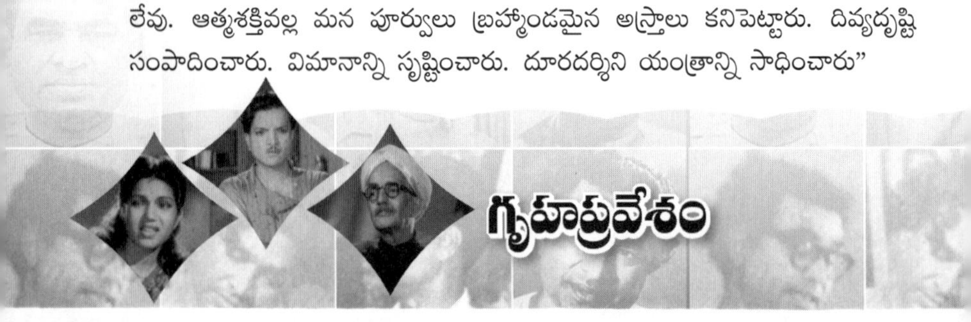

అప్పుడే సభాప్రాంగణంలో అడుగుపెట్టారు యువతులు. సోమలింగం ఇంకా మాట్లాడుతూనే ఉన్నాడు.

"అటువంటి మనం స్త్రీ వ్యామోహానికి లోబడి భౌతికసుఖాలను మరిగి ఎంత హీనస్థితికొచ్చామో పరిశీలించండి. ఇపుడు మనకు జీవితంలో ఉన్నతాదర్శాలు లేవు. మన కుటుంబజీవితంకంటే మించిన సాంఘికజీవితం లేదు. విషయాల తాపత్రయంలో పడి ఎందుకూ పనికిరాని భీరువులుగా తయారైనాం. కడుపు కక్కుర్తికోసం సంఘాన్ని మట్టుబెట్టడానికి వెనుకాడని ద్రోహుల్లా తయారయ్యాం. ఒకపక్క ప్రజలు తిండికిలేక అలమటిస్తూ ఉంటే మనం జనాభావృద్ధి చెయటమే ఆదర్శంగా పెట్టుకొని బ్రతుకుతున్నాం. ఈ పరిస్థితి పోయి మనం అభివృద్ధి చెందాలంటే స్త్రీవ్యామోహం నశించాలి. సంఘానికి పుష్టి కలిగే వరకూ దేశానికి స్వాతంత్ర్యం లభించేవరకూ వివాహం చేస్కోమని అంతా దీక్ష వహించాలి. బ్రహ్మచర్యం అవలంబించి సంఘసేవకు జీవితం అర్పించాలి"

యువతులంతా సభావేదికకు దగ్గరగా వచ్చారు.

"బావుంది. ఇంకేం హిట్లరుకు మల్లే దేశంలో ఉన్న ప్రజలందర్నీ స్టెరిలైజ్ చేయించు" జానకి సోమలింగంతో ఎగతాళిగా అన్నది.

"అందులో తప్పేముంది? పిల్లల్ని కని వార్ని పోషించలేక విద్యాబుద్ధుల్ని చెప్పించలేక బానిసలుగా తయారుచేయటంకంటే అదేనయం" సమర్థించుకొన్నాడు సోమలింగం.

"పోనీ ఒకపని చేస్తే? గాంధీగారు చెప్పినట్లు వివాహం చేసుకొని పిల్లల్ని కనకుండా పేరుకు మాత్రమే భార్యాభర్తలుగా ఉంటూ నిజానికి బ్రహ్మచర్యం అవలంబిస్తే?" వెటకారంగా అన్నది జానకి.

"పెద్దల్నలా అపహాస్యం చెయ్యటం ధర్మం కాదు" కోపంగా అన్నాడు సోమలింగం.

"ఆః!!! పిల్లల్ని చెయ్యొచ్చే?"

"మీరు గలాటా చేయటానికొచ్చారా? ఉపన్యాసం వినటానికొచ్చారా?"

జానకి పగలబడి నవ్వింది. "కర్మగాలి నీ ఉపన్యాసమే వినాలీ!!?" ఎగతాళిగా అన్నది.

"అయితే ఇక్కణ్ణుంచి వెళ్ళిపోండి" ఆదేశించాడు సోమలింగం.

"మేం వెళ్ళం. మేం కూడా మాట్లాడాలి"

"వంటలక్కలు కూడా మాట్లాడ్తారట" వెక్కిరించాడు సోమలింగం పక్కనే ఉన్న ఆచారి. వెంటనే "బ్రహ్మచర్యానికీ" అని గట్టిగా అరిచాడు.

"జై" అన్నారు సభికులంతా.

"స్త్రీవ్యామోహం"

"నశించాలి"

"బ్రహ్మచర్యానికీ"

"జై"

"స్త్రీవ్యామోహం"

"నశించాలి"

నినాదాలు జోరందుకున్నాయి. చెవులు గిల్లుమంటుండగా జానకి వేదిక నెక్కింది. ఆవేశంగా మాట్లాడింది.

"సోదరులారా! సోదరులారా! నామాట వినండి. మనదేశం దీనస్థితిలో ఉందని మేమూ ఒప్పుకుంటాం కానీ దానికి కారణం స్త్రీవ్యామోహం కాదు. నేటి సాంఘిక వ్యవస్థ. నేటి సాంఘికవ్యవస్థలో కొద్దిమందే భోగం అనుభవిస్తున్నారు. సామాన్య ప్రజలు బానిసత్వంలో దుర్భరదారిద్ర్యంలో కుమిలిపోతున్నారు. ఈ పరిస్థితిని మార్చడానికి బ్రహ్మచర్యం కారణం కాదు. బ్రహ్మచర్యం ప్రకృతి విరుద్ధం"

"ఓహో అట్లాగా అయితే ఒక్కొకర్నీ అయిదారుగుర్ని కట్టుకోమంటావా ఏఁవిటీ?" వెటకారంగా అరిచాడో యువకుడు.

"ఏయ్ షటప్!" కొట్టబోయింది అక్కడే ఉన్న యువతి.

జానకి మళ్ళీ ప్రసంగిస్తున్నది.

"ప్రజలారా! ఈ బ్రహ్మచారి చేస్తున్న ఆధ్యాత్మికవాదం ప్రస్తుత పరిస్థితులకు పనికిరాదు. మనం దేశం బాగుపడాలంటే ఒకళ్ళనొకళ్ళు దోచుకునే దోపిడీ విధానాన్ని రూపుమాపాలి. సమానత్వం సాధించాలి. స్త్రీపురుషులిద్దరూ కలిసి పనిచెయ్యాలి"

"ఆఁ అన్నీ మహా చేశావ్‌లే. ముందు దిగు" కోపంగా అన్నాడు ఆచారి.

"నోర్మూయ్" ఆచారిని కసిరింది జానకి.

"బ్రహ్మచారికీ" అరిచాడు ఆచారి. "జై" అన్నారు యువకులంతా.

వెంటనే పోటీగా "పాతచింతకాయపచ్చడికీ" అన్నది జానకి. "జై" అన్నారు యువతులంతా. యువతులు మళ్ళీ నినాదాలిచ్చారు.

"పాతచింతకాయపచ్చడికీ"

"జై"

జానకిని చూస్తున్న ఆచారికి కోపం ఎక్కువైంది. "దిగుతావా దిగవా" అంటూ జానకి చెయ్యి పట్టుకొని లాగాడు. జానకి తనచేతిలో ఉన్న షటిల్ బ్యాట్‌తో వెంటనే స్పందించింది. ఆచారిని ఇష్టమొచ్చినట్లు కొడ్తున్నది.

"మేష్టారూ! బాబోయ్ బాబోయ్" సోమలింగాన్ని చూస్తూ బాధతో అరుస్తున్నాడు ఆచారి.

జానకి స్ఫూర్తితో యువతులంతా యువకులమీద తిరగబడ్డారు. యువకులూ ధీటుగా స్పందించారు. సభ కాస్తా రణరంగంగా మారింది. సోమలింగం గొడవ ఆపడానికి ప్రయత్నిస్తున్నాడు.

"సోదరులారా! సోదరులారా! ఆగండి! ఆగండి! ఇది భావ్యం కాదు" అంటున్నాడు. అయినా గొడవ ఆగడంలేదు.

జానకి ఆచారిని బ్యాట్ విరిగేలా కొడ్తున్నది. "మేష్టారూ! మేష్టారూ!" మొత్తుకుంటున్నాడు ఆచారి. సోమలింగం అటు చూడట్లేదు. కానీ అదృష్టవశాత్తు ఒక యువకుడు వచ్చి ఆచారిని తప్పించి కాపాడాడు. "అమ్మా! అమ్మా!" అని మూలుగుతూ బయటపడ్డాడు ఆచారి.

సోమలింగం అతికష్టం మీద గొడవను ఆపగలిగాడు. వచ్చిన యువతులంతా వెళ్ళిపోయారు. సభ రసాభాసగా ముగిసింది.

* * *

రాత్రి బాగా చీకటయ్యింది. జానకి ఇంకా ఇంటికి రాలేదు. జానకితండ్రి రామశేషయ్య హాల్లో జానకికోసం ఎదురుచూస్తూ ఉన్నాడు. గడియారం తొమ్మిది గంటలు

100 గృహ ప్రవేశం

కొట్టింది. పళ్ళెంలో అన్నంతో మేడమెట్లు ఎక్కబోతున్న పనిమనిషిని చూశాడు రామశేషయ్య.

"జానకింకా రాలేదుగా" చెప్పాడు.

"రాలేదండీ? పొద్దుపోతుందని అమ్మగారు మండిపడ్తున్నారు"

"ఊఁ"

పనిమనిషి లోపలికి పోయింది. అప్పుడే జానకి ఇంట్లో ప్రవేశించింది. హాల్లో తండ్రిని చూసి చప్పుడు కాకుండా నెమ్మదిగా నడుస్తున్నది.

"ఇంత పొద్దుపోయిందాకా ఎక్కడున్నావమ్మా?" చూడకుండానే అడిగాడు జానకిరాకను గమనించిన రామశేషయ్య.

"అదికాదు నాన్నా! బ్యాడ్మింటన్ ఆడుకుంటూ కబుర్లు చెప్పుకుంటుంటే ఇట్టే పొద్దుపోయింది నాన్నా!" అమాయకత్వం నటిస్తూ చెప్పింది జానకి.

"ఆఁ అలాగేఁ?"

"శ్యామల గుర్తుంది కదా శ్యామల" అన్నది అబద్ధాన్ని పొడిగిస్తూ.

"ఆఁ ఆఁ చూశాను చూశాను" అని నవ్వాడు విషయం అర్థమై. జానకీ నవ్వింది.

"పిచ్చితల్లి! అబద్ధాలాడ్డం కూడా చేతకాదు" ప్రేమగా అన్నాడు రామశేషయ్య.

అంతలో మేడమీద ఏదో పగిలిన చప్పుడయ్యింది.

"ఏఁవిటే అదీ? మళ్ళీ ఏం కొంపమునిగిందీ?" కోపంగా వినపడ్డది తులశమ్మగొంతు. తులశమ్మ జానకికి సవతితల్లి రామశేషయ్య మూడవభార్య.

"తొందరగా వెళ్ళు తల్లీ! అసలే మీ పిన్ని కారాలు మిరియాలూ నూరుతుంది. నిన్నిక్కడ చూసిందంటే ..." రామశేషయ్య చెప్తుండగానే జానకి మేడ మెట్లు ఎక్కబోయింది.

"ఓసి ముండా! నీ దీపం ఆరా! నీయమ్మా కడుపు మాడా!" తిట్ల దండకంతో తులశమ్మ గొంతు మళ్ళీ వినపడ్డది. మెట్లకు ఎదురుగున్న గదిలోంచి పనిమనిషి బయటికి వచ్చింది. అప్పుడే కోపంతో అరుస్తున్న తులశమ్మ పక్కగదిలోంచి బయటికి వచ్చింది. "నాకెక్కడ దాపురించావే నువ్వా?" అంటూ పనిమనిషిమీదికి ఉరికింది. భయపడ్డ పనిమనిషి మెట్లుదిగి కిందికి పారిపోయింది.

గృహప్రవేశం

"ఎన్నిసార్లు చెప్పానే నీకు ప్లేట్ల జోలికి వెళ్ళొద్దూ అని. నా మాట అంటే అంత నిర్లక్ష్యమా? వేస్కో నీ పాడెమీద వేస్కొని కొట్కో" పనిమనిషిని తిట్టింది తులశమ్మ మెట్లు దిగుతూ.

"నన్నంటారేఁవిటమ్మా చిన్నమ్మాయిగారు పగులగొడ్తేనూ!" మారుచెప్పింది పనిమనిషి.

"ఓసి ముండా! పైగా దానిమీద పెడ్తున్నావా? నీకూ అదే లోకువైందీ? నా గడప తొక్కావంటే నడుము విరగ్గొడ్తాను. పో వెళ్ళిపో. పోతావా పోవా?" అంటూ పనిమనిషిని తరుముతూ గడప దగ్గరికి వచ్చింది తులశమ్మ. పనిమనిషి పారిపోయింది. లోపలికి రాబోయిన తులశమ్మ అక్కడ గోడచాటుకు నిలబడ్డ జానకిని చూసింది.

"వచ్చావా! ఊఁ" అన్నది గుడ్లురిమి.

జానకి పోయి తండ్రి వెనుక చేరింది.

"ఏం ఇప్పడిదాకా ఏ కొంపలు పట్టుక తిరుగుతున్నావ్? ఇంత వయసొచ్చిందే వేళకు కొంపకు రావాలనే జ్ఞానం ఉండక్కర్లా? ఏఁవన్నా అంటే మారుటి తల్లి రాచిరంపాన పెట్టింది అంటారు" తిట్టింది తులశమ్మ.

"నేనొచ్చి చాలా సేపయింది పిన్నీ!" భయంగా చెప్పింది జానకి.

"చాలా సేపయిందీ? అవ్వ! నేను చూట్టంలా? ఏఁవయ్యా! నువ్వు చెప్పు"

ఏం చెప్పాలో తోచక చూశాడు రామశేషయ్య.

"ముంగిలా అట్లా గుడ్లప్పచెప్పి నిలుచుంటావేం?"

"ఆఁ అవునవునూ"

"ఏఁవిటవునూ? నీ తలకాయవును. నీ అసమర్థతవల్ల కాదూ కొంపకిన్ని చిక్కులొచ్చింది? ఇటు మారుటి కూతురికి అటు నౌఖరుదానికీ అందరికీ లోకువై బతుకుతున్నాను" శోకాలు మొదలుపెట్టింది తులశమ్మ.

"నాకెందుకు లోకువౌతారమ్మా పొట్టకూటికొచ్చిందాన్ని" అన్నది లోపలికి వచ్చిన పనిమనిషి.

"మళ్లీ మొదలెట్టావ్? పొమ్మని నీక్కాదటే చెప్పిందీ? సిగ్గూశరం లేనిదానా!" అని అక్కడున్న చేతికర్ర అందుకున్నది. "పోవే పో" అంటూ మీదికి వచ్చేసరికి పనిమనిషి పారిపోయింది.

"అమ్మా! అమ్మా!" అంటూ మెట్లు దిగి వచ్చింది చిట్టి. చిట్టి తులశమ్మ రామశేషయ్యల కూతురు.

"రామ్మా రా! రామ్మా!" అని దగ్గరికి వచ్చిన కూతుర్ని ఎత్తుకుంది. "ఈ ఇంట్లో నువ్వూ నేనేగా పరాయివాళ్ళం" కూతురితో అన్నది.

"నువ్వు ఎప్పుడూ ఇంతేనమ్మా అనవసరంగా ఎవర్నో ఒకర్ని తిడ్తూ ఉంటావ్" తల్లితో అన్నది చిట్టి.

"ఆఁ కడుపున పుట్టిన నీక్కూడా అలాగే కనపడ్తున్నాననటే" కోప్పడింది తల్లి.

"మరి కాకాపోతే ప్లేటు పగులగొట్టింది నేనయితే దాన్ని తిడ్తావెందుకమ్మా"

"ఆఁ వేలెడు లేవ్ ప్రతిదాంట్లోనూ వేలెడ్తానంటావ్" అని కోప్పడి తొడపాశం పెట్టింది. కిందికి దించి కొడ్తున్నది.

దెబ్బలకు చిట్టి "అబ్బ అమ్మా... అమ్మా..." అని ఏడుస్తున్నది.

"అయ్యో అదేఁవిటి పిన్నీ!" తులశమ్మను ఆపింది జానకి.

"హబ్బో సవితిచెల్లెలంటే ఎంత ప్రేమ కారిపోతున్నదే నీకు! ఏఁ? నా కూతుర్ని నేను కొట్టుకుంటా తిట్టుకుంటా చంపుకుంటా నీకెందుకూ" అని తిట్టింది. "చావు చావు చావు" అంటూ మళ్ళీ చిట్టిని కొడ్తున్నది.

"ఊర్కో పిన్నీ" అంటూ చిట్టిని గుంజుకొని మేడపైకి పోయింది జానకి.

"ఓరి భగవంతుడా! ఈ కాపురం నేనీదలేన్రా నాయనో!" మళ్ళీ శోకాలు మొదలుపెట్టింది తులశమ్మ.

"అబ్బ చాలూర్కోవే. ఎందుకిట్లా ఇల్లంతా నరకం చేస్కుంటావ్?" మందలించాడు రామశేషయ్య.

"నా కర్మ! ఈ మూడోపెళ్ళి నాకొద్దో అని మొత్తుకున్నా! నా తండ్రి సచ్చినోడు నా మాట వింటే నాకీ అగచాట్లు రాకుండపోవుగా" అంటూ ఏడుస్తున్నది తులశమ్మ.

"అవునవును" అన్నాడు రామశేషయ్య.

ఏడుస్తున్న చిట్టిని ఎత్తుకొని తనగదిలోకి వచ్చింది జానకి. తనని బల్లమీద కూర్చోబెట్టింది.

"ఏడ్వకు చిట్టీ! నువ్వు మంచిదానివి కదూ! పోనీ నీకొక కథ చెప్పనా? కథ" అని బుజ్జగించింది.

"ఏమొద్దు నాకేం చెప్పొద్దు" అని బల్లమీంచి దిగిపోయి మంచంమీద కూర్చుని ఏడుస్తున్నది చిట్టి.

ఇక ఇట్లా కాదని జానకి కథను పాటలాగా పాడుతూ అభినయం మొదలుపెట్టింది.

అనగనగా ఒకరాణి
నోరులేని పాపలపై ఆ రాణికి ఎంతో జాలి
హాయిగనుండెను పాపలతోని
ఆటపాటలను దేలి॥
అంతలోనె ఆ రాజ్యము చేరెను
వింతరాక్షసుడు ఒకడు
పాపలు భయపడి తల్లడిల్లగా
కోపము వచ్చిన రాణి బాకును చేకొని
దాడి వెళ్ళినది మాయల రాక్షసులపైకి
లోకభయంకర రాక్షస సైన్యం
భీకరముగా పోరాడి
బాకును విరిచీ పాపలరాణిని
పాపమనక తరిమినది ॥

జానకి పాట అభినయం చూసి చిట్టి నవ్వింది.

* * *

సోమలింగం ఇల్లు బ్రహ్మచర్య సాధనా నిలయం. అది ఆచారి ఇంట్లో భాగం. ఆచారి ఇంటి కిటికీలోంచి చూస్తే సోమలింగం గది అంతా కనపడుతుంది.

ఆ గదంతా పురాణ చరిత్ర ప్రసిద్ధ బ్రహ్మచారుల చిత్రపటాలతో, బ్రహ్మచర్య సాధనా సూక్తులతో నిండిపోయింది. బ్యానర్లు మూలలకు అక్కడక్కడా పడి ఉన్నాయి.

సోమలింగం ఆలోచిస్తూ అటూఇటూ పచార్లు చేస్తున్నాడు. ఆచారి బల్ల ముందు కూర్చుని పేపర్ చదువుతున్నాడు. ఏదో తట్టి వచ్చి బల్లమీద కూర్చున్నాడు సోమలింగం.

"ఆచార్లూ" అని పిల్చాడు.

"చిత్తం" పలికాడు ఆచారి.

"చూస్తున్నావ్‌గా"

"చిత్తం చిత్తం"

"మనకు బలం ఎక్కువైనకొద్దీ విరోధులు కూడా ఎక్కువౌతుంటారు"

"అవును. నిజం మాష్టారూ!"

"భయపడ్తున్నావా?"

"అహ లేదండి మాష్టారూ!"

"మనం బ్రహ్మచర్యాన్ని పునరుద్ధరించాలి. బ్రహ్మతేజస్సుతో దేశాన్ని నింపాలి. నవజీవనంతో తొణికిసలాడేట్టు చేయాలి. అప్పుడే మన ఆదర్శం నెరవేరుతుంది"

"అవునండి మాష్టారూ! అంతే అంతే!"

"ప్రియా!" ఆచారిభార్య నాంచారి గొంతు వినిపించింది. ఇద్దరూ కిటికీ వైపు చూశారు.

"ప్రియా!" మళ్ళీ ఆచారిని పిల్చింది నాంచారి.

"ఇంటిది మాష్టారూ! దుంపతెంచుతూ ఉంటుంది. రాత్రుళ్ళు నిద్రపోనివ్వడం లేదండీ! ఏం చెయ్యాలో తోచకపాయె" నీరసంగా చెప్పాడు ఆచారి.

"ఆత్మవిశ్వాసం కుదుర్చుకో. బ్రహ్మచర్యం మీద దృష్టి నిలుపు. ఆఁ ఇదుగో ఈ పుస్తకం ఓసారి చదివావంటే ఏం చేయాలో నీకే తెలుస్తుంది" బల్ల మీదున్న ఓ పుస్తకం తీసి ఆచారికిచ్చాడు సోమలింగం.

"ఆఁ ఆత్మనిగ్రహసారసంగ్రహం చిత్తం మాష్టారు!" సంతోషంగా తీసుకొని ఇంట్లోకి పోయాడు ఆచారి.

ఉత్సాహంగా ఆ పుస్తకం చదువుకుంటూ ఇంట్లోకి వస్తున్న ఆచారిని చూసి నాంచారి "ప్రియా!" అంటూ దగ్గరికి పోయింది. ప్రేమగా "ఇప్పటికి ఈ ప్రియురాలిపై దయ కల్గిందా!" అంటూ చేయి పట్టుకోబోయింది. తప్పించుకుని పుస్తకం చదువుకుంటూ వచ్చి మంచం మీద కూర్చున్నాడు ఆచారి. ఆమె వచ్చి అతని పక్కనే కూర్చుంది.

"ప్రియా! ప్రియా!" అంటూ భుజాలమీద చేతులు వేసి నిమురుతూ ప్రేమగా పిలిచింది. "అయ్యయ్యో! అదేఁవిటీ? నవనవలాడే బుగ్గలూ గుంట్లు పడిపోతున్నాయి. అసలు తలే మారిపోతూంది. బ్రహ్మచర్యం అని మీటింగులనీ వేళకు తిండీతిప్పల్లేకుండా తిరిగితే ఏమౌతుందీ?" అంటూ అతని వీపుమీద వాలిపోయింది. "మీరేఁవన్నా అనండి ఈ బ్రహ్మచర్యం మీ ఒంటికి పడ్లేదు" అని అలక నటించింది. "ప్రియా" అని ప్రేమగా పిలిచింది.

"మూర్ఖురాలా! బ్రహ్మచర్యం అవలంబించు" అని అక్కణ్ణుంచి లేచి వెళ్ళి వేరే పక్కన కూర్చున్నాడు ఆచారి. చిన్నబుచ్చుకున్నది నాంచారి. అయినా మళ్ళీ అక్కడున్న పండ్లముక్కలు తీసి ఆచారి నోటికి అందించింది. అవి నములుతూ పుస్తకం చదువుకుంటున్నాడు ఆచారి. ఆమె అతని భుజం మీద చేత్తో మెల్లగా నిముర్తూ దగ్గరికి వచ్చింది. అర్థమైన ఆచారి నమిలినదంతా ఊసి మళ్ళీ పుస్తకంలో మునిగాడు. ఆమె అతనికి కొంచెం దగ్గరకు జరిగింది వెంటనే అతను దూరం జరిగాడు. మళ్ళీ ఆమె కొంచెం దగ్గరకు జరిగింది అతను దూరం జరిగాడు. ఆమె మళ్ళీ దగ్గరికి జరిగింది. ఇక లాభంలేదని కూర్చున్న ఆచారి వెనక్కు వాలి పడుకొని చదువుతున్నాడు. ఆమెకూడా అతని పక్కనే పడుకున్నది దీపం తగ్గించింది. ఆచారి మళ్ళీ దీపం పెంచాడు. ఆవిడ తగ్గించింది అతను పెంచాడు. ఆవిడ మళ్ళీ తగ్గించింది. ఆచారి లేచాడు.

"మూర్ఖురాలా! బ్రహ్మచర్యం అవలంబించు" కోపంగా అన్నాడు.

నాంచారి అలిగింది. "బ్రహ్మచర్యం బ్రహ్మచర్యం బ్రహ్మచర్యం" అని తిట్టుకుంటూ పోయి కిటికీలోంచి సోమలింగాన్ని చురచుర చూసి అతని మీద మెటికలు విరిచింది. అక్కడున్న చాప వేసుకొని పడుకున్నది.

* * *

సోమలింగం చాల చికాగ్గా ఉన్నాడు. ఆలోచనలతో మనసు అలసిపోయింది. అప్పుడు చిట్టి వచ్చింది అక్కడికి. సోమలింగం చిట్టిని చూశాడు.

"ఎవర్నువ్వూ?" అడిగాడు.

"నేనూ... ఇది మీకిచ్చి మాపటికి నాటకానికి రమ్మని చెప్పింది... చెప్పారు" అని తడబడుతూ చెప్పింది.

"ఎవరూ?" అనుమానంగా అడిగాడు.

106 గృహ ప్రవేశం

"శరభలింగ"

"నేను నాటకానికి రాను"

"బ్రహ్మచర్యం ప్రచారం చేయటానికి నాటకం వేస్తున్నార్ట. తప్పకుండా రావాలని చెప్పింది" మళ్ళీ తడబడి "చెప్పారు" అన్నది.

సోమలింగం చిట్టి చేతిలోని కవరు అందుకొని చించి చూశాడు. "సరే వస్తానని చెప్పు" అన్నాడు.

చిట్టి వెళ్ళిపోయింది.

* * *

ఆడిటోరియం అంతా జనంతో నిండిపోయింది. సోమలింగం వచ్చి ముందు వరసలో కూర్చున్నాడు. ఇంతలో ఒకావిడ వచ్చి సోమలింగం పక్కనే కూర్చుంది. సోమలింగానికి ఇబ్బందిగా అనిపించి లేచి వేరే కుర్చీలో కూర్చున్నాడు. ఆవిడ కూడా లేచి మళ్ళీ అతని పక్కనే కూర్చుని వేరేవాళ్ళకు అవకాశమిచ్చింది. సోమలింగం మళ్ళీ లేచి పక్క కుర్చీలో కూర్చోబోయేంతలో ఇంకొక వ్యక్తి వచ్చి అందులో కూర్చున్నాడు. ఇక ఎక్కడ ఖాళీ లేక మరో అవకాశం లేక సోమలింగం ఆ కుర్చీలోనే కూర్చున్నాడు.

ప్రేక్షకులు ఈలలు వేస్తూ చప్పట్లు కొడ్తున్నారు. తెర తొలిగింది. ప్రదర్శన మొదలయ్యింది.

యువతులు : **బానిసలం బానిసలం**
భారతనారీమణులం
పితకో పతికో సుతునకో
ఆజీవితమూ విధేయతా
యుగయుగాలకూ ఇక
లభింపదో స్వతంత్రతా ॥

భరతమాతవేషధారి(జానకి):

మేలుకో మేలుకో ఓ భారతనారీ!
బానిసబ్రతుకుల బంధనములని
ఇక పటపటని త్రెంచి కదలుమీ

గృహప్రవేశం

పురుషులు నీమీది పెంచిన
చీకటి తెరలను చీల్చి తరలుమా! ॥

సోమలింగంవేషధారి(జానకి):

జెండా ఒక జెండా జై బ్రహ్మచారి జెండా
పదండి వెనుకజూడకుండ బ్రహ్మచారి అండ
పడతి మహర్షులకు చూడ
పతనకారి! నమ్మకండి
బ్రహ్మచర్యమే యొసంగు
స్వాతంత్ర్యము సామ్రాజ్యము ॥

యువతులు : **చాలు చాలు నీ వృథాశయాలు**
ఇక చాలు నీ ఆధ్యాత్మికబోధనలు
బ్రహ్మచర్యసాధనలు
నీ మూలముగా దేశము నిర్వీర్యము
అయినదోయి
స్త్రీపురుషుల నడుమ ఎందుకీ వ్యత్యాసాలు
చేయి చేయి కలిపివేయి
చెంగున ముందంజవేయి ॥

ప్రదర్శన ముగిసింది. తెరపడింది.

* * *

పార్కులో ఒకచోట కూర్చుని తన బ్రహ్మచర్య సిద్ధాంతం గురించి ఆలోచిస్తున్నాడు సోమలింగం. అదే పార్కులో తిరుగుతూ ఫోటోలు దిగుతూ ఆనందిస్తున్నారు జానకి, ఆమె మిత్రబృందం. అనుకోకుండా సోమలింగాన్ని చూశారు అక్కడ. అసలే వాళ్ళకు అతనిమీద పీకలదాకా కోపం ఉన్నది. అతణ్ణి ఏదో ఒకటి చేయాలని అనుకున్నారు. కానీ ఎవరికీ ఏం తట్టడం లేదు. కానీ జానకికి ఒక ఉపాయం తోచింది. కెమెరా పట్టుకున్న స్నేహితురాలికి ఒక ఫోటో తీయమని సైగ చేసి జానకి ఒక చెట్టు చాటుకి పోయింది. సోమలింగానికి వినపడేలా అరిచింది.

108 గృహ ప్రవేశం

"అమ్మయ్యో దొంగలు దొంగలు పొడిచేస్తున్నారు బాబోయ్ రక్షించండి నాయనోయ్ ఆc... రక్షించండి ఆc ఆc..."

సోమలింగాన్ని నమ్మించడానికి జానకి కిందపడిపోయింది. అరుపు వినవచ్చిన చోటును వెదుక్కుంటూ వచ్చాడు సోమలింగం. జానకిని వెనుకనుంచి చూశాడు ముఖం కనిపించలేదు. చుట్టూ ఇంకెవరైనా ఉన్నారేమోనని చూశాడు. ఎవరూ లేరు. అతనికి అనుమానం వస్తున్నది.

అది గమనించి జానకి "ఆc అమ్మోయ్ నాయనోయ్ ఊc..." అంటూ మూలిగింది.

వెనుకనుంచే దగ్గరకి వచ్చి "ఏcవండీ" అంటూ ఆమెను పట్టుకోబోయాడు కానీ ఆగిపోయాడు సోమలింగం. కాపాడాలని అనుకుంటున్నాడు కానీ స్త్రీ అని ఆగిపోతున్నాడు. ఏం చెయ్యాలో తోచక తికమకపడ్తున్నాడు.

"ఆc... అమ్మో అమ్మో అమ్మో" అని మూలుగును ఎక్కువ చేసింది జానకి. అట్లానే లేచి వెనుకకు సోమలింగం మీద వాలింది. పడిపోద్దేమోనని సోమలింగం ఆమెను పట్టుకున్నాడు. ఆమె నవ్వింది. వెంటనే కెమెరా ఉమన్ ఎదురుగా వచ్చి ఫోటో తీసింది. మిగతా స్నేహితురాళ్ళంతా వచ్చి చూసి పకపక నవ్వారు. క్షణకాలంలో జరిగిన ఈ సంఘటనకు ఆశ్చర్యపోయాడు సోమలింగం. అతని ముఖం మాడిపోయింది. లేచి నిలబడ్డాడు. జానకీ లేచింది.

"బ్రహ్మచారి మహాశయా! నమస్కారం" వెటకారంగా అన్నదో యువతి.

"ఇదుగో ఫోటో" కెమెరా చూపించింది కెమెరా ఉమన్.

"రేపొకసారి పేపరు చూస్కొంటే తమ ఆధ్యాత్మికవాదం కళ్ళకు కట్టినట్టు కన్పిస్తుంది" వెక్కిరిస్తూ అన్నది జానకి.

యువతులంతా పకపకా నవ్వి అక్కడినుంచి వెళ్ళిపోయారు. నిశ్చేష్టుడై నిలబడ్డాడు సోమలింగం.

* * *

మరుసటిరోజు -

తులశమ్మ పేపరు పట్టుకొని కోపంగా రామశేషయ్య దగ్గరకి వచ్చింది.

గృహప్రవేశం

"పెళ్ళో పెళ్ళో అని మొత్తుకుంటే నా మాట విన్నావ్? చూడు నీకూతురు జానకేం చేసిందో!" అని పేపర్ ఇచ్చింది. ఆయన పేపరందుకొని చూశాడు. 'బ్రహ్మచారి దౌష్ట్యం' శీర్షికన జానకి సోమలింగం ఒళ్ళోవాలిన ఫోటో కనిపించింది.

"ఓరి భగవంతుడా! ఇక ఏ మొకం పెట్టుకొని నలుగురినీ చూసేదిరా నాయనా! నౌఖరుది చూద్దామా ఇట్లా పోతున్నది. సవతి కూతురు చూద్దామా పట్టి తల్లోకెక్కే. ఇక నాకూతురు గతేంకావాలీ?" అని ఏడ్చింది తులశమ్మ.

"ఇదిగో చూడూ!" ఏదో చెప్పబోయాడు రామశేషయ్య.

"ఇంకా ఏఁవిటయ్యా చూసేది? దానికి ఇంగ్లీషు చదువొద్దు ఓ ఇంటిదాన్ని చెయ్యి అని నెత్తీనోరు కొట్టుకొని అంటే నామాట విన్నావ్?" ఇప్పుడది లేచిపోవడానికి సిద్ధంగా ఉంది. ఇక నువ్వూ నేనూ చేసేదేఁవుందీ? ఓరి భగవంతుడా! ఈ మూడో పెళ్ళి నాకొద్దో అని మొత్తుకున్నా. ఆ తండ్రి సచ్చినోడు నామాట వింటే నాకీ అగచాట్లు రాకపోనుగా" శోకాలు మొదలుపెట్టింది తులశమ్మ.

"అబ్బబ్బా ఊర్కోవే. పోనీ నీకిష్టం వొచ్చినవాడికిచ్చి చెయ్‌వే జానకిని నే వద్దన్నదెప్పుడూ?" విసుగ్గా అన్నాడు రామశేషయ్య.

సంతోషమయ్యి శోకం మాని "నిజంగానా! మొగుడంటే మిమ్మల్ని చెప్పుకొని ఇతరుల్ని చెప్పుకోవాలండీ!" అని పొగిడింది.

"అవునవును" విసుగ్గా అక్కడినుండి వెళ్ళిపోయాడు ఆయన.

* * *

"**బ**యటకు వెళ్ళే ప్రాప్తం కూడా లేనట్లుంది మాష్టారూ! ప్రతివాడూ ఈ సంగతే అడుగుతున్నాడు" విచారంగా ఉన్న సోమలింగానికి పేపరు చూపిస్తూ అన్నాడు ఆచారి.

"లోకుల మాటలకు భయపడుతున్నావా ఆచార్యులూ?" అడిగాడు సోమలింగం.

"ఆఁ భయంకాదు మాష్టారూ! ఇంత చేసినవారు ఇంక ఎంత చెయ్యరా? అని ఆలోచిస్తున్నాను"

"దేనికైనా మనం సిద్ధపడవలసిందే. సంఘశ్రేయస్సుకోసం పనిచేసేటప్పుడూ అనేక కష్టాలొస్తాయి. వాటినెదుర్కొనే మనోధైర్యం ఉండాలి"

"ఏమో సార్! అంతా గడబిడగా ఉంది. అసలింతకీ . . ." అని సోమలింగాన్ని అనుమానంగా చూశాడు ఆచారి.

"ఆచార్యులూ" గద్దించాడు సోమలింగం. ఆచారి కొంచెం జంకాడు. వెనక్కు తగ్గాడు.

"ఏమైనా కానీ ఎన్ని ఆపదలైనా రానీ నా పట్టుదల నేను విడువను" నిశ్చయంగా చెప్పాడు సోమలింగం.

* * *

"ఏదో నోరు పట్టక అంటా గానండీ! నాకుమాత్రం జానకంటే ప్రేమలేదూ? దానికోసం ఎన్నెన్ని సంబంధాలు వెతుకుతున్నానూ? ఈవాళే మా రమణరావుని ఓసారి వచ్చిపొమ్మని కబురుకూడా చేశాను" సోఫా చేయిమీద కూర్చుని సోఫాలో కూర్చున్న భర్తమీద ప్రేమగా చేయివేసి సంతోషంగా చెప్పింది తులశమ్మ.

"ఎవరతనూ?" కొంచెం లోతుగా అడిగాడు రామశేషయ్య.

"మా పింతల్లి కొడుకండీ!"

"ఊఁ"

"నాటకసమాజమొకటి పెట్టి ఎక్కడెక్కడి దేశాలూ తిరిగీ ఈవాళే ఈ ఊరొచ్చాడు"

"ఆఁ? వేషాలు వేసేవాడా?" కొంచెం తక్కువచేసి అడిగాడు.

"బాగా డబ్బున్నవాడండీ! మన జానకికన్నివిధాల తగ్గవాడు. అతణ్ణి గనక ఒప్పించాఁవంటే..."

"వస్తాడంటున్నావుగా రానీ చూద్దాం!" అంటుండగానే

"రరా రరరరరా రరా" అని పాడుకుంటూ వచ్చాడు రమణరావు. సూటూ బూటూ నెత్తిన టోపీ నోట్లో పైప్ చేతిలో ఫోటో ఆల్బం పేరుకు తగ్గట్టు పెద్ద వేషగాడిలాగే కనపడ్డాడు.

"అడుగో మాటల్లో మోటేసుకొచ్చాడు. ఎంతమంచివారండీ!" రమణరావుని చూపిస్తూ భర్తని మెచ్చుకుంది.

"అవునవును"

తులశమ్మ రమణరావుకి ఎదురెళ్ళింది. రామశేషయ్యా ఆమె వెనకే వెళ్ళాడు. తులశమ్మను చూశాడు రమణరావు.

"హల్లో మై డియర్ తులశమ్మక్కా!" గట్టిగా అంటూ నవ్వాడు. "ఆఁ ఎంత మారిపోయావ్?" అని అడిగాడు.

"ఎప్పుడూ ఒకేతీరుగా ఉంటామా బాబూ?"

"నానాటికీ చిన్నదానివైపోతున్నావ్ అక్కా!" కాస్త పొగిడాడు.

లోలోపల మురిసిపోయింది తులశమ్మ.

"నీ మాటలు పోనిచ్చావు గాదు. మీ బావను మర్చిపోయినావా?" వెనకున్న భర్తను చూపించింది.

"హల్లో హల్లో" అని ఆయనకు షేక్‌హ్యాండిచ్చి ఆశ్చర్యంగా పైకికిందికి చూసి "బావ ఇంత ముసలివాడైపోయాడేం తులశమ్మక్కా?" అని మెల్లగా అడిగాడు.

"మా సంగతే అడుగు బాబూ!" నిట్టూర్చింది తులశమ్మ.

"ఏఁ?" ఆశ్చర్యంగా అడిగాడు. అంతల్నే గుర్తొచ్చి "ఓ! థర్డ్ మ్యారేజ్ అంటే మూడోపెళ్ళి. బ్యాడ్. ప్చ్ ప్చ్. బ్లడీబ్యాడ్" అన్నాడు.

"విధికృతం బాబూ! నేను మాత్రం నా జీవితం ఇట్లా అవుతుందనుకున్నానా?"

"నిన్ను చూస్తే గుండె పగిలిపోతుంది తులశమ్మక్కా!"

"కూర్చో బాబూ కాఫీ తీసుకొస్తాను"

"నోనోనో థ్యాంక్స్. జస్ట్ ఐ హేడ్ మై కాఫీ. లెఫ్టినెంట్ కల్నల్ ఉన్నాడే శ్రీధర్ రావు వాడు పట్టుకొనిపోయి కాఫీ తాగేవరకు విడిచిపెట్టాడు కాదు" చెప్తున్నాడు రమణరావు. రామశేషయ్య వచ్చి సోఫాలో కూర్చున్నాడు. తులశమ్మా ఆయన పక్కనే కూర్చున్నది.

"బై ది బై బావా! నేనూ నాట్యకళనుద్ధరించడానికి వేసిన వేషాలు ఎప్పుడైనా చూశావ్? నీకు చూపిద్దామని తెచ్చాను. రరరా రరరా రారా..." అని పాడుతూ చేతిలో ఉన్న ఆల్బం తీశాడు. తులశమ్మ రామశేషయ్య చూస్తున్నారు.

ఒకఫోటో చూపించి "ఇది దుష్యంతుడి వేషం. నేనే. ఏఁవిటీ శకుంతలా? వెళ్ళిపోయింది. శకుంతలే శకుంతలే అని అలా కూర్చొని విరహవేదన పడ్తున్నాను" అని వివరించాడు.

112 గృహ ప్రవేశం

"ఎంతటి మహారాజుకెంతటి కష్టంవొచ్చిందీ?" బాధపడింది తులశమ్మ.

రమణరావు ఇంకో ఫోటో చూపించాడు. "ఇదీ చంద్రమతి వేషం. దర్భలు తీసుకొనిరావడానికి వెళ్ళిన లోహితాస్యుడు పాము కరచి మరణించినాడని తెలిసీ హా! పుత్త్రరత్నమా! మెత్తని నా అంకశయ్యలో పరుండవలసిన వాడివి నీవా ముళ్ళకంచెల్లో – అరణ్యాల్లో ముళ్ళ కంచెలుంటాయిలే తులశమ్మక్కా! – ఎట్లా పడుకోగల్గితివిరా తండ్రీ అని గుండెలు పగులకొట్టుకుంటూ ఉంది" అని చెప్పాడు.

"విధికృతం తప్పుతుందా బాబూ ఎంతవాళ్ళకైనా" మళ్ళీ బాధపడింది తులశమ్మ.

ఇంకో ఫోటో చూపించి రమణరావు "ఇది కొజ్జా వేషం" అని చెప్పాడు.

రామశేషయ్య రమణరావుని అనుమానంగా ఎగాదిగా చూశాడు. తులశమ్మ కూడా కొంచెం అనుమానంతో అదోలా చూసింది.

"బొబ్బిలి నాటకంలో అంత:పురకాంతల్ని కాపాడాను. నా వేషం చూసి బుస్సీదొర కోటలో అడుగు పెట్టలేక సౌతాఫ్రికా ఉడాయించాడు" గొప్పలు చెప్పుకున్నాడు రమణరావు.

అతనితీరు రామశేషయ్యకు అంతగా ఏం నచ్చట్లేదు.

అతడు చెప్పుకున్న గొప్పతనానికి పొంగిపోయి తులశమ్మ "మన జానకుంటే ఎంత సంతోషించేదండీ" అన్నది భర్తతో.

"అవునవును" చిరాగ్గా బదులిచ్చాడు ఆయన.

"మా జానకి నాటకాలంటే చెవి కోసుకుంటుంది. నీకన్ని విధాలా తగ్గపిల్ల. మీయిద్దరూ ఒకింటివాళ్ళయితే..." అంటూ నిశ్శబ్దంగా ఉన్న భర్త కాలిమీద చేత్తో పొడిచింది తులశమ్మ.

"ఆఁ అవునవును చాలా బాగుంటుంది" అన్నాడు రామశేషయ్య.

"థ్యాంక్స్. మీతో సంబంధం కలుపుకోవడం నాకు పరమానందం తులశమ్మక్కా! నేను కాశ్మీరంలో ఉన్నప్పుడూ నా వేషం చూసి ఖరోడా మహారాజు తనతో వచ్చేయమన్నాడు. ఫ్చ్ ఆయ్ నాన్సెన్స్ అన్నాను. నేను పెద్దయాక్టర్ని. నా భార్య పెద్ద యాక్ట్రెస్సే కావాలీ గంతకు తగ్గ బొంత అన్నారు పెద్దలు" అంటూ రామశేషయ్య వైపు చూశాడు రమణరావు. ఆయన తులశమ్మ వైపు చూశాడు. రామశేషయ్య పేరుకు పెద్దే అయినా పెత్తనమంతా తులశమ్మదే అని అర్థమయ్యింది రమణరావుకి.

గృహప్రవేశం

"ఏమంటావ్ తులశమ్మక్కా!" అని అడిగాడు.

"అంతే బాబూ! లేకపోతే అచ్చటా ముచ్చటా ఏఁవుంటుందీ? మా కాపురానికి మల్లేనే ఉంటుంది. జానకికి నువ్వంటే చాలా ఇష్టం బాబూ! నువ్వు ఈ ఊరొచ్చావని తెలిసి మావయ్య ఇంకా రాలేదేమే ఇంకా రాలేదేమే అని నా దుంప తెంచుతుంది" అని అతిగా చెప్పింది.

"బ్రేవో! కాబొయ్యే భార్యంటే అట్లా ఉండాలి. కానీ ఒక్కమాట బావా! నువ్వు కూడా విను. నేనూ గ్రేట్ యాక్టర్ని గ్రేట్. అటువంటివాణ్ణి పిల్లను చూడకుండా మాట ఇస్తే లోకం నవ్వరూ? నాకూ లవ్ ఎట్ ఫస్ట్ సైట్లో నమ్మకం బావా! అసలు సైటే లేకుండా లవ్వెట్లా వస్తుంది తులశమ్మక్కా!" అన్నాడు రమణరావు.

"ఉండదు బాబూ ఉండదు" సమర్థించింది ఆమె.

"అందుకనీ పిల్లను చూడాలి"

"అట్లాగే బాబూ! ఇప్పుడు జానకింట్లో లేదు. రేపు చూద్దువుగానీ" అంటూ భర్త కాలిని చేత్తో తట్టింది.

హఠాత్తుగా ఏదో గుర్తుకొచ్చినట్లు "అవునవును రేపు" అన్నాడు ఆయన.

"ఓ ఆల్రైట్" అని లేచి చేతి గడియారం చూసుకున్నాడు రమణరావు. "ఓ ఓ టైమైంది. దివాన్ బహద్దూర్ పాపయ్యారావుగారికి ఎంగేజ్‌మెంట్ ఇచ్చాను. ఆఁ ఏవో కొన్ని పెర్ఫార్మెన్సెస్ ఇవ్వమని వెంటబడి బతిమాలుతున్నాడు. శెలవు బావా! తులశమ్మక్కా! బబాయ్" అని చెప్పి వెళ్ళిపోయాడు.

"ఎంత కలుపుగోలు మనిషండీ! ఇలా అందిస్తే అలా అల్లుకుపోతాడు" భర్తతో అన్నది తులశమ్మ.

"అవునవును" కోపంగా అని అక్కణ్ణుంచి వెళ్ళాడు రామశేషయ్య. ఆవిడా అతన్ని చీదరించుకొని లోపలికిపోయింది.

రమణరావు పైప్ కాలుస్తూ తనకారు దగ్గరికి పోవడానికి రోడ్డు దాటాడు. కొందరు అమ్మాయిలు రోడ్ మీద నడుస్తూ పోతున్నారు. కారెక్కబోయిన రమణరావు వారిని చూసి ఆగి గట్టిగా ఈల వేశాడు. ఆ అమ్మాయిలంతా వెనక్కి తిరిగి చూశారు.

"హలో" అంటూ వారి దగ్గరికి వచ్చాడు రమణరావు. కన్నుకు అద్దం పెట్టుకొని వెకిలిగా నవ్వుతూ అందర్నీ చూసి "ఓహ్ మే ఐ గివ్ యూ ఏ లిఫ్ట్? అంటే కారెక్కించేదా?" అని అడిగాడు.

"ఓ ఐసీ" అన్నదొక అమ్మాయి.

"కమాన్"

"షటప్" కసిరిందా అమ్మాయి. మిగతా అమ్మాయిలూ తిడ్తున్నారు.

"ఫూల్"

"ఇడియట్"

రమణరావు వెనక్కుతగ్గాడు. "థ్యాంక్యూ థ్యాంక్యూ యువర్స్ సిన్సియారిటీ" అన్నాడు.

అమ్మాయిలు అతణ్ణి చూసి విరగబడి నవ్వి వెళ్ళిపోయారు.

రమణరావూ కారెక్కి వారినే చూస్తూ వెళ్ళాడు.

* * *

రమణరావు ఇల్లు చేరాడు.

"టటటటా టటటటా ....." పాడుకుంటూ లోపలికి వచ్చాడు. పైప్ పక్కన పెట్టి "అరేయ్ సీతారామ్ . . ." అని నౌఖరును గట్టిగా పిల్చాడు. కళ్ళజోడు టోపీ తీశాడు.

"అయ్యా!" సీతారాం వచ్చాడు.

రమణరావు కోటు విప్పుతుంటే సాయం చేస్తూ "ఆ పిల్లొచ్చి కూచుందయ్యా!" చెప్పాడు.

"ఏ పిల్లరా?" చిరాగ్గా అడిగాడు రమణరావు.

"అదే పెళ్ళిచేసుకుంటానని చెప్పి మోసగించొచ్చారట ఆ పిల్ల"

"అరె ఎందుకు రానిచ్చావురా ఫూల్?"

"ఆ పిల్లను రావొద్దంటానికి ఎవళ్ళకు మనస్కరిస్తుంది. నా మాటవిని ఇకనైనా చిలిపి పనులు మాని మర్యాదగా పెండ్లి చేస్కొని సంసారం చెయ్యండి" హితవు చెప్పాడు సీతారాం.

"సంసారమా? హుః సంసారం పెట్టి పిల్లల్ని మీద పిల్లల్ని కని వాళ్ళకి శనగపప్పూ బఠాణీలూ తినిపిస్తూ జో జో అంటు జోలపాడ్తూ కూర్చోమంటావుట్రా ఛ హౌ..."

"మీ మంచి కోరేవాణ్ణి కాబట్టి చెప్పాను. నాకెందుకు? ఆ పిల్లొచ్చి ఆ గదిలో కూర్చుంది. మీరే వెళ్ళి ఏం సమాధానం చెప్పుకుంటారో చెప్పుకోండి"

"ఇడియట్. ఏదో ఒకటి నెత్తిమీదకి తెచ్చిపెడ్తూనే ఉంటాడు" అని కోప్పడి ఆ అమ్మాయి ఉన్న గదిలోకి వెళ్ళాడు.

ఆమె మంచం మీద కూర్చుని ఏడుస్తూ ఉంది.

"హల్లో మై డియర్ లలితా! ఎప్పుడొచ్చావ్?" ప్రేమ నటిస్తూ అడిగాడు రమణరావు.

సమాధానం చెప్పక ముఖం ముడుచుకుంది.

"డియర్! డియర్! నిన్ను చూస్తే నా కడుపు నిండినట్లున్నది" దగ్గర కూర్చొని బుజ్జగిస్తున్నాడు.

"చాల్లెండి! ఈ మాటలు నమ్మే గొంతు మీదికి తెచ్చుకున్నాను. తల్లికీ తండ్రికీ కాకుండా పొయ్యాను" ఏడ్చింది లలిత.

"ఎబ్బెబ్బే ఏమిటా మాటలు? ద గ్రేట్ యాక్టర్ అండ్ పోయెట్ రమణ్రావ్ ప్రియురాలు మాట్లాడవల్సిన మాటలేనా ఇవి? ఏం జరిగిందీ చెబితే అన్నీ తీర్చడానికి నేనున్నానుగా!" సముదాయించి భరోసా ఇచ్చాడు.

"ఏంవిటీ నువ్వు తీర్చేదీ? పెళ్ళి ఏర్పాట్లు చేసుకొస్తానని చెప్పి, ఆ లోకంలో కూర్చోబెట్టీ, అయిపులేకుండా వచ్చేస్తే నేనేమైపోవాలనీ? దిక్కులేని ఆడదాన్ననేగా?" ఏడుస్తూ అన్నది.

"రమణ్రావ్ ఆడవాళ్ళను కష్టపెడ్తాడా! హుం ఎంత మాటన్నావ్? నా జీవితమంతా ఆడవాళ్ళను సుఖపెట్టటానికే ధారపోస్తున్నానే నన్ను పట్టుకొని ఇంతమాటంటావా?" అని అలక నటించాడు.

"మాటలకేంలెండి. నమ్మేవాళ్ళుంటే ఎన్నైనా చెప్పొచ్చు" నిరాశగా అన్నది.

"హాం! నువ్వే ఇలా అంటే ద గ్రేట్ యాక్టర్ అండ్ పోయెట్ రమణ్రావు ఏ నుయ్యోగొయ్యో చూస్కోవాల్సిందే"

"నాకోసం మీకంత కష్టమెందుకులెండి?"

"నీకోసం కాకపోతే నేనెవరికోసం డార్లింగ్ కష్టపడేది? అసలు నేనిక్కడెందుకుంటున్నాను? అచ్చుగా నీకు సరిపడే నాటకమొకటి రాయిస్తున్నాను. అందులో నిన్ను

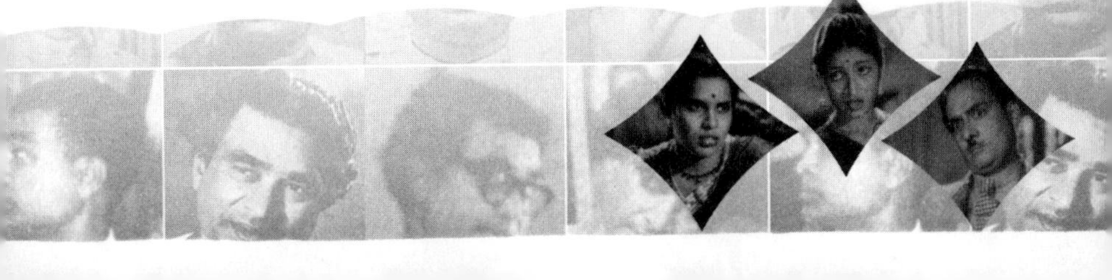

కథానాయికపాత్ర వేయించి చూసి పెద్ద స్టార్‌ను చేయాలనుంది" అని ఆకర్షించే అబద్ధం చెప్పాడు రమణరావు.

ఎట్టకేలకు నమ్మింది లలిత. రమణరావు బుట్టలో పడ్డది. వచ్చి రమణరావు పక్కనే కూర్చున్నది. ఆనందంగా అడిగింది.

"నిజంవాండీ? నిజంవేనా? ఏవండీ ఏవండీ నా మీద ఒట్టేసి చెప్పరూ"

"ఆఁ మాటొకటీ ఒట్టేసుకుంటే ఒకటీనా? నిన్ను వృద్ధిలోకి తీస్కొని రావడానికి కాకపోతే నాకీ తాపత్రయం ఎందుకు చెప్పూ! మొన్నటికి మొన్న ఖరోడా మహారాజుగారు తన కొడుక్కు ట్యూటర్‌గా రమ్మని కబురు పంపిస్తే నేనేం చెప్పానో తెల్సా? నువ్విక్కడ ప్రియా! హా ప్రియా! అని విలపిస్తూ ఉంటావని, అహాఁ నామనసులో అనుకొనీ పైకి ఆఁ నేను రానని చెప్పాను"

ఆమాటలకు లలితకు సిగ్గు ముంచుకొచ్చింది. ప్రేమతో రమణరావుని కొట్టింది.

"పోనిద్దురూ. మీమాటలు పోనిచ్చారు గాదు" అన్నది.

"అహాఁ! నీ దెబ్బలు పోనిచ్చావేంవిటీ?"

ప్రేమతో రమణరావు మీద వాలిపోయింది లలిత.

"కాదండీ! మీరెన్నాళ్లికీ రాకపోతే భయం వేసింది. ఏవేవో ఊహించుకునేదాన్ని. పొద్దల్లా ఏడుస్తూ కూర్చునేదాన్ని. చచ్చిపోదామా అనిపించింది" అని తన బాధ వివరించింది.

"చుచ్చుచ్చుచూ... ఓ మైడియర్ పూర్ హార్ట్! నీవీ రమణకోసం ఎంత కష్టపడ్డావో కదా! ఇక్కడ నేను మాత్రం ఊరుకున్నానా? ఎపుడు వెళ్దామా ఎపుడు నా లలితను చూద్దామా అని తహతహలాడానంటే నమ్ము" అని లేని ప్రేమ ఒలకబోశాడు.

ఆ మాటలకు లలిత చిరునవ్వులు చిందిస్తూ సిగ్గుతో వంకర్లు తిరిగింది.

"ఊఁ అలాగే..." అని ప్రేమలో కోపం నటిస్తూ రమణరావు గొంతుకున్న వస్త్రాన్ని బిగించింది.

రమణరావు కూడ "ఆఁ ఆఁ" అంటూ నొప్పి నటించాడు.

* * *

రమణరావుని చేసుకోవడం జానకికి అస్సలు ఇష్టం లేదు. రమణరావుననే కాదు ప్రేమలేకుండా పెళ్ళి అనే దాంట్లోనే ఆమెకు నమ్మకంలేదు. కానీ తులశమ్మ మాత్రం గట్టి పట్టుదల మీద ఉంది రమణరావుకి జానకినిచ్చి చేయాలని. అన్నట్టుగానే మరుసటిరోజున పెళ్ళిచూపులు కూడా ఏర్పాటు చేసింది.

"ఇదేఁవిటే ఇంకా బట్టలు మార్చుకోకుండా కూర్చున్నావేం? మా రమణొచ్చే టైమయిందీ. త్వరగా కానీయ్" ఆదేశించింది తులశమ్మ.

"నాకు ఈ పెళ్ళి ఇష్టం లేదు పిన్నీ" అప్పటికే దిగులుగా ఉన్న జానకి దీనంగా విన్నవించింది.

"అదుగో మళ్ళీ అదేమాటా! ఎన్నిసార్లు చెప్పినా నీ బుద్ధి పోనివ్వవు" కోప్పడింది తులశమ్మ.

"ఎందుకు పిన్నీ నన్నిట్లా బాధపెడ్తావ్? ప్రేమలేని పెళ్ళివల్ల వచ్చే కష్టాలు నీకు మాత్రం తెలియందేఁవుందీ?"

"జానకీ! ఆఖరిమాట చెప్తున్నా వినూ! ప్రేమా గీమా ఇష్టం అయిష్టం అవన్నీ కుదరవ్. నేనీ ఇంట్లో ఉన్నంత కాలం నామాట చెల్లి తీరవలసిందే. మళ్ళీ వచ్చేవరకల్లా ముస్తాబై ఉన్నావో ఉన్నావు లేకపోతే ఏం జరగాలో అదే జరుగుతుంది" హెచ్చరించి తులశమ్మ జానకి గదిలోంచి వెళ్ళిపోయింది.

చేసేదిలేక జానకి బాధపడ్తూనే అక్కడున్న కొత్తచీర అందుకున్నది. చిట్టి వచ్చీరాక చీరకట్టుకుంటూ అక్కడికి వచ్చింది. జానకికి వింతగా అనిపించింది.

"ఇదేం వేషమే చిట్టీ?" అని అడిగింది.

"పెళ్ళికూతురి వేషం! నువ్వేస్కోవేం? అమ్మ చెప్పిందక్కా! నువ్వట అందంగుండాలట లేకపోతే పెళ్ళికొడుకు నాకీ పిల్లొద్దో అని పారిపోతాడట"

జానకి ఆలోచనల్లో ఓ మెరుపు మెరిసింది. చిట్టిని సంతోషంగా అడిగింది.

"నిజంగా పారిపోతాడా చిట్టీ?"

"ఆఁ. అలా ఉంటే ఎవరు పెళ్ళిచేస్కుంటారమ్మా నిన్ను?" అమాయకంగా అడిగింది చిట్టి.

118 గృహ ప్రవేశం

"నాకు మంచి ఉపాయం చూపెట్టావే చిట్టీ! పెళ్ళికొడుకు చూచి ఈ పిల్ల నాకొద్దు వద్దుబాబోవద్దు అని మూర్ఛపోయేట్టు చేస్తాను"

ఇప్పుడు చిట్టి జానకిని వింతగా చూస్తున్నది.

ఈలోగా తులశమ్మ రామశేషయ్యను అద్దంముందు కూర్చోబెట్టి ముస్తాబు చేసింది.

"ఎంత బాగున్నారండీ ఇవ్వేళ? ఎప్పుడూ ఇట్లా ఉండగూడదూ?" అన్నది.

ఆమె తీరు అంతగా నచ్చని రామశేషయ్య "అవునవును" అన్నాడు.

"తులశమ్మక్కా!" బయట్నుంచి రమణరావు గొంతు వినపడింది.

"అడుగో మీరు వెళ్ళి మంచీచెడ్డా మాట్లాడ్తూ ఉండండి. నేను జానకిని తీస్కొనివస్తాను" భర్తతో అన్నది తులశమ్మ.

"ఊఁ" అని అద్దం ముందునుండి లేచాడు రామశేషయ్య.

వింతగా అలంకారం చేసుకొని తనగదిలో అద్దంముందు నిలబడి చూసుకుంటుంది జానకి. జానకిని చూసి చిట్టి పకపకా నవ్వుతుంది.

"భలే బావుందక్కా!"

"ఊఁ ఊఁ అపుడే యేఁవైందీ? పెళ్ళికొడుకు దగ్గరకు వెళ్ళనీ చెప్తా"

"జానకీ! జానకీ! త్వరగా రావాలి. ఆయనొచ్చి హాల్లో కూర్చున్నాడు" గది అవతలే ఉండి పిల్చింది తులశమ్మ.

"నువ్వెళ్ళమ్మా! మేఁవొస్తాం" జవాబిచ్చింది చిట్టి.

రమణరావు హాల్లోకి వస్తున్న రామశేషయ్య దగ్గరకి వచ్చాడు.

"వేరీజ్ జానకీ? జానకి ఏదీ?" ఉత్సాహంగా అడిగాడు.

"వస్తున్నది రా! కూర్చో!"

రమణరావు నిలబడే మాట్లాడ్తున్నాడు.

"ఓహ్ ఈ ఇండియన్స్ పద్ధతంతా వట్టి నాటు పద్ధతి బావా! పెళ్ళంటే దొరల పెళ్ళే చెప్పుకోవాలి. వాళ్ళల్లో ఊలింగ్ అని ఉంటుంది ఊలింగ్. ఊలింగ్ అంటే ఏమిటో తెలుసా బావా? పెళ్ళికి ముందు చూసేసుకోవడం అన్నీ సరిపోయింతర్వాత పెళ్ళి చేసుకోవడం"

గృహప్రవేశం

"అవునవును కూర్చో" విసుగ్గా కుర్చీ చూపించి తను కూర్చున్నాడు రామశేషయ్య.

రమణరావు కూర్చోబోతూ తులశమ్మ మెట్లు దిగిరావడం చూశాడు.

"హల్లో మైడియర్ తులశమ్మక్కా! కమాన్! కమాన్! నీమాటే చెప్తున్నాను బావకి. నువ్వులేని ఈ హాలు సైడ్ కర్టెన్ లేని స్టేజిలాగుంది తులశమ్మక్కా! సిడౌన్! సిడౌన్!" అన్నాడు.

"మనసులు కలసింతర్వాత అంతేగా బాబూ!" కూర్చుంటూ అన్నది.

"గెట్ ఇట్. వేరీజ్ జానకీ? జానకీ ఏదీ?" అని అడిగాడు.

చిట్టి తల్లి దగ్గరకి వచ్చింది. "అమ్మా! అమ్మా! అక్క" అని తన వెనకున్న జానకిని చూపించింది.

పిచ్చిపిచ్చిగా వెగటుపుట్టేలా అలంకరించుకొని ముఖంమీద కొంగు కప్పుకొని పిచ్చిదానిలా నిలబడ్డది జానకి. జానకి వింతవేషం చూసి బిత్తరపోయింది తులశమ్మ. రమణరావు లేచి కన్నుకు అద్దం పెట్టుకొనిమరీ చూశాడు. జానకిని నఖశిఖపర్యంతం పరిశీలించాడు. ఆశ్చర్యపోయి తులశమ్మని అడిగాడు.

"తులశమ్మక్కా నీ డాటర్‌తో పరదా అబ్జర్వ్ చేయిస్తున్నావా?"

తులశమ్మ జానకి వైపు కోపంగా చూసింది.

"సిగ్గుబాబూ! ఇంగ్లీష్ చదువుకున్నదన్నమాటేకానీ మా అమ్మాయికి తగని సిగ్గు" అని సర్దిచెప్పింది.

"ఓ! ముసుగు తీయించు" తులశమ్మని అడిగాడు.

"హేయ్ లిఫ్ట్ ది కర్టెన్" జానకిని అన్నాడు. ముసుగు తీయలేదు. "తెరెత్తు తులశమ్మక్కా!"

తులశమ్మ లేచి జానకి దగ్గరికి వచ్చి ముఖం మీదున్న ముసుగు తీసింది.

"ఇదేం వేషమే నీతల పగలా" అని తిట్టింది.

జానకి రమణరావువైపు వెకిలిగా పిచ్చిగా చూస్తూ "పె... పె... పెళ్ళేసం" అన్నది. జానకిని చూసి కొయ్యబారిపోయాడు రమణరావు. మెల్లకన్ను పెట్టి తలవంచి చూసింది జానకి. ఆమెనెగాదిగా చూసి కంగారుపడ్డాడు రమణరావు. కానీ అక్కడే టేబుల్ మీద

120 గృహ ప్రవేశం

షటిల్‌బ్యాట్ పట్టుకొని దిగిన జానకి ఫోటో చూశాడు. ఇదంతా నటన అని అర్థం చేసుకున్నాడు. ఒక ఉపాయం ఆలోచించి నవ్వుతూ జానకి దగ్గరికి వచ్చాడు.

"వెరీగుడ్" అని కన్నుకు అద్దం పెట్టుకుని చూశాడు. "వాట్ ఏ నోస్? వాట్ బ్యూటిఫుల్ ఐస్? ఏదీ కొంచెం నడువు జానకీ డియర్!" అన్నాడు.

అంతసేపూ అతణ్ణి వెక్కిరిస్తూ నిలబడ్డ జానకి కుంటుతూ నడిచింది.

ఇప్పుడు జానకిని చూసి రామశేషయ్య కూడా ఆశ్చర్యపోయాడు. తులశమ్మ అసలు తన కళ్ళను తానే నమ్మలేకపోయింది. చిట్టి తండ్రిచెవిలో అసలు సంగతి చెప్పింది.

జానకి వెనుకనే నడిచి జానకి నడకను పరిశీలించాడు రమణరావు.

"మార్వలెస్. మార్వలెస్ యాక్టింగ్. ఆఁ పాటేమైనా వచ్చా?" అని విరగబడి నవ్వుతూ అడిగాడు.

"ఊఁ ఊఁ" అని తలూపి "నాపాటే, తలుపుదగ్గరపాట అప్పగింతలపాట పెళ్ళిపీటలమీదిపాట అన్నీ వచ్చు" పిచ్చిపిచ్చిగా చెప్పింది.

"ఓ"

"ఆర్మోనియం కూడా వాయిత్తా"

"ఆఁ అయితే ఏదీ ఆ కోయిలకంఠంతో ఒకపాట కూడా విసురూ!"

"ఆఁ ఉహు ఉహు" అని దగ్గి పాట ప్రారంభించింది.

తమలపాకుతో నీవొకటంటే
తలుపుచెక్కతో నే రెండంటా
విసనకర్రతో నీవొకటంటే
వీశెరాయితో నే రెండంటా
చిగురుటాకుతో నీవొకటంటే
చీపురుకట్టతో నే మూడంటా

పాటవిని రమణరావు చప్పట్లు కొట్టాడు.

"బ్రేవో బ్రేవో" అని నవ్వాడు. "మైడియర్ గ్రేటాగార్బో! నార్మర్‌షేరర్! కాంచనమాలా!" అంటూ చెయ్యిపట్టుకోబోయాడు. జానకి అక్కడినుంచి వెళ్ళిపోయింది.

గృహప్రవేశం

తులశమ్మ చేయిపట్టుకొని "ఎన్ని దేశాలు తిరిగాను కానీ ఇటువంటి యాక్టింగ్ ఎక్కడా చూడలేదు తులశమ్మక్కా!" ఆనందంగా అన్నాడు.

"అయితే అమ్మాయి నీకు నచ్చినట్టేనా?" ఆశ్చర్యంగా అడిగాడు రామశేషయ్య.

"ఆఁ..... నచ్చడఁవేఁవిటి బావా ఈ పనికి ఉన్నవాణ్ణి ఉన్నట్టు పెళ్ళి చేస్కోవడానికి సిద్ధంగా ఉన్నాను. ముహూర్తం పెట్టించు. ది గ్రేట్ యాక్టర్ అండ్ పోయెట్ రమణరావుకు ది గ్రేట్ యాక్ట్రెస్ అండ్ ఉమన్ జానకి భార్య. అహెూ ఏమి దాంపత్యం తులశమ్మక్కా! ఇదంతా నీ చలవే. ధన్యుడను ధన్యుడను" అన్నాడు. ఆనందంతో పాడుతున్నాడు.

ధన్యుడనైతి నహా
తులశమ్మక్కా! తులశమ్మక్కా! ॥
జానకి మై డియర్ స్వీట్‌హార్ట్
జానకి ఇకపై నాహృదయేశ్వరిగా
ముహూర్తమెప్పుడు అక్కయ్యా!
డియరక్కయ్యా! ॥

సోఫా మీద ముడుచుకొని కూర్చున్న చిట్టి దగ్గరకు వచ్చాడు రమణరావు.

"హల్లో మై డియర్ లిటిల్ మరదలా!" అని చెంపను గిచ్చాడు. "నేనెవర్నో తెల్సా? ఐయామ్ యువర్ బ్రదరిన్లా అంటే మీ బావను"

"అయితే ఏంటటా" అన్నట్టు వేళ్ళన్నీ మలిచి బొటనవేలెత్తి వెక్కిరించింది చిట్టి.

చిట్టి వెక్కిరింతకు దిమ్మదిరిగిన రమణరావు నెమ్మదిగా అక్కడినుండి జారుకున్నాడు.

తన పెళ్ళి తన ఇష్టానిష్టాలతో ప్రమేయం లేకుండా నిశ్చయమయ్యేసరికి దు:ఖం పొంగుకొచ్చింది జానకికి. పినతల్లిని ఏమీ అనలేని పరిస్థితి తనది. తండ్రీ తనలాగే నిస్సహాయుడు. ఏమీ చేయలేని జానకి ఏడుస్తున్నది. జానకిని ఓదార్చడానికి ఆమెగదిలోకి వచ్చాడు తండ్రి.

"ఊరుకోమ్మా! ఎందుకు పిచ్చితల్లీ ఏడుస్తావ్?"

"నాకీ పెళ్ళి ఇష్టంలేదు నాన్నా!"

"ఇష్టం అయిష్టం అని మనమనుకుంటాం గానీ బ్రహ్మరాత ఎవరు తప్పించగలరు తల్లీ! మనం అనుకునేదొకటీ జరిగేది ఒకటి. చూడమ్మా! నీతల్లి సంగతి నీకు తెలియదు" అని జానకిని తల్లి ఫోటో దగ్గరకు తీసుకపోయాడు. జానకి ముమ్మూర్తులా తల్లి పోలికే.

122 గృహ ప్రవేశం

"ఎంత మంచిమనిషనుకున్నావ్! నన్నెంత సుఖపెట్టిందీ!" చెప్పాడు రామశేషయ్య.

"నాన్నా!" దిగులుగా అన్నది జానకి.

"ఏం తల్లీ?"

"నేనొకటడుగుతాను చెప్పూ! అమ్ముంటే ఈ పెళ్ళికొప్పుకునేదా నాన్నా?"

"ఏమోనమ్మా! ఏంతటి కష్టాన్నైనా చిరునవ్వుతో ఎదుర్కొనేది మీ అమ్మ. ఎప్పుడూ ఒక్కమాట అంటూ ఉండేది మనప్రయత్నం మనం చెయ్యాలి ఫలితం ఏఁవైనా సరే"

జానకికి ధైర్యం వచ్చింది. సంతోషంగా "నాన్నా!" అన్నది.

"ఏమ్మా"

" అమ్మే నాకు ఆదర్శం. అమ్మ మాటల్నే ఆదర్శంగా పెట్టుకొని జీవిస్తాను. ఎంతటి కష్టాన్నైనా చిరునవ్వుతో ఎదుర్కొంటాను. నా ప్రయత్నం నేను చేస్తాను. ఫలితం ఏఁవైనా సరే" దృఢంగా పలికింది జానకి.

"మా అమ్మవు గదూ! అచ్చంగా ఆ తల్లి నోటినుండే ఊడిపడ్డావు. ఏదీ ఒక్కసారి..." అని గదుమ పట్టుకొని ప్రేమగా అన్నాడు.

జానకి నవ్వింది.

"అంతా తల్లే"

* * *

రాత్రయినా జానకికి నిద్ర రావటం లేదు. ఈ పెళ్ళి ఎలా తప్పించుకోవాలా అని ఆలోచిస్తున్నది. మనసంతా ఆందోళనగా ఉన్నది. అప్పుడు తల్లిమాటలు గుర్తొచ్చాయి.

"మనప్రయత్నం మనం చెయ్యాలి ఫలితం ఏఁవైనా సరే" అనుకున్నది.

తల్లిఫోటోను చూస్తూ "అమ్మా! నన్ను ఏం చెయ్యమంటావమ్మా?" అన్నది.

"మన ప్రయత్నం మనం చెయ్యాలి ఫలితం ఏఁవైనా సరే! మన ప్రయత్నం మనం చెయ్యాలి ఫలితం ఏఁవైనా సరే!" అని తల్లిఫోటోలోంచి వచ్చినట్టుగా వినిపించింది.

"అమ్మా ఏఁవిటమ్మా ఏఁవిటీ?" సంతోషంతో తల్లి ఫోటో దగ్గరికి పోయింది జానకి.

గృహప్రవేశం

"నీ మాట ప్రకారమే నడుచుకుంటానమ్మా!" తల్లితో అన్నది.

"మన ప్రయత్నం మనం చెయ్యాలి ఫలితం ఏఁవైనా సరే! మన ప్రయత్నం మనం చెయ్యాలి ఫలితం ఏఁవైనా సరే!" అంటూ వచ్చి మంచం పక్కకు గోడమీదున్న లెనిన్ ఫోటో చూసింది. మళ్ళీ "మన ప్రయత్నం మనం చెయ్యాలి ఫలితం ఏఁవైనా సరే!" అన్నది.

జానకి మనసంతా ఫలితం ఏమైనా సరే పెళ్ళి తప్పించుకోటానికి ఏదో ఒకటి చెయ్యాలని తహతహలాడుతుంది. ఆఖరుకు ఏదో ఒకటి చేసే తీరాలని నిర్ణయించుకుంది.

కిటికీ దగ్గర నిలబడి గోడకున్న తల్లి ఫోటోను చూసింది. జానకికి కొండంత ధైర్యం కలిగింది. మనసు ఉప్పొంగి పోయింది.

అమ్మా! అమ్మా! అమ్మా! అమ్మా!
నీ నయనమ్ముల ఆశాజ్యోతులు
నిండుగ వెలిగినవమ్మా ॥

నీ పెదవుల చిరునవ్వు మొలకలలో
వెన్నెల చిలికినవమ్మా
నా జీవితమును నవ్యపథమ్మున
నడిపే సూచన తెలిపినవమ్మా ॥

జానకి వెళ్ళి చీరమార్చుకొని వచ్చింది. తల మీదుగా ఒక గుడ్డ కట్టుకున్నది అందరూ గుర్తుపట్టకుండా.

ఇలవేల్పు వలెను కాచి ఆశీర్వదించుమమ్మా
ఉత్సాహమొదవు నటులు
ధైర్యమ్ము నిలుచు నటులు
సంకల్పసిద్ధి కలుగ ఆశీర్వదించుమమ్మా! ॥

తల్లిఫోటోకు నమస్కరించింది జానకి. అక్కడ పెట్టిన పువ్వుల్లోంచి ఒక రెమ్మ తీసుకొని నెత్తిన పెట్టుకున్నది.

టేబులు మీద తండ్రికి ఒక ఉత్తరం రాసిపెట్టింది. బ్యాగు తీసుకొని మేడమెట్లు దిగి వచ్చింది. హాల్లో ఎదురుగా కనపడ్డ తండ్రి నిలువెత్తు ఫోటోను చూసి ఆగిపోయింది. గుండెల్లోని బాధ కన్నీళ్ళుగా బయటికి వచ్చింది. ఇక అక్కడ ఆగదల్చుకోలేదు.

జానకి ఇంట్లోంచి బయటకు వచ్చింది. వీథంతా నిర్మానుష్యంగా చీకటిగా ఉంది. అక్కడక్కడా వీథిదీపాలు వెలుగుతున్నాయి. ఒంటరిగా నడుచుకుంటూ పోతున్నది జానకి.

బయల్దేరనైతే బయల్దేరింది కానీ ప్రయాణం ఎందాకో గమ్యం ఏమిటో తనకే తెలియదు. కానీ ధైర్యంతో ముందడుగు వేయనంతకాలం కష్టాలు తీరవని మాత్రం తెలుసు. అందుకే ఏమైనా కానీ అని సాహసించి నిర్ణయం తీస్కున్నది జానకి.

ఏవేవో ఆలోచనలు మనసులో సుడులు తిరుగుతున్నాయి. నెమ్మదిగా అడుగులు వేసుకుంటూ ముందుకు సాగుతున్నది. దూరంనుంచి సన్నగా ఏవో పిచ్చిపాటలు వినిపిస్తున్నాయి. అడుగులు ముందుకు పడే కొద్దీ స్పష్టంగా వినిపిస్తున్నాయి. ఏమిటో అర్థంకాలేదు జానకికి. కాస్త పరిశీలనగా చూస్తే ఒక తాగుబోతు తూలుతూ పిచ్చిపాటలు పాడుతూ వస్తున్నాడు. వీథిలో ఇంకెటూ పోయే వీలు లేదు ముందుకే పోవాలి. కానీ ఆ తాగుబోతు తనను చూసి ఏమైనా అల్లరి చేస్తాడేమోనని భయపడింది. వానికి కనపడకుండా ఉండాలని చీకటిగా ఉన్న గోడ దగ్గర నిలబడింది.

తాగుబోతు ఎలా గమనించాడో ఏమో తూలుతూ పాడుతూ సూటిగా జానకి దగ్గరికే వచ్చాడు. జానకి వెళ్ళిపోవాలని కదలబోతుంటే వాడు చేతులు చాచి అడ్డుకుంటున్నాడు. ఏం చెయ్యాలో అర్థం కావట్లేదు. వాడు పోనిచ్చేలా లేడు. బాగా కోపం వచ్చింది జానకికి. గట్టిగా ఒక్కతోపు తోసింది. వాడు బలంగా నేలమీద పడ్డాడు. తాగినమైకంలో నొప్పితో ఏడుస్తున్నాడు. ఈ చప్పుడు విని అట్నుంచి వెళ్తున్న కానిస్టేబులు అటు వస్తున్నాడు. అతణ్ణిచూసి జానకి చీకట్లో కనిపించిన మరో బాటలో వెళ్ళి తప్పించుకుంది. ఆ తాగుబోతు కానిస్టేబులుకు జానకి పోయిన తోవ చూపించాడు. అతను ఈల వేసుకుంటూ అటు ఉరికాడు.

జానకి నడుస్తున్న సందుచివరకు రాబోతుంటే మళ్ళీ కానిస్టేబులు కనపడ్డాడు. వెంటనే వెనుకకు మళ్ళింది. అక్కడ పక్కన్నే ఓ ఇంటి కిటికీ తెరిచి కనపడింది. క్షణం ఆలస్యం చెయ్యకుండా కిటికీలోంచి ఆ ఇంట్లోకి దిగింది. కానిస్టేబులు చూస్తాడేమోనని కిటికీ మూసింది. కానిస్టేబులు అటుపక్కనుండే పోయాడు. కానీ జానకి జాడ పసిగట్టలేకపోయాడు.

తాను ప్రవేశించింది సోమలింగం గది అని జానకికి తెలియదు. ఆ సమయాన సోమలింగం వరూధిని ప్రవరునిపై పడుతున్న ఘట్టాన్ని చిత్రిస్తున్నాడు. జానకికి సోమలింగానికి మధ్య ఒకతెర మాత్రమే అడ్డమున్నది.

నెమ్మదిగా లోపలికి వచ్చింది జానకి. తెర పక్కన నిలబడ్డది. చిత్రాన్ని గీసిన సోమలింగం తెరమీద వేసిన తువ్వాళకు చేయి తుడుచుకున్నాడు. తెర కొంచెం కదిలింది. ఎందుకు కదిలిందా అని జానకి తెర అవతలికి తొంగి చూసింది. సోమలింగం చిత్రాలపనిలో ఉన్నాడు. అతణ్ణి చూసి భయపడింది. ఎక్కడైనా కనపడకుండా దాచుకోవాలని తెరనుండి కొంచెం దూరం వేగంగా వెళ్ళింది. కంగారులో అక్కడున్న ఆంజనేయుని విగ్రహాన్ని గుద్దుకున్నది. ఆ విగ్రహం కిందపడి పెద్ద చప్పుడైంది విగ్రహమూ పగిలిపోయింది. జానకి మళ్ళీ భయపడింది. చప్పుడు విని సోమలింగం అక్కడికి వచ్చాడు. జానకిని చూశాడు. అతనికి బాగా కోపం వచ్చింది.

“నువ్వా? ఆఖరికి ఇక్కడక్కూడా వచ్చావ్? ఇంతవరకూ చేసిన అల్లరికి నీ కడుపు మంట చల్లారలా? ప్రవరాఖ్యుని వరూధినీ విశ్వామిత్రుని మేనకా నాశనం చేయడానికి పూనుకొన్నట్లు పూనుకొన్నావా పాతకీ! బ్రహ్మరాక్షసీ!” అని తిట్టాడు.

ఊర్కోండీ! పుణ్యంవుంటుందీ అపాయంలో ఉన్నా” అర్థించింది జానకి.

“నువ్వా? నేనా? అపాయంలో ఉంది. ఏంవిటి నువ్వు చేసినపని? నువ్వేకాదు ప్రపంచంవంతా యేకంవైనా నా ఆశయం భగ్నం చేయలేరు. పో వెళ్ళు” అని కసిరాడు.

“నే చెప్పే మాట వినండి తర్వాత మీ యిష్టం వచ్చినట్లు చేద్దురుగానీ” అని వేడుకుంది. అంతలో బయట్నుంచి కానిస్టేబుల్ ఈల వినిపించింది. “అదుగో” అని భయంగా చెప్పింది.

సోమలింగం కిటికీ తెరిచి చూశాడు. బయట కానిస్టేబులు కనపడ్డాడు.

“అదా సంగతీ? అయితే నేనే పోలీసుల్ని పిలుస్తాను. పోలీస్ పోలీస్” అంటూ ఇంటి బజారుతలుపు తెరవడానికి పోయాడు.

“అం అం వద్దు వద్దు” అంటూ పోయి తలుపు తీయబోతున్న సోమలింగాన్ని వేడుకున్నది.

“ఇంత కఠినంగా ఉండటం మీకు ధర్మం కాదు. తీయకండీ! తలుపు తీయకండీ! నమస్కారం చేస్తాను” అని అర్థించింది.

సోమలింగం జానకి మాటలు లక్ష్యపెట్టలేదు. అవతల్నుంచి ఎవరో తలుపు కొట్టిన చప్పుడైంది. జానకి అక్కడినుండి లోపలికి ఉరికింది. సోమలింగం తలుపు తీశాడు. కానిస్టేబులు లోపలికిరావడం చూసి తెరచాటున చేరింది జానకి.

126 గృహ ప్రవేశం

"ఏఁవండీ ఏఁవిటీ ఏంజరిగిందీ?" సోమలింగాన్ని అడిగాడు కానిస్టేబులు.

"అదిగో! తీసుకవెళ్ళు" అని తెరచాటునున్న జానకి వైపు చూపించాడు సోమలింగం.

కానిస్టేబులు తెరవైపు రావడం గమనించి జానకి తలకు కట్టిన గుడ్డ విప్పింది. ఇక లాభంలేదని బయటికివచ్చింది.

''అయ్యయ్యో రామరామ! ఏఁవిటండీ ఈ పన్లు? కాపురంవన్నాకా కీచులాటలుండవూ! అవ్వ" అని నోరునొక్కుకొని సోమలింగం మీదికి వచ్చింది జానకి. "ఇంటి గుట్టు రచ్చకీడ్చుకుంటారా ఎవరైనా? అయిందానికీ కానిదానికి బయటివాళ్ళని పిలవడం మీకు గాబట్టి సరిపోయింది" సొంత భార్యలాగా నటిస్తూ అన్నది.

"నోర్మూయ్" కసిరాడు సోమలింగం. "బయటికి లాగూ! చూస్తావేం?" కానిస్టేబులుతో అన్నాడు.

"చాల్లెండీ! దేనికైనా ఓ హద్దూ పద్దూ ఉండాలి. చీటికీ మాటికీ పోలీసుల్ని పిలవటం ఒకటి నేర్చుకున్నారు. వాళ్ళేనా అంత తేరగా ఉందీ?" సోమలింగంతో అన్నది జానకి. కానిస్టేబులు దగ్గరకి వచ్చి "ఏఁవయ్యా ఏం పని నీకిక్కడ? ఇళ్ళల్లో తగాదాలు తీర్చడానికేనా నీకు గవర్నమెంటు వారు డబ్బిచ్చేది? ఆఁ? సంతోషించాంగానీ ఇక నడు!" అని గట్టిగా అన్నది.

కానిస్టేబులు జానకి సోమలింగం భార్యేనని నమ్మాడు. అతనికి కోపం వచ్చింది. సోమలింగాన్ని అంటున్నాడు.

"హుఁ భలేవాడివయ్యా మొత్తానికి నువ్వు. పెళ్ళాన్ని అదుపులో పెట్టుకోలేక మమ్మల్ని పిలిస్తే...."

"అబ్బెబ్బే అన్ని అబద్ధాలు చెబుతుంది"

"ఇక చాల్లే ఊర్కోవయ్యా! మాట్లాడబాకువయ్యా!" అని కసురుకొని వెళ్ళిపోయాడు కానిస్టేబులు.

జానకి పోయి తలుపు పెట్టి గండం గడిచినందుకు నిట్టూర్చింది. విచారంగా కూర్చున్న సోమలింగం దగ్గరికి వచ్చింది. టకటక చప్పుడు చేసింది. సోమలింగం కోపంగా చూశాడు.

గృహప్రవేశం

"మరి నన్నేం చేయమంటారు చెప్పండీ?" నెమ్మదిగా అడిగింది జానకి.

కోపంగా లేచాడు సోమలింగం.

"తక్షణం వెళ్ళిపొమ్మంటాను. వెళ్తావా బయటకు విసిరేయమంటావా? ఊఁ" జానకి మీదిమీదికి పోయాడు.

"నన్ను ముట్టుకోకండీ!"

"వెళ్ళూ!"

"ఆగండి! ఒక్కడుగు ముందుకేశారా కేకలేస్తాను. ఇరుగుపొరుగు వాళ్ళను పిలుస్తాను" బెదిరించింది.

"అహహాహా" భయపడ్డాడు సోమలింగం.

"ఏఁవఁరో ఏఁవఁరో" అని మొత్తుకుంది జానకి.

"అహహా వద్దొద్దు" అని తడబడ్తూ అంటూ రెండుచేతుల్తో ఆమె నోరుమూయబోయి మళ్ళీ ఆమెను తాకొద్దని తమాయించుకొని హఠాత్తుగా చేతులు వెనుకకి తీసుకున్నాడు. చేయగలిగిందిలేక విచారంగా ఒక పక్కకొచ్చి నిలబడ్డాడు. జానకీ అతని వెనుకే వచ్చింది.

"ఎందుకండీ అట్లా భయపడ్తారు? తెల్లవారే లోపునే వెళ్ళిపోతాను" అన్నది.

"నా అంతు కనుక్కొనే వెళ్తావన్నమాట"

"అలా అనకండీ! బలాత్కారపు వివాహానికి ఇష్టంలేక తల్లినీ తండ్రినీ విడిచివచ్చాను. మీరు సంఘసంస్కర్తలు దేశభక్తులూ. ఒక్క అనాథస్త్రీకి రక్షణ ఇవ్వలేని మీ సంఘసంస్కరణ దేశభక్తీ ఎందుకు చెప్పండీ? ఈ ఒక్కరాత్రికి ఆశ్రయం ఇవ్వండి!" అని అభ్యర్థించింది.

సోమలింగం ఆలోచించాడు. ఇంతకుముందు తాను గీసిన వరూధినీ ప్రవరుల చిత్రం కనపడింది. దానిపై రాసున్న "కలంచునే సతుల మాయల్ ధీరచిత్తంబులన్" అన్న పెద్దన సూక్తి చదివి తననుతాను నమ్మాడు.

పరదాల చాటునున్న మంచం మీది మెత్త తీసుకొని వచ్చి "వెళ్ళూ! పడుకో తెల్లవారకముందే వెళ్ళిపోవాలి" అని జానకికి మంచం చూపించాడు. వచ్చి మెత్త బల్ల మీదకు విసిరాడు.

ఇందాక జానకి ఆంజనేయవిగ్రహం పగులగొట్టినపుడు దాని కిందున్న ఎత్తుపీట కూడా పడ్డది. సోమలింగం దాన్ని సరిచేస్తున్నాడు. జానకి దగ్గరికి వచ్చింది.

"మీరీ మంచం మీద పడుకోండి నేనే ఆ టేబుల్ మీద పడుకుంటాను" అన్నది.

"మాట్లాడకా పడుకో" కసిరాడు సోమలింగం.

సోమలింగానికి కోపం వస్తుందని గ్రహించి జానకి మంచం దగ్గరికి పోయింది.

"ఒకవేళ నేను నిద్రలేవకపోతే మీరు లేపుతారు గదూ!" అని అడిగింది.

సోమలింగం భయపడి "ఆఁ?" అన్నాడు.

"వద్దులెండి! నేనే లేస్తాను" అంటూ తెరలోపలికి పోయింది.

"తెల్లవారకముందే వెళ్ళిపోవాలి సుమా!" హెచ్చరించాడు.

"లేస్తే వెళ్తాను" అంటూ మంచం మీద నడుము వాల్చింది.

"ఆంజనేయా!" దీనంగా అన్నాడు విగ్రహశకలాలు ఏరుతూ.

పక్కనే ఉన్న గాంధీ విగ్రహాన్ని పట్టుకొని "కర్మయోగీ! నన్ను కాపాడు!" అని ప్రార్థించాడు.

నిద్రపట్టక లేచి ఇందాక సోమలింగం గీసిన చిత్రపటాన్ని చూసింది.

"కలంచునే సతుల నీతుల్ మొండి చిత్తంబులన్" అని దానిమీది రాతను దిద్ది, చదివింది.

"ఏఁవండోయ్!" బయటున్న సోమలింగాన్ని పిలిచింది.

"ఆఁ?" పలికాడు సోమలింగం.

"అహ నిద్రపోయారేమో అనుకున్నా" అన్నది.

సోమలింగానికి భయంభయంగానే ఉన్నది. జానకి ఏం ఉపద్రవం తెస్తుందో ఏమోనని హడలిపోతున్నాడు. గోడమీదున్న భీష్ముని చిత్రపటం దగ్గరికి పోయాడు. "భీష్మబ్రహ్మచారీ!" అన్నాడు. ఆ పిలుపులో కాపాడమనే అభ్యర్థన ఉన్నది.

జానకి ప్రవరుని బొమ్మకు కుంచెతో మీసాలు పెట్టింది.

"యాఁవండీ!" అని పిలిచింది. సమాధానం రాలేదు.

"ఏఁవండోయ్!" కొంచెం గట్టిగా పిలిచింది. అయినా సమాధానం రాలేదు.

"మాట్టాడరేం?" మంచం మీంచి లేచి అవతలికి పోయింది.

బయటికి వచ్చిన జానకిని చూసి అదిరిపడ్డాడు సోమలింగం.

"ఏఁవిటీ?" అని అడిగాడు.

"నాకు నిద్రపట్టం లేదండీ!" అన్నది అదోలా అయిపోతూ.

ఆమెనట్లా చూసి మరింత భయపడ్డాడు సోమలింగం.

"కొత్త చేసినట్టుంది" మళ్ళీ అన్నది.

సోమలింగం బిత్తరపోయి చూస్తున్నాడు.

"తలుపేశారా?" మళ్ళీ అడిగింది.

"ఆఁ" భయంగా అన్నాడు.

"ఊఁ దొంగలుపడ్తారేమో" తడబడ్తూ అన్నది.

"ఓ"

"అయినా బ్రహ్మచారింట్లో దొంగలేం తీస్కెళ్తారు లెండి!" కొంచెం వ్యంగ్యంగా అన్నది.

భయంతోపాటు కోపం కూడా వచ్చింది సోమలింగానికి.

"ఇంతకీ పడుకుంటావా లేదా?" గద్దించాడు.

"అబ్బ యెంతకీ నిద్రపట్టంలేదండీ!" అంటూ మంచం దగ్గరికి పోయింది. కూర్చుంది.

"దీపం పెద్దది చెయ్యమన్నారా?" అంటూ దీపపు వత్తి తగ్గించింది.

"నోర్మూసుకు పడుకో!" గద్దించాడు సోమలింగం.

మళ్ళీ దీపం వత్తి పెంచింది.

"ఎందుకండీ అంతకోపం? దోమలు కుట్టి చంపుతుంటే అన్నాను. నాకెందుకొచ్చిన గొడవండీ?" అని మెత్త సరిగా వేసుకొని "పడుకుంటాను" అని మెత్తమీద వాలి పడుకున్నది.

సోమలింగం భగవద్గీత తీసుకొని బెంచిమీద మెత్తపెట్టుకొని పడుకొని చదువుతున్నాడు.

జానకి కూడా ఓ పుస్తకం తిరగేసింది. అయినా లాభంలేక దాన్ని పక్కనబెట్టింది.

సోమలింగం భగవద్గీత ఎదురురొమ్మున పెట్టుకొని నిద్రరాక ఆలోచిస్తున్నాడు. అటూ ఇటూ నుసులుతున్నాడు.

నిద్రరాని జానకి లేచి మళ్ళీ బయటికి వచ్చింది.

బెంచిమీద పడుకున్న సోమలింగం జానకి అడుగుల చప్పుడు విని భయపడ్డాడు. జానకి బెంచి దగ్గరికి వచ్చింది. సోమలింగం కళ్ళు గట్టిగా మూసుకున్నాడు మూతి బిగించాడు.

జానకి అతని మీదికి వంగి "ఏఁవండీ! ఏఁవండీ మూతి బిగిస్తున్నారా?" అన్నది.

తడబడుతూ భయపడుతూ తత్తరపాటుగా లేచి "ఇక్కడకొచ్చావెందుకూ?" వణుకుతున్న గొంతుతో అడిగాడు.

"ఎందుకనో గానీ భయం వేసిందండీ! మీరు నిద్రపోతే ఒంటరిదాన్ని నాకు భయంకాదూ?" అన్నది.

ఆమె మాటలు విని హడలిపోతున్నాడు సోమలింగం. జానకి నవ్వుతూ సోమలింగం వెనుకకు వెళ్ళి భీష్ముని చిత్రపటం దగ్గరకి పోయింది. ఆ పటాన్ని చూసి సోమలింగం వైపు తిరిగింది.

"భీష్మాచార్యులంటే మీకిష్టఁవా...ండీ?"

సోమలింగం సమాధానం చెప్పలేదు.

"నాకాయనంటే చాలా గౌరవం సుమండీ!" అన్నది తనే మళ్ళీ.

సోమలింగానికి సంతోషం కలిగింది. లేచినిలబడి వింటున్నాడు.

"సంఘశ్రేయస్సుకోసం స్వసుఖాన్ని త్యజించిన త్యాగమూర్తి గాదూ ఆయన. ఆయన తన ఆశయసిద్ధికోసం రాజ్యాన్ని త్యాగం చేశాడు. వివాహం మానుకున్నాడు. ఎన్నో కష్టాలు పడ్డాడు" అంటున్నది.

సోమలింగం ఆనందంగా వింటూ భీష్ముని పటం వద్దకు వచ్చాడు.

"అబ్బ ఎంత గొప్పవాడండీ! ఆయన. కానీ తన్ను కోరి వచ్చిన అంబకు ఆశ్రయం ఇవ్వకపోవడం చాల అన్యాయం" అన్నది.

"అహహా కాదుకాదు అలా కాదు. ఆయనలా ఎందుకు చేశాడో తెల్సా? అంబ అంతకు ముందే సాళ్వరాజును ప్రేమించింది. ఇతరులను ప్రేమించిన స్త్రీని ఆయనెలా వివాహం చేసుకుంటాడు" అని వివరించాడు.

"అవున్లెండి అదీ నిజంవే. లేకపోతే అంతటి మహనీయుడు అలా ఎందుకు వ్యవహరిస్తాడు. ఒకవేళ ఆమె ఎవర్నీ ప్రేమించకుండా ఉండి ఉంటే వివాహం చేసుకునేవాడా..ండీ?" అని తెలియనట్టుగా అడిగింది.

"ఎలా చేసుకుంటాడూ? ఆయన దాశరాజుకు మాటిచ్చాడు ఆజన్మాంతం బ్రహ్మచారిగా ఉంటానని" అని చెప్పాడు.

"ఒకవేళ అలా మాటిచ్చి ఉండకపోతే చేస్కునేవాడే అంటారా?"

"అవును! అప్పుడు పరిస్థితులు..." అంటూ ఏదో చెప్పబోయి జరుగుతున్నది అర్థం చేసుకొన్నాడు. "ఇదిగో ఇటువంటి కొంటెప్రశ్నలు వేయకూ!" అని కోప్పడి దూరంగా వెళ్ళి నిలబడ్డాడు. అతనికి దగ్గరగా వచ్చి అన్నది జానకి.

"ఆయనా ప్రత్యేకపరిస్థితుల్లో అలా చేశాడు. అంతా భీష్మాచార్యుల్లా బ్రహ్మచర్యం అవలంబిస్తే సృష్టి ఏంకావాలి చెప్పండీ? ఇప్పుడు మీరున్నారు కదా! మీ తల్లిదండ్రులు కూడా మీలాగే అనుకుని బ్రహ్మచర్యం అవలంబిస్తే మీరెక్కడుండేవారు?"

"అనవసర ప్రసంగం చేయకూ! వెళ్ళి పడుకో!" కోప్పడ్డాడు సోమలింగం.

"ఎందుకనో మీరేంవన్నా నాకు కోపం రాదండీ! పైగా జాలి కల్గుతుంది. మీకూ దేశనాయకులకు కావల్సిన ఉత్సాహం పట్టుదల కార్యదీక్షా అన్నీ ఉన్నై. కానీ పాపం తప్పుదారిన పోతున్నారు"

"నా విశ్వాసం నాది"

"అదెట్లా? మీ విశ్వాసం వల్లా సంఘానికి అపకారం జర్గుతూ ఉంటే చూస్తూ ఊరుకోవడం మహాపరాధం కాదూ?"

"అయితే ఏం చేస్తానంటావ్?"

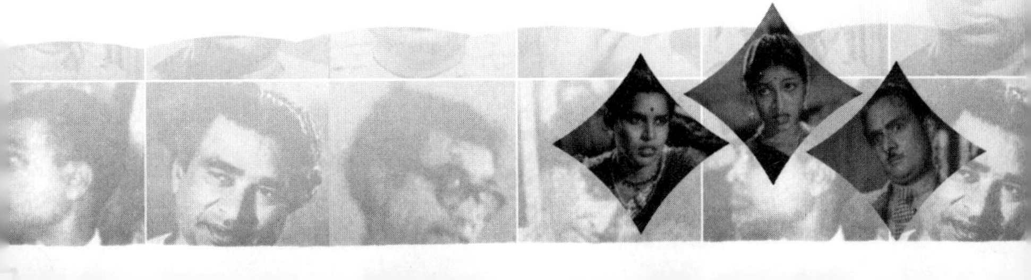

132 గృహ ప్రవేశం

"మీ మతం మార్చుకోమంటాను. స్త్రీపురుషులిద్దరూ కలిసి పని జేయాలంటాను. నాకూ ఎవరూ లేరు. నేనూ సంఘసేవకు జీవితం అర్పిద్దాంఁవనుకుంటున్నాను. మీకూ అదే ఆదర్శం అవునా?"

"అవును"

"అయితే ఇంకేం మనిద్దరం కల్సి సంఘసేవ చేద్దాం. దేశంలో ఉన్న దారిద్ర్యాన్ని పోగొడ్దాం. పరిస్థితులు మారుద్దాం. భూతలస్వర్గాన్ని స్థాపిద్దాం" ఆవేశంతో చెప్పింది.

సోమలింగం కూడా ఉప్పొంగిపోయాడు కానీ అతణ్ణి ఏదో ఆపుతుంది. మొదట సంతోషపడ్డా క్షణంలో మళ్ళీ ఆలోచించడం మొదలుపెట్టాడు.

జానకి సోమలింగం గీసిన దేశపటంలో జెండామీద 'బ్రహ్మచర్యం'ను తుడిపి 'సమానత్వం సౌభ్రాతృత్వం' అని రాసింది. ఇంకా సంకోచిస్తున్న సోమలింగానికి ఉపదేశిస్తున్నది.

జానకి : **వెనుకాడెదేలనోయీ? వెనుకాడెదేలనోయీ?**
నరనారులు కలియకయే
నవజీవనమెటులౌనో? ॥

ఇపుడా వృథాశయాలు ఈ బ్రహ్మచర్యమేల?
ఉపకారమెవరికోయి ఈ వేషమెందుకోయి?
నరనారులు సంఘమునకు
నయనద్వయమ్ముకారో! ॥

కనవోయీ కడుదీన సంఘమోయి
చిరదాస్యశృంఖలాల సృజియించి పోయెనోయి ॥

తిన తిండిలేని తల్లి తనపిల్ల నమ్మజూచె
కనలేని దేశమాతగర్భాన చిచ్చు లేచె
మతమనుచు కులములనుచు
భేదములు పెరిగిపోయి
శార్వరశ్యామభూమి రక్తసిక్తమాయె ॥

సోమలింగం గదిలో జానకిని చూసిన నాంచారి ఆచారిని పిలిచి కిటికీలోంచి వారిద్దరిని చూపించింది.

గృహప్రవేశం

జానకి : **లేలెమ్ము! లేలెమ్ము! లేలెమ్ము!**
వేగలెమ్ము కంకణమ్మును గైకొమ్ము!
చేయి చేయి కలిపిరమ్ము! లెమ్ము రారమ్ము!
భువిలోన నందనమ్ము
వెలయింపగ రారమ్ము!
తెగతెంచెదమిక దేశపు దాస్యపు సంకెలలూ
తొలగించెదమిక మన దారిద్ర్య కాటకాలు
రూపుమాపుదము కులమతజాతి విభేదాలూ
రారమ్ము! ॥

కిటికీలోంచి ఆచారీ నాంచారి జానకీ సోమలింగాలను చూస్తూనే ఉన్నారు. వారిని తప్పుగా అర్థం చేసుకొని వారి సంగతి చెప్దాం అనుకొని బయల్దేరారు.

జానకి : **పావనహృదయముతో**
నవజీవనపథమునకు
భవ్యాశయ మహాగృహప్రవేశమునకు
గృహప్రవేశమునకు ॥

ఈ చర్చలు ఉపదేశాలు నడుస్తూనే ఉన్నవి సమయం తెలియకుండానే తెల్లవారింది. అది జానకి సోమలింగాలు గమనించనేలేదు.

ఆచారీ నాంచారి కల్సి సోమలింగం గదిముందు జనాల్ని పోగుచేశారు. అంతా కోలాహలంగా తయారైంది. సోమలింగాన్ని బయటకు రమ్మని అరుస్తున్నారు. బ్రహ్మచర్యసాధనానిలయం తలుపులు దబదబ బాదుతున్నారు.

తలుపు చప్పుడు కావడంతో సోమలింగం తలుపు తీశాడు. జానకి కూడా నిలబడి చూస్తుంది. జనమంతా ఒక్కసారిగా లోపలికి తోసుకొచ్చారు. జానకిని ఎగాదిగా చూశారు. జానకి తలొంచుకుంది. సోమలింగం జనం ముందుకు వచ్చి నిలబడ్డాడు. నాంచారి అతణ్ణి దహించేలా చూస్తున్నది.

"మంచి రసపట్టులో ఉన్నట్టున్నారు. ఆఁ! ఏదో మనవాళ్ళు గురువుగారి లీలలు చూద్దాఁవంటేనూ..." కోపంగా వ్యంగ్యంగా అంటున్నాడు ఆచారి.

"ఆచార్యులూ! ఏఁవిటి నువ్వు మాట్లాడేది?" ప్రశ్నించాడు సోమలింగం.

"చాల్లేవయ్యా! నువ్వేవెూ గొప్పవాడివనీ నీమాటలు నమ్మి వేమన్నీ బిగించుక్కూచోవటమున్నూ నువ్వు జేసే పని ఇదా?" కోపంగా అన్నాడొకడు.

"భలే నాటకమాడావే? మీటింగులలోనేమో అదా? ఇక్కడేమో ఇదా? బాగుంది బాగుంది!" వెక్కిరించాడు ఇంకొకాడు.

తనవల్ల వాళ్ళందరిచేతా సోమలింగం మాటలు పడుతున్నందుకు బాధపడ్తున్నది జానకి.

"మొన్నొక మీటింగులో సమానత్వం సౌభ్రాతృత్వం అని చెప్పనే చెప్పారుగా. ఇప్పుడు దానికి పునాదులు వేస్తున్నారు" పరిహాసంగా అన్నాడు ఇంకొకడు.

తనవల్ల సోమలింగానికిక చెడ్డపేరు రావడం తట్టుకోలేకపోతుంది జానకి.

"సిగ్గూశరం లేకపోతే సరి" సోమలింగాన్ని తిట్టింది నాంచారి.

జానకి ఇక ఆగలేకపోయింది.

"ఆయన్ననకండీ! కారణాంతరాలవల్ల నేనే ఇక్కడకొచ్చాను" అన్నది.

"ఎవరి దగ్గరకెవరొస్తేనేం? ముల్లు వెళ్ళి విస్తరిమీద పడితే యేం విస్తరివెళ్ళి ముల్లుమీద పడితే యేం! జరిగే పనొకటేగా! చెప్పొచ్చావ్‌గానీ పదపద" కోపంగా అంటూ జానకిని బయటికి గుంజుకొనిపోయింది నాంచారి.

"భలే పెంకిపిల్లరా! భలే పెంకిపిల్లరా!" అంటున్నారు జనం.

జానకిని బలంగా అవతలికి తోసింది నాంచారి. జానకి నేలపై పడింది.

"మళ్ళీ నాయింటి ఛాయలకొచ్చావా నడుములు విరగ్గొడ్తా" హెచ్చరించింది నాంచారి.

లోపలున్న జనమంతా "తరమరే? తన్ని బయటకు లాక్క" అంటూ సోమలింగాన్ని బాగా కొడ్తున్నారు. అక్కడున్న పటాలు బ్యానర్లు ప్లకార్డులు అన్నీ చింపారు చిందరవందర చేస్తున్నారు.

ఏది దొరికితే దానితో తీవ్రంగా కొట్టారు సోమలింగాన్ని. ఒకడు కర్రతో తలమీద గట్టిగా కొట్టడంతో తలపగిలి రక్తం వచ్చింది.

"ఆః ....." సోమలింగం బాధతో అరిచాడు. దెబ్బ తగిలిన చోట గట్టిగా చేత్తో అదుముకున్నాడు. ఓర్చుకున్నాడు. తలెత్తి జనాన్ని కోపంగా చూశాడు.

"మీరంతా వట్టి మూర్ఖులు భ్రష్టులు ద్రోహులు. మిమ్మల్ననవలసిన పనిలేదు. మీలాంటి వాళ్ళతో కలిసి సంఘసేవ చేయాలనుకోవడం లోకాన్నుద్ధరించాలనుకోవడం తప్పు నాదే. ఇవాళ మీరు చేసిన పనికి ఏనాటికైనా పశ్చాత్తాపపడకపోరు" అని తిట్టాడు. అక్కడినుంచి వెళ్ళిపోయాడు.

గొడవ ముగిసింది. నాంచారి ఆచారి ఇంట్లోకి వచ్చారు. ఆమె మంచం మీద కూర్చుంది.

"అమ్మయ్యా! పీడ వదిలింది" అంటూ వచ్చి ఆమె పక్కన కూర్చున్నాడు. నవ్వుతూ ప్రేమతో "ప్రేయసీ!" అని పిల్చాడు.

"అహహా బ్రహ్మచర్యం అవలంబించండీ!" అని పరిహాసమాడింది. నవ్విన భర్తను గట్టిగా అల్లుకుంది.

* * *

సోమలింగానికి విరక్తి కలిగింది. కపాలమోక్షకస్వామి ఆశ్రమానికి వెళ్ళాడు. ప్రశాంత వాతావరణంలో ఆసీనుడైన స్వామికి కింద కూర్చుని తన గురించి నివేదిస్తున్నాడు.

"అవును స్వామీ! ఈ పాశ్చాత్యభావాలే మన నాశనానికి కారణం. అందుకనే ఆధ్యాత్మిక నాగరికతనీ బ్రహ్మచర్య సిద్ధాంతాన్నీ ప్రచారం చేయడానికి నా జీవితం అంకితం చేశాను"

"శివోహం" అన్నాడు స్వామి.

"కపాలమోక్షకస్వామి నీ అర్హతను గుర్తించారు. నిన్ను శిష్యపరమాణువుగా జేర్చుకున్నారు" అని చెప్పాడు పక్కనే ఉన్న స్వామి శిష్యుడొకడు.

"కృతజ్ఞుణ్ణి స్వామీ! నాకు మళ్ళీ ధైర్యం కలిగించారు. తమరి ఆశీర్వచనం ఉంటే చాలు నా ఆశయాన్ని సాధించి తీరుతాను" ఉత్సాహంగా అన్నాడు సోమలింగం.

"ఇక వెళ్ళు! ఆశ్రమ దుస్తులు ధరించు!" చెప్పాడు స్వామిశిష్యుడు.

సోమలింగం కృతజ్ఞతతో స్వామికి నమస్కరించాడు.

"ఇతణ్ణి ఆశ్రమంలో ప్రవేశపెట్టు" ఇంకో శిష్యునికి చెప్పాడు మొదటిశిష్యుడు.

* * *

136 గృహ ప్రవేశం

మేడమీద జానకిగదిలో రామశేషయ్యకు జానకి ఇంట్లోంచి వెళ్ళిపోతూ రాసిపెట్టిన ఉత్తరం దొరికింది. తీసి చదువుతున్నాడు. జానకి చెపుతున్నట్లే అనిపిస్తుంది ఆయనకి.

“నాన్నా! నావల్ల నీవు పడ్తున్న బాధలు చూస్తూ కూర్చునేదానికంటే ఇల్లు విడిచివెళ్ళిపోవడమే మంచిదని నిశ్చయించుకున్నాను. అమ్మనడిగాను నాన్నా! అమ్మ కూడా ప్రయత్నించు ఫలితం ఏమైనా సరే అని చెప్పింది. అమ్మే నాకు ఆదర్శం. సెలవు”

అంతా చదివి డీలా పడిపోయాడు రామశేషయ్య.

తులశమ్మ హాలులో విచారంగా కూర్చుని ఏడుస్తున్నది.

“ఎక్కడా కనపడ్లేదా తులశమ్మక్కా?” అడిగాడు పక్కనే ఫోజుగా నిలబడి ఆలోచిస్తున్న రమణరావు.

“లేదు బాబూ! తెలిసినచోటల్లా వెతికించాం” ఏడుస్తూ చెప్పింది.

“హాఁ” నిట్టూర్చాడు రమణరావు.

“ఆ బ్రహ్మచారిగాడితోనే లేచిపోయి ఉంటుంది”

“అయితే ఎలోప్‌మెంటన్నమాట. నన్ను విడిచి వెళ్ళిపోయింది నా జానకి” దీనంగా ముఖం పెట్టాడు రమణరావు.

“బాబూ! ఆయనకెట్లాగూ ఆ సమర్థత లేదు. ఎక్కడుందో వెతికించు నాయనా! నేనీ అపవాదు భరించలేను తమ్ముడూ!”

“నో ఫియర్ అంటే భయపడకు తులశమ్మక్కా! ది గ్రేట్ యాక్టర్ అండ్ పోయెట్ రమణ్రావ్ ఇప్పుడే పోలీసులకు రిపోర్టు చేస్తాడు. సప్తసముద్రాలమధ్య ఉన్నాసరే వాళ్ళే తీసుకొస్తారు” అని ధైర్యం చెప్పాడు.

“కొంపకు చిచ్చుపెట్టిపోయింది. పదిమందిలో తలెత్తుకు తిరిగే ప్రాప్తిలేకుండా చేసింది. ఎంతపని చేశావే జానకమ్మతల్లీ! ఎంతపని చేశావమ్మా!” అని భోరున విలపించింది.

ఆమె ఏడుపు చూసి రమణరావు మనసు చెదిరింది.

“తులశమ్మక్కా!” జాలిగా పిలిచాడు.

“ఏం బాబూ!” దీనంగా పలికింది.

గృహప్రవేశం

జేబులోంచి దస్తీ తీసి తులశమ్మకిచ్చాడు రమణరావు. ఏడుస్తూ దాన్ని తీసుకుని పెద్దగా భోరుమన్నది తులశమ్మ.

"డోన్ట్ క్రై! డోన్ట్ క్రై! యాడవకు! యాడవకు! యాడవకు తులశమ్మక్కా!" ఓదార్చాడు రమణరావు.

*   *   *

ప్రజల చేతుల్లో అవమానాలపాలైతున్న జానకి పరిస్థితి దుర్భరంగా ఉన్నది. చీరంతా చిరుగులు పట్టింది. జుట్టు చిందరవందర అయ్యింది. స్త్రీలు ఎక్కడ కనపడ్డా తిడ్తున్నారు కొడ్తున్నారు. పిల్లలు పిచ్చిదని వెక్కిరిస్తున్నారు. వెంటబడి తరుముతున్నారు.

అడుగడుగునా అవమానాలు ఎదురౌతున్నా జానకి తెలియని గమ్యం వైపు ప్రయాణం చేస్తూనే ఉన్నది. వీథిలో నడుస్తున్న జానకిని తరుముతున్నారు పిల్లలు. ఆ కోలాహలం విని ఎదురుగా వస్తున్న జానకిని చూసింది ఒకావిడ. వచ్చి జానకిని తిట్టింది.

"బంగారవంటి బ్రహ్మచారిని పొట్టనబెట్టుకునీ ఇంకా ఏం మొహం చూసి పెట్టుకొని తిరుగుతున్నావే బజార్లవెంట?"

"ఎందుకే ఆల్చెడిన చావు? నీ జన్మ తగలబడ" వచ్చి తిట్టింది ఇంకొకావిడ.

స్త్రీలంతా వచ్చి జానకిని తిడ్తున్నారు.

"చదువుకుందట చదువు" అంటూ జానకిని నెత్తిన కొట్టింది ఒకస్త్రీ.

అందరూ కలిసి "పో పాపిష్టిదాన! నీ సిగ్గు చితకా!" అని తిడ్తూ మీదపడి కొట్టారు.

జానకి ఏడ్చింది.

"ఛీ! మీకు బుద్ధిలేదు. చదువూ లేదు సంస్కారం లేదు. స్త్రీపురుషునితో మాట్లాట్టమే తప్పనుకునే స్త్రీలవల్లే భారతదేశం ఈ స్థితికి వచ్చింది. స్త్రీజాతి బాగుపడేవరకూ ఈ దేశానికి విముక్తి లేదు" అని వారిని చీదరించుకుంది.

"మాకింకా నీతులు చెప్తున్నావటే! రారే! బాగా కొట్టండే! సిగ్గులేదూ! నీ బతుకుమండా సిగ్గులేదూ!" అంటూ మళ్ళీ జానకి మీదపడి కొట్టారు. ఎవరో రాయి విసిరారు. తలకు తాకి బాధతో విలవిలలాడింది జానకి. గట్టిగా అరిచింది. ఇంకొందరూ

రాళ్ళతో కొట్టారు. బాధకు తాళలేక నేలమీద పడిపోయింది జానకి. నిస్సహాయంగా రోదిస్తుంది. కోపం చల్లారాక స్త్రీలంతా వెళ్ళిపోయారు.

జానకి స్పృహ కోల్పోయింది.

కొంతసేపటికి అటునుంచి పోతున్న భార్యాభర్తలు నేలమీద పడున్న జానకిని చూశారు. పురుషుడు దగ్గరికొచ్చి చేయి పట్టుకొని నాడి పరిశీలించాడు.

ఆయన భార్య జానకి ముఖంలోకి చూసి "అమ్మాయ్! అమ్మాయ్!" అని పిలిచింది. కానీ జానకి పలకలేదు. "పాపం స్పృహతప్పినట్లుంది. ఏదో ఒకటి చేయకపోతే లాభంలేదు" అన్నది ఆమె.

"మనవల్ల ఏమౌతుంది? అన్నీ తెలిసిన స్వాములవారున్నారుగా. ఆశ్రమంలో చేరుద్దాం" అన్నాడు భర్త.

దంపతులిద్దరూ కలిసి జానకిని లేపారు ఆశ్రమానికి తీసుకపోడానికి.

* * *

ఆశ్రమంలో ఓ కుటీరంలో మంచం మీద పడుకుని ఉన్న జానకి పిచ్చి చూపులు చూస్తున్నది. ఆమె తలకు కట్టుకూడా ఉన్నది.

తీసుకొని వచ్చిన దంపతులు ఇంకా ఆశ్రమవాసులూ ఉన్నారక్కడ.

"ఆయన్నేం అనకండీ! తప్పంతా నాదే!" అని అరిచింది జానకి.

అందరూ ఆశ్చర్యంగా చూశారు.

జానకి అరుపులు కాషాయాంబరధారియై ఆశ్రమంలో చెట్టుకింద తాళపత్రాలు చదువుకుంటున్న సోమలింగానికి వినపడినవి.

"ఆయన్నేం అనకండీ! తప్పంతా నాదే!"

సోమలింగం గ్రంథం మూసి అరుపులు వచ్చినవైపు కదిలాడు.

"ఇక మీరు వెళ్ళండి. మేం తగిన జాగ్రత్తలు తీసుకుంటాం" జానకిని తీసుకొచ్చినవారితో చెప్పాడు ఒక ఆశ్రమవాసి.

"చిత్తం" అని నమస్కరించి భార్యతో వెళ్ళిపోయాడు ఆయన.

"ఆయన్నేం అనకండీ! తప్పంతా నాదే!" మంచం మీదున్న జానకి అరుస్తుంది.

ఆశ్రమవాసులంతా బయటికి వెళ్తున్నారు. సోమలింగం లోపలికి వచ్చాడు.

"తప్పంతా నాదే తప్పంతా నాదే. అయ్యయ్యో ఆయన్నేం అనకండి. తప్పంతా నాదే తప్పంతా నాదే తప్పంతా నాదే తప్పంతా నాదే" అరుస్తున్నది జానకి.

దీనస్థితిలో ఉన్న జానకిని చూసి జాలిపడ్డాడు సోమలింగం. వచ్చి జానకి మంచం పక్కన కూర్చున్నాడు.

"లేదు నేనాయన్ని పాడు చేయలేదు. ఆసంగతి ఆయనకి తెలుసను. ఆయనకు తెలుసు" అరుస్తూనే ఉన్నది జానకి.

సోమలింగం జానకి దగ్గరే ఉండదలచుకున్నాడు.

* * *

సాయంత్రమయ్యింది.

సోమలింగం దీపం ముట్టించాడు. జానకి కదుల్తుండడం చూసి వచ్చి పక్కనే కూర్చున్నాడు.

"ఆయన్ని నేను పాడు చేయలేదు ఆసంగతి ఆయనకు తెలుసు ఆయనకు తెలుసు ఆయనకు తెలుసు. లేదు లేదు లేదు ఆయన్ని నేను పాడు చేయలేదు ఆసంగతి ఆయనకు తెలుసు" అని అరుస్తూ ఆవేశంతో లేవబోయింది జానకి.

"జానకీ! జానకీ!" అంటూ చేయి పట్టుకొని ఆపి పడుకోబెట్టాడు.

"జానకీ!" నెమ్మదిగా ఆర్ద్రంగా పిల్చాడు.

"ఎవరూ? తంవరెవరూ?" చూడటానకి నెమ్మదిగా తల తిప్పుతూ అడిగింది.

"నేనే జానకీ!"

సన్న్యాసి వేషంలో ఉన్న సోమలింగాన్ని చూసింది జానకి. గుర్తుపట్టింది. చాల సంతోషమనిపించింది. అంతలోనే బాధపడింది.

"ఈసంఘంలో స్త్రీకి చోటు లేదు" అని ఏడ్చింది.

"ఊర్కో జానకీ! నిరుత్సాహపడకు. కష్టాలు అనుభవించందే ఆదర్శాలు నెరవేరవు" ఓదారుస్తూ చెప్పాడు.

ఓ ఆశ్రమవాసి లోపలికి వచ్చాడు.

"సోమలింగేశ్వరా! గురువుగారీ మందిచ్చారు. పూర్తిగా తగ్గేవరకూ మిమ్మల్నిక్కడే ఉండమన్నారు" అని కొన్ని వేర్లు ఇచ్చిపోయాడు.

సోమలింగం జానకి తలకున్న కట్టు విప్పాడు.

* * *

జానకి ఇంట్లోంచి వెళ్ళిపోయినప్పటినుంచి చిట్టి బెంగ పెట్టుకుంది. జానకినే తల్చుకొని బాధపడుతున్న తండ్రిని అడిగింది

"అక్క ఇంకా రాలేదేం నాన్నా!"

"వస్తుందమ్మా వస్తుంది. ఈ ముసలాణ్ణి విడిచిపెట్టి ఉంటుందా?" ఊరడిస్తూ అన్నాడు రామశేషయ్య.

"నీవెళ్ళి అక్కను తీస్కరా నాన్నా!" అంటూ తండ్రి ఒళ్ళో చేరింది.

"అట్లాగే అమ్మా అట్లాగే" అని చిట్టిని దగ్గరకు తీసుకున్నాడు.

"అక్క రాకపోతే నేనుకూడా వెళ్తాను. ఇక్కడుండనే ఉండను"

"వస్తుందమ్మా వస్తుంది. నీకోసం నాకోసంవైనా వస్తుంది" కూతురికి నచ్చచెప్పాడు రామశేషయ్య.

* * *

కొన్ని రోజులు గడిచిపోయాయి. జానకి తలకు అయిన గాయం మానిపోవచ్చింది.

మంచంపై కూర్చున్న జానకి తలకు కట్టుకడుతూ చెప్తున్నాడు సోమలింగం

"శుబ్బరంగా మానిపోయినట్టే. రేపటినుండి కట్టుకూడా అవసరం ఉండదు. ఆఁ గురువుగారు చెప్పారు ఇక వెళ్ళిపోవచ్చునట"

ఆ మాట వినగానే జానకి గుండె గుభేలుమన్నది. ఆమెకు సోమలింగాన్ని వదిలిపోవడం ఇష్టం లేదు.

"ఆఁ? నే వెళ్ళను. ఆశ్రమంలోనే ఉంటాను. ఆఁ! రేపట్నుంచి నేనుకూడా శ్లోకాలు వల్లిస్తాను" తడబడుతూ అన్నది.

* * *

జానకి ఆశ్రమవాసినిగా మారింది. కాషాయచీర కట్టింది. కుటీరం ముందు కూర్చుని గ్రంథం ముందుపెట్టుకొని చదువుతున్నది. కానీ చదువబుద్ధికావట్లేదు. ఆ గ్రంథాన్ని మూసి రుద్రాక్షలు ఎగరేసి వాటిని గ్రంథంతో కొడ్తూ ఆడుతున్నది.

సోమలింగం వెనుకనుంచి వచ్చాడు. అతణ్ణి చూసి తడబడింది జానకి. లేచి నిలబడి "నమస్కారం" అన్నది.

"నమస్కారం! ఊఁ ఇట్లాగేనా శ్లోకాలు చదివేది?" గట్టిగా అడిగాడు.

"ఏం చేసేదండీ? ఎంత వల్లించినా ఈ శ్లోకాలు రాందే"

"మనసునీ లగ్నం చేసి చదువు"

"ఎలాగండీ లగ్నం చేయడం? ఇక్కణ్ణేను ఓం అనగానే అక్కడ కోయిల కుకూ అంటుంది. ఆ కోయిల సంగీతఁవే వినేదా? ఇక్కడ శ్లోకాలే చదివేదా?"

"ఈ ప్రకృతి చేష్టలకు అర్థంలేదు" అని అక్కడినుంచి వెళ్ళిపోయాడు సోమలింగం.

"ఈ ఆధ్యాత్మిక చేష్టలకూ అంతంలేదు" అని నిట్టూర్చింది జానకి.

* * *

కపాలమోక్షకస్వామి ఆంతరంగిక మందిరంలోంచి అర్ధరాత్రి పూట మాటలు వినవస్తున్నాయి. ఒక ఆశ్రమవాసి ఏమిటా అని కిటికీలోంచి తొంగి చూశాడు.

స్వామి ఒక సన్న్యాసినితో మంచం మీద ఉన్నాడు.

"శివోహం" అంటూ ఒక సన్న్యాసిని స్వామితో సరసాలాడుతున్నది. స్వామికూడా "శివోహం" అంటూ సరసమాడుతున్నాడు.

"శివోహం" అని కిలకిల నవ్వుతూ స్వామికి చక్కిలిగింతలు పెట్టి కవ్వించింది.

స్వామికూడా పరవశంతో "శివోహం" అన్నాడు.

బయటినుంచి చూస్తున్న స్వచ్ఛమైన ఆ ఆశ్రమవాసికి ఏడుపొచ్చింది.

"పాపిష్టి మనసా! ఎన్ని చెప్పినా ఎన్ని చేసినా వినవు గదా! స్త్రీ కనబడితే చాలు ఎగిరిపడతావ్. ఎగిరిపడవుగా ఎగిరిపడవుగా ఎగిరిపడవుగా ఆ ఎగిరిపడవుగా" అంటూ గుండెలు బాదుకుంటూ పోయాడు.

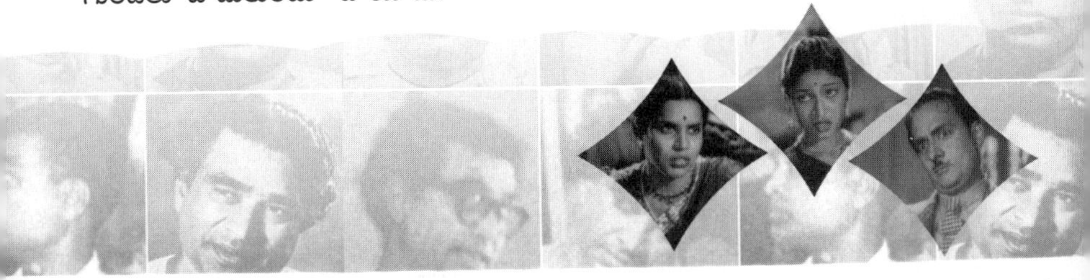

అటునుంచి పోతున్న సోమలింగం ఆశ్చర్యంగా చూశాడతనిని. అంతల్నే ఆంతరంగిక మందిరంలోంచి పెద్దనవ్వు వినపడింది. వచ్చి కిటికీలోంచి తొంగిచూశాడు.

మంచంమీద పడుకున్న సన్యాసిని నవ్వుతూ మీదికొస్తున్న స్వామిని చిలిపితనంతో ఆపుతున్నది.

ఆ దృశ్యాన్ని చూసిన సోమలింగం హతాశుడయ్యాడు. ఒక్క క్షణం నివ్వెరపోయాడు.

పక్కనుండి పోతున్న మునుపటి ఆశ్రమవాసి "మూర్ఖుదా! అంతర్ముఖుడవు కా!" అని హెచ్చరించి పోయాడు.

విరక్తి చెందిన సోమలింగం చేతిలో ఉన్న దండాన్ని నేలకు కొట్టాడు. మృగచర్మాన్నీ విసిరిపారేశాడు. ఏం చెయ్యాలో తోచక ఆలోచిస్తూ అటూ ఇటూ తిరుగుతున్నాడు. మనసు అల్లకల్లోలంగా ఉంది.

సోమలింగం : **హాలాహల మెగయునో**
మధురామృతమె కురియునో
నా హృదయాంబుధిలో ॥

సోమలింగం పాడుతుండగా జానకి చూసింది.

సోమలింగం : **దేవతలోక యెడ దానవులోక యెడ**
కలచి కలచి మదియు కుంగేలా ॥
ఉల్లోలములౌ కల్లోలమ్ములె
ఘోషిల్ల నాకాశము తాకే
కారు నల్లనౌ చీకటి రక్కసి
భారతావని నలుదెసలను తాకే ॥

దూరం నుండి జానకి పాడుతున్నది. సోమలింగం అటు వెళ్ళాడు.

జానకి : **కనవోహెూ! కనవోహెూ! తెరువరీ!**
కౌముది సెలయేరులౌచు
కౌగిలించె లోకమ్ముల
హాలాహలము అంధకారమనుచు

కలవరింతువేల?
మనసులోని మాయాజాలమును గని
భ్రమియింతువేల? ॥
సుందర యౌవన ప్రకృతిశోభ
ఆనందింపగ జాగు చేయనేల? ॥

తననే చూస్తున్న సోమలింగం దగ్గరికి వచ్చింది జానకి. సోమలింగం నిరాశలో ఉన్నాడు. భారంగా నడుస్తూ పక్కకుపోయి కూర్చున్నాడు. జానకి అతణ్ణే అనుసరించి వచ్చి పక్కనే కూర్చుంది. ఒక చెట్టునుంచి పువ్వును తెంపి ప్రేమతో అతనికిచ్చింది.

"ఊర్కో జానకీ!" అని తిరస్కరించాడతను.

"భక్తురాలి హృదయం స్వామీ!" అంటూ మళ్ళీ ఇచ్చింది.

చేత్తో ఆ పువ్వును తోశాడు. పువ్వు కిందపడ్డది. తిరస్కారానికి జానకి ముఖం చిన్నబోయింది. పక్కనుండి లేచి వెళ్ళింది. పొరపాటు గ్రహించి ఆమె దగ్గరకు వచ్చాడు సోమలింగం.

"క్షమించు జానకీ! నాకు మంచీ చెడు తెలుసుకునే విచక్షణ కూడా లేకుండా పోయింది. ఒకక్షణం వెన్నెల ఒకక్షణం చీకటి" అన్నాడు.

"సరే! చదవేస్తే ఉన్న మతి కూడా పోయిందన్నమాట" వెక్కిరించింది జానకి.

"సూటిపోటి మాటల్తో నన్ను బాధించకు!" కోపంగా అన్నాడు.

"మరి కాకపోతే మీ ప్రవర్తన ఎలా ఉంది? ప్రకృతీ సంఘం అన్నీ మీ సిద్ధాంతం తప్పని ప్రతిధ్వనిస్తుంటే మీకీ మొండి పట్టుదలెందుకు చెప్పండీ? దురభిమానంవల్ల కాకపోతే" నిష్ఠూరమాడింది.

"జానకీ!"

"ఏం హద్దుమీరిపోతున్నానా?"

"అయినా నీ తప్పులేదు. కష్టసుఖాలను స్వయంతో చెప్పుకోవడం నాదే తప్పు"

"అదిగో మళ్ళీ ఇంతలో కోపం. మాటకే ఇంత అవమానపడేవారు ఈ ఆశ్రమంలో ఎలా చేరారండీ?"

"సంఘసేవకూ ఆత్మశక్తిని సంపాదించుకోవడానికి"

"అలాగేం? సంఘానికి భయపడి ఆత్మవంచన చేసుకోవడానికి కాదుగదా!"

"కాదు"

"మరెందుకో సెలవిస్తారా?"

"చెప్పనా?"

"చిత్తం!"

"నేనీ ఆశ్రమంలో చేరిందీ కామోద్రేకంతో మగవాళ్ళ వెంటపడే ఆడవాళ్ళనుండి తప్పించుకోవడానికి"

"మాటలు తిన్నగా రానివ్వండి"

"మరి స్త్రీ ఇల్లు విడచివచ్చేదెందుకూ? పశువాంఛ తీర్చుకోడానికి కాదూ!"

ఇక భరించలేకపోయింది జానకి. వెంటనే సోమలింగాన్ని గట్టిగా చెంపదెబ్బ కొట్టింది. హఠాత్తుగా అప్రయత్నంగా జరిగిన ఆ చర్యకు కుమిలిపోయింది. తను ప్రేమించే మనిషి మీద చేయిచేసుకొనేసరికి దు:ఖం పొంగుకొచ్చింది.

"క్షమించండి! స్త్రీలమీద నీచులు వేసే నింద మీ నోటినుండి వినేసరికి ఉద్రేకం పట్టలేక.... అపరాధిని" అంటూ కాళ్ళమీద పడబోయింది.

సోమలింగం జానకిని ఆపి ఆమె చేతులు పట్టుకొని "అపరాధం నాది జానకీ! క్షమించవలసిందీ నువ్వు!" అన్నాడు.

"ఆఁ నామీద మీకు కోపం లేదూ?"

"లేదు జానకీ! ఈ దెబ్బ నాకు తగిలింది కాదు. భారతదేశంలో జీర్ణించుకుపోయిన అజ్ఞానానికి తగిలిన చెంపదెబ్బ"

సోమలింగం మాటలు విని జానకి తనను తాను నమ్మలేకపోయింది. ఆనందంతో ఉక్కిరిబిక్కిరి అయింది.

"స్వామీ మీ సిద్ధాంతాన్ని మార్చుకున్నారా?" సంతోషం పట్టలేక అడిగింది.

"అవును జానకీ! నీవే గెల్చావు. మనిద్దరం కల్సి లోకకళ్యాణార్థం పాటుపడదాం"

"అయితే రేపే ఈ ఆశ్రమంనుండి వెళ్ళిపోదాం"

"సంఘంలో ఉన్న దుష్టశక్తుల్ని రూపుమాపుదాం" ఉత్సాహంగా అన్నాడు సోమలింగం.

"భూతలస్వర్గాన్ని స్థాపిద్దాం" అంతే ఉత్సాహంగా అన్నది జానకి.

ఇద్దరూ చేతిలోచెయ్యి వేసుకొని నడుచుకుంటూ కదిలారు.

* * *

సాయంత్రం దాటింది. చీకటిపడింది.

సోమలింగం కాషాయవస్త్రాలూ రుద్రాక్షలూ తీసివేసి విభూదులు తుడిచీ మామూలు బట్టలు తొడిగాడు. హుషారుగా ఉల్లాసంగా భవిష్యత్తు తలుచుకుంటూ మంచం మీద పడుకున్నాడు.

* * *

జానకి హాయిగా మంచంలో పడుకుని సంతోషంగా నిట్టూరుస్తూ రేపటి గురించి ఊహించుకుంటూ మెళ్ళోని పూలమాలను చేతిలో ఆడిస్తున్నది.

* * *

ఆలోచిస్తున్న సోమలింగానికి హఠాత్తుగా భీష్మాచార్యుడు గుర్తుకొచ్చాడు.

"ద్రోహీ! నీకు రౌరవాది నరకప్రాప్తి జాగ్రత! ద్రోహీ! నీకు రౌరవాది నరకప్రాప్తి జాగ్రత!" అని శపిస్తున్నాడు.

పడుకున్నవాడల్లా భయపడి దిగ్గున లేచి కూర్చున్నాడు. హనుమంతుడూ గుర్తుకొచ్చాడు.

"హరే రామ్! హరే రామ్! స్వామిద్రోహీ! జాగ్రత జాగ్రత!" అని హెచ్చరించాడు.

ఈ ఊహలతో గట్టిగానే దడుచుకున్నాడు సోమలింగం.

* * *

హాయిగా పూలతో ఆడుకుంటూ ఊహాలోకాల్లో విహరిస్తున్న జానకి కారుహారన్ వినపడి లేచింది.

ఆ రాత్రిపూట ఆశ్రమం ఆవరణలోకి ఒక కారు వచ్చింది. ఆశ్రమవాసులు దాని చుట్టుమూగారు. దాంట్లోంచి రమణరావు పోలీసులు దిగారు.

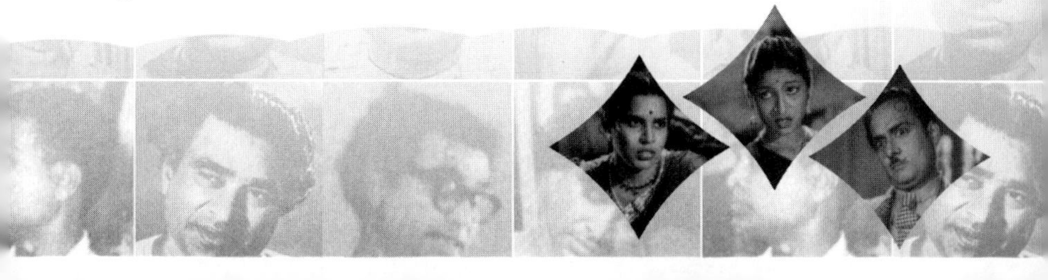

146 గృహ ప్రవేశం

కిటికీలోంచి చూస్తున్న జానకి భయపడింది.

పోలీసు అధికారి "నీవిక్కడ ఉండి జాగ్రత్తగా చూస్తూ ఉండు" అని ఒక కానిస్టేబులుకు చెప్పి రమణరావు, ఆశ్రమవాసులతో లోపలికి పోయాడు.

* * *

జానకి భయపడ్తూ సోమలింగం గదికి వచ్చింది.

"స్వామీ! స్వామీ!" అని కంగారుగా పిలిచింది.

ఆ సమయాన జానకి రావడం చూసి అయోమయపడ్డాడు సోమలింగం.

"ఏమిటి జానకీ?" అని అడిగాడు.

"వచ్చారు స్వామీ! నన్ను తీస్కెళ్ళడానికొచ్చారు. ఇక నన్ను రక్షించే భారం మీదే!" అని గాభరాపడ్తూ వేడుకుంది.

వచ్చినవారితో ఆశ్రమవాసులు అక్కడికి వచ్చారు. వారిలో ఒకడు వికటంగా నవ్వుతున్నాడు. ఆ నవ్వు వింటేనే భయమైతుంది.

"మూర్ఖులారా! పవిత్రమైన ఆశ్రమభూమిని అపవిత్రం చేస్తున్నారా?" కోపంగా అడిగాడు అతడు.

జానకి కూడా అదే స్థాయిలో సమాధానమిచ్చింది.

"అపవిత్రం చేస్తున్నది మేం కాదు. బ్రహ్మచర్యం మోక్షం అని చెప్పి లోకాన్ని మోసం చేస్తున్నది మీరు. మీ ఆశ్రమంలో జరిగే ఆధ్యాత్మిక జీవితంకంటే ప్రేమజీవితం అనేకరెట్లు పవిత్రమైనది"

సోమలింగం మనసు పరిపరివిధాల కొట్టుమిట్టాడుతుంది.

"అవునా సోమలింగం?" అడిగాడు ఆ ఆశ్రమవాసి.

సోమలింగం జవాబు పలకలేదు.

"అవును. మేం ఈ ఆశ్రమంనుండి వెళ్ళిపోయి ఇద్దరం కల్సి సంఘసేవ చేయదల్చుకున్నాం" జానకి కల్పించుకొని అన్నది.

సోమలింగాన్ని అంతరాత్మ బెదిరిస్తున్నది.

గృహప్రవేశం

"మూర్ఖుడా! వ్యామోహపడకు! నీ చర్యలన్నీ భగవంతుడు కనిపెడుతూనే ఉన్నాడు లే! మూర్ఖుడా!" హెచ్చరించింది మనసు.

భయంతో తత్తరపడ్డాడు సోమలింగం.

"కాదు కాదు. అంత ఒట్టిది. నేను బ్రహ్మచారిని ఆధ్యాత్మికవాదిని" అన్నాడు.

ఇక జీవితం అనుకున్న మలుపు తిరగబోతున్నదని ఆశపడుతున్న తరుణంలో అతని మాటలు విని హతాశురాలైంది జానకి. బాధతో దగ్గరికి వచ్చి స్థాణువులా నిలబడ్డ అతణ్ణి గట్టిగా కదిలించి అడిగింది

"అదేఁవిటి స్వామీ? మీరు చెప్పలేదూ సంఘసేవ చేద్దాఁవనీ! చెప్పరేం? మాట్లాడరేం? చెప్పండి స్వామీ! స్వామీ!"

"భ్రమకు లోనై అన్నాను. కానీ నా సిద్ధాంతమే నా సర్వస్వం" విగ్రహం పలికినట్టుగా అన్నాడు.

జానకికి ఏడుపు ముంచుకొచ్చింది.

"నన్నిలా మోసం చేయడం మీకు ధర్మంగాదు. స్త్రీహృదయంలో అగ్ని రగిల్చినవాళ్ళెవరూ బాగుపళ్ళేదు" అన్నది.

"పో! వెళ్ళు! నన్ను వేధించకు!" గట్టిగా అన్నాడు.

చేసేదిలేక చేయగలిగిందిలేక ఏమీ తోచక ప్రాణమున్న శవంలా నిలబడింది జానకి.

ఆ పక్కనే నిలబడి అంతా చూస్తున్నాడు రమణరావు.

"ఇటువంటివాణ్ణి నమ్మి ఏం ప్రయోజనం జానకీ! పోదాం రా!" అన్నాడు.

"రామ్మా రా! ఇది నీలాంటివాళ్ళు చేయదగ్గ పనికాదు" హితవు చెప్పాడు పోలీసు అధికారి.

"మీ నాన్నను మర్చిపోయావా జానకీ?" అని గుర్తుచేశాడు రమణరావు.

జానకి అతనివైపు చూసింది. "రా!" అన్నాడు రమణరావు. జానకి భారంగా కదిలింది. రమణరావు, పోలీసు అధికారి జానకితోపాటే వెళ్ళారు. సోమలింగం చూస్తూ నిలబడ్డాడు.

వారు వెళ్ళగానే "ఆశ్రమవాసులారా! ద్రోహిని శిక్షించక చూస్తున్నారా?" ఆవేశంగా అన్నాడు ఆ ఆశ్రమవాసి.

"శివోహం శివోహం" అంటూ సోమలింగం మీదపడి కొట్టారు ఆశ్రమవాసులు. అతణ్ణి లేపి కిటికీలోంచి అవతలికి విసిరేశారు. అతడు పక్కన పారుతున్న కాలువలో పడ్డాడు.

"కపాలమోక్షకస్వామికీ జై" అరిచారు ఆశ్రమవాసులంతా.

* * *

రమణరావు జానకిని ఇంటికి తీసుకొచ్చాడు. ఇంటిముందు కాలుపెట్టింది కానీ గడప దాటి లోపలికి రాలేక బాధపడుతుంది.

"కమాన్ రా! రా!" పైప్ పీలుస్తూ దర్పంగా పిలిచాడు రమణరావు.

కానీ జానకి గడప దాటలేదు.

"హుఁ. ముందే ఉండాలి కానీ ఇప్పుడు భయపడి ఏం ప్రయోజనం జానకీ డియర్! నీకోసం మీ నాన్న ఎంత పరితపిస్తున్నాడనుకున్నావ్? ఇంట్లో పోరుపడలేకా, బయటవాళ్ళనే మాటలు వినలేకా అవమానంతో కుళ్ళి కృశించిపోతున్నాడంటే నమ్ము. వెళ్ళు! వెళ్ళు జానకీ డియర్!" అన్నాడు రమణరావు.

బాధతో జానకి ముఖం కుంచించుకపోయింది. లోపల అడుగు పెట్టడానికి సంకోచిస్తూనే ఉన్నది. తన ఇంటి ముందు తానే పరాయిదానిలా అనిపిస్తుంది తనకు. తటపటాయిస్తూనే లోపలికి ప్రవేశించింది.

మేడమీంచి మెట్లు దిగి కిందికి రాబోతున్న చిట్టి జానకిని చూసి ఆనందంతో మేడమీదికి ఉరికింది. పూజచేస్తున్న తండ్రితో చెప్పింది.

"నాన్నా! నాన్నా! అక్కొచ్చింది"

"ఆఁ వచ్చిందా? వచ్చిందా నా తల్లీ!" అంటూ చేతిలో ఉన్న పూలు దేవుని దగ్గరపెట్టి కింద హాల్లోకి కదిలాడు.

జానకి అపరాధ భావంతో కుమిలిపోతుంది. అందులోనూ ప్రేమించినవాడిచేతిలో మోసపోయానన్న బాధ ఆమె హృదయాన్ని దహిస్తున్నది.

మేడమెట్లు ఎక్కి వెళ్ళి తండ్రిని చూడాలని అనుకుంటున్నది కానీ తండ్రికి తన ముఖం చూపించలేక ఆగిపోతున్నది జానకి. ఎట్లానో ధైర్యం తెచ్చుకొని మెట్లు ఎక్కబోయింది. "ఏదీ? ఏదీ?" అంటూ తండ్రే మెట్లు దిగి వస్తుండడంతో సంతోషమనిపించినా తన ముఖం చూపించలేక వెనుకకు తిరిగి బాధపడుతున్నది. లోలోపల బాధ సుడులు తిరిగి కన్నీళ్ళు ఉబికి వస్తున్నది.

"తప్పే నాన్నా! క్షమించు నాన్నా! నాన్నా! నాన్నా!" అని ఏడుస్తూ తండ్రికి దూరంగా పోయింది.

"జానకీ!" అని తండ్రి ఆప్యాయంగా పిలవడంతో "నాన్నా!" అంటూ వెళ్ళి తండ్రిని కౌగిలించుకున్నది.

రామశేషయ్య ఓదార్పుగా జానకి తల నిమిరాడు.

"ఎక్కడుందో నా తల్లి? ఎన్ని కష్టాలు పడుతుందో నా తల్లి? అని గుండెలు పగిలిపోయినై తల్లీ" అన్నాడు.

"ఇక నిన్ను విడిచిపెట్టను నాన్నా!" ఏడుస్తూ అన్నది జానకి.

"అమ్మను ఆదర్శంగా పెట్టుకుంటానంటివే! నేనిట్లా కష్టపడడం మీ అమ్మకిష్టంవా తల్లీ?"

"క్షమించు నాన్నా! ఏమో అనుకున్నాను. ఎన్నో ఆశలు పెట్టుకున్నాను. నా ఆశలన్నీ నిరాశలైనాయి. ఈ సంఘంలో స్త్రీకి చోటులేదు నాన్నా!" భోరున విలపించింది జానకి.

"ఛీ ఛీ ఎక్కడైనా తండ్రి దగ్గర ఇట్లా ఏడుస్తారా? తప్పుగాదూ? వద్దమ్మా! ఏదీ ఒక్కసారి" అని జానకి గదుమ పట్టుకొని అడిగాడు.

జానకి నవ్వింది. కూతురు నవ్వు చూసి సంతోషించాడు రామశేషయ్య.

"అంతా తల్లే!" అన్నాడు.

"చూడమ్మా చూడు! చిట్టి నీకోసం ఎలా అయిందో" అని పక్కన నిలబడ్డ చిట్టిని చూపించాడు.

"చిట్టీ!" అంటూ వెళ్ళి చిట్టిని ఎత్తుకుంది జానకి.

"అక్కా! నన్ను విడిచిపెట్టి వెళ్ళొద్దక్కా!" అన్నది చిట్టి ఏడుస్తూ.

"వెళ్ళను చిట్టీ! వెళ్ళను" అని లోపలికి తీసుకొని పోయింది జానకి.

తాపీగా పైప్ కాలుస్తూ ఇదంతా ఓ డ్రామా చూసినట్లు చూసి నిట్టూర్చాడు రమణరావు.

కోపంగా హాల్లోకి వచ్చింది తులశమ్మ.

"దేశాల మీద పోయిందిపోక మళ్ళీ ఏ మొహం పెట్టుకొచ్చిందీ? ఇక్కడెవర్నుద్ధరిద్దాంవనీ?" అంటూ రుసరుసలాడింది.

"అదింట్లో అడుగుపెట్టిందో లేదో అప్పుడే ఆరంభించావ్? చాల్చాలు ఊర్కో! నీవు లేవూ అందర్నీ ఉద్ధరించడానికీ?" కోపంగా అని అక్కణ్ణుంచి వెళ్ళాడు రామశేషయ్య.

భర్తమాటలకు తులశమ్మ మనసు కలుక్కుమన్నది.

"అవున్లే మీరంతా ఒకటేగా. ఎటు తిరిగీ నేనేగా పరాయిదాన్ని. నన్నెత్తుకుపోనన్నా పోవేరా భగవంతుడా! ఈ మూడోపెళ్ళి నాకొద్దో అని మొత్తుకున్నా. ఆ తండ్రి సచ్చినోడు వింటే...." అంటూ గుండెలు బాదుకొని నెత్తి కొట్టుకొని ఏడుస్తూ పక్కనున్న టీపాయ్ మీద కాలుపెట్టి విచారం అభినయించబోయింది. అంతే అమాంతం కిందపడ్డది. అది చూసి నవ్వాడు రమణరావు. ఆమె కష్టంగా పైకి లేచి మూలుగుతూ ఆ టీపాయ్ మీదనే కూర్చున్నది.

"ప్చ్ చ్చుచ్చు... " అంటూ ఆమె దగ్గరకొచ్చి ఆమె పక్కనే కూర్చుని దీనత్వం అభినయిస్తూ "తులశమ్మక్కా!" అన్నాడు.

"ఏం బాబూ?" అన్నది ఏడుపు ఇంకెక్కువై.

"ఓ డోన్ట్ క్రై! డోన్ట్ క్రై! అంటే యాడవకు. లెట్ బై గాన్ బై గాన్ జరిగిందేదో జరిగింది. ఎట్లాగైతే యేం ఎన్ని కష్టాలు పడితే యేం? చివరకు పిల్లను తెచ్చి నీ చేతిలో పెట్టాను. ఇక జరగవలసింది ఆలోచించు" అన్నాడు రమణరావు.

"ఇంకా ఆలోచించవలసిందేముంది తమ్ముడూ! అది నీ సొత్తే! నీ యిష్టంవొచ్చినట్టు కానీయ్" అని వరమిచ్చింది కిందపడ్డ నొప్పి బాధను ఓర్చుకుంటూ.

రమణరావు సంతోషానికి పట్టపగ్గాలు లేకుండా పోయాయి. పైకి లేచాడు.

"ఓ మై డియర్ తులశమ్మక్కా! ఇంకా మనదేశం నిలబడి ఉందంటే నీలాంటి స్త్రీరత్నాల వల్లనే కదా!" అంటూ ఫోజులు పెట్టి డైలాగు కొట్టాడు. "ఆఁ అక్కా! జానకిని కనుక్కొని ముహూర్తం పెట్టించు ఆఁ ఆఁ " అన్నాడు టీపాయ్ మీంచి లేస్తున్న తులశమ్మతో.

వెళ్ళిపోబోయి మళ్ళీ ఆగి అన్నాడు

"ఇదిగో జానకి యిల్లు లేచిపోయింది కదా! వీడు చేస్కుంటాడో చేస్కోడో అని అనుమానం పెట్టుకోకూ! ద గ్రేట్ యాక్టర్ అండ్ పోయెట్ రమ(ణా)వ్‌కి ఎంగిలనేదే లేదు"

తులశమ్మ అతణ్ణి సంతోషంగా చూసింది.

* * *

ఆశ్రమం కిటికీ నుండి కాలువలో పడ్డ సోమలింగానికి తీవ్ర గాయాలయ్యాయి. లేచి చూసేసరకి చుట్టూ అన్నీ చెట్లు. అంతా అడవిలాగుంది. శక్తికూడదీసుకొని గాయాలతో తూలుతూ అతికష్టం మీద నడుస్తున్నాడు. కానీ నడిచే శక్తి కూడా లేక చెట్ల మధ్య పడిపోయాడు.

* * *

తనగదిలో దిగులుతో పరధ్యానంగా కూర్చున్న జానకి ఉలిక్కిపడి లేచింది. సోమలింగానికి ఏదో ఆపద కలిగిందని అంతరాత్మ చెప్తుంది. దీనంగా తల్లి ఫోటో వైపు చూస్తూ ఏడ్చింది.

"అమ్మా! ఈ అంధకారాన్ని గడిచేదెట్లాగమ్మా?"

బాధతో చేతుల్లో ముఖం దాచుకుంది.

అక్కడే ఉన్న చిట్టి ఆందోళనగా చూసింది. జానకి దగ్గరకి వచ్చింది.

"ఏంటక్కా?" అని అడిగింది.

జానకి చేతులు తీసి నవ్వు తెచ్చిపెట్టుకొని "అబ్బే ఏం లేదు చిట్టీ!" అంటూ చిట్టిని దగ్గరకి తీసుకుంది.

* * *

శక్తిలేక పడుతూ లేస్తూ నడుస్తున్న సోమలింగం ఒక దగ్గర కూర్చున్నాడు.

"క్షమించు జానకీ! నిన్ను మోసం చేశాను. నీ జీవితం భగ్నం చేశాను" అని బాధపడ్డాడు.

156 గృహ ప్రవేశం

అటునుంచి వెళ్తున్న ఒక బ్రాహ్మణుడు సోమలింగాన్ని చూశాడు. అతని దీనావస్థ చూసి చలించిపోయాడు. దగ్గరికి వచ్చి పట్టుకొని "ఏఁవిటి బాబూ?" అని అడిగాడు.

"ఏం లేదు" కన్నీళ్ళు తుడుచుకుంటూ చెప్పాడు.

"అలసినట్లున్నావు బాబూ! మా ఇంటికి రా! కొంచెం విశ్రాంతి తీస్కుందువు గానీ!"

బ్రాహ్మణుడు సోమలింగానికి చేయి ఆసరా ఇచ్చి ఇంటికి తీసుకుపోయాడు.

* * *

సీతారాం రమణరావుకోసం కాఫీ పట్టుకొని పోతున్నాడు.

"తాతా!" అని పిలిచింది లలిత. "ఇవాళ నేను తీసుకువెళ్తాను తాతా!" అని సిగ్గుపడ్తూ అడిగింది. సీతారాం చేతిలోంచి ట్రే అందుకుంది.

"చూడమ్మా! పెళ్ళివిషయం ఈ వేళ తప్పకుండా అడుగమ్మా!"

"వారికి తెలియందేఁవుంది తాతా!"

"యెందుకైనా తొందరపెట్టటం మంచిదమ్మా! రోజులు గడిస్తే యాఁవౌతుందో యెవరు చెప్పగలరు?"

"అలాగే తాతా! అడుగుతాను" అని ముసిముసిగా నవ్వుకుంటూ రమణరావు గదిలోకి పోయింది.

రమణరావు సోఫాచేతి మీదికి వాలి కూర్చుని పైప్ కాలుస్తూ తీరిగ్గా మ్యాగజీన్ తిప్పున్నాడు. లలిత వచ్చిన విషయమేం గమనించలేదు.

"మరీ పెళ్ళి సంగతేం చేశారు?" వచ్చినట్లు తెలియకుండా వెనుకనే నిలబడి అడిగింది లలిత.

"ఆఁ సెటిలైనట్టే! తులశమ్మక్క అన్ని ఏర్పాట్లు చేస్తానంది" పరధ్యానంగా అన్నాడు.

"నిజఁవేనాండీ? నిజఁవేనా?" ఆనందంగా అంటూ వచ్చి రమణరావు పక్కన కూర్చుంది. "తులశమ్మక్కెవరండీ?" తట్టి అడిగింది.

అప్పుడు లోకంలోకొచ్చిన రమణరావు లలితను చూసి "ఊఁ ఓ... ఓ... నువ్వా" అని లేచి సరిగా కూర్చున్నాడు.

గృహప్రవేశం

"మన తులశమ్మక్క నెరగవూ? మన పురోహితుడి భార్య దట్ స్టౌట్ ఉమన్. ఇంత లావున్న ఏకుల బుట్టల్లే ఉంటుందే ఆవిడ" బుకాయించి చెప్పాడు రమణరావు.

"ఏం చెప్పిందండీ?" అని ఆసక్తిగా అడిగింది.

"ఆఁ ముహూర్తం పెట్టించుకోడానికీ పురోహితుడింటికెళ్తేనూ ఆయన్లేడూ. ఆమె కనిపించి చెప్పింది"

"ఏం చెప్పిందండీ?"

"ఆఁ ఈ నెల దాటితే అన్ని మంచి ముహూర్తాలేనట"

"ఊఁ ... ఎప్పుడూ ఏదో వంక చెప్తూనే ఉంటారు. హూఁ.." ప్రేమగా అలిగి అన్నది లలిత.

సీతారాం బయటినుండి అన్నీ వింటున్నాడు. రమణరావు మోసాన్నీ లలిత అమాయకత్వాన్ని అర్థం చేసుకుంటున్నాడు.

"ఎందుకూ నీకీ తొందర డియర్! ఒక్క పెళ్ళి తప్పితే నీకు నేనేం తక్కువ చేశాను?"

"మీకేం మీరలాగే అంటారు. ఇరుగుపొరుగువాళ్ళకు జవాబు చెప్పలేక నా ప్రాణాలు పోతున్నాయ్" అని అలిగింది.

"ఏం ఏఁవడుగుతున్నారేఁవిటీ?"

"ఆయన మీకేఁవౌతారూ? ఏఁవౌతారూ? అని అడుగుతున్నారు"

"ఓహ్ దీనికేనా? మై లవరని చెప్పూ! నేను లవర్నని చెప్పుకునే తాహతు నీకు గాక ఇంకెవరికుంది డియర్! దిగ్రేట్ యాక్టర్ అండ్ పోయెట్ రమణ్రావ్ లవరంటే యాఁవనుకున్నావ్? హజ్బెండ్‌కంటే థౌజండ్ టైమ్స్ బెటరన్నమాట. అంటే భర్తకంటే వెయ్యిరెట్లు గొప్ప" అని మాటల్తో లలితను మెప్పించాడు. ప్రస్తుతానికి గండం గట్టెంకించుకున్నాడు.

లలిత అమాయకంగా అతని మాటలు నమ్మింది. చాల సంతోషించింది గర్వపడింది. రమణరావు కౌగిలిలో ఒదిగిపోయింది.

* * *

అన్నం తిని ఇంటిముందుకొచ్చి చేయి కడుక్కున్నాడు సోమలింగం. అరుగుమీద కూర్చుని గ్రంథాధ్యయనం చేస్తున్నాడు బ్రాహ్మణుడు. ఆయనను చూసి

"మీ ఆతిథ్యానికి చాలా కృతజ్ఞుణ్ణి. ఇక నాకు సెలవిప్పించండి. వెళ్ళివస్తాను" అన్నాడు.

"తొందరేం బాబూ? కొంచెం శక్తి వచ్చింతర్వాత వెళుదువుగానీ"

"అవున్నాయనా! రెండ్రోజులపాటిక్కడే ఉండు. మొహమాట పడకు" అన్నది అపుడే లోపలినుండి వచ్చిన బ్రాహ్మణుడి భార్య.

"నేను బ్రహ్మచారిని. సర్వనాశనం చేస్తాను. నేను బ్రహ్మచారిని మహంకాళిని. సర్వనాశనం చేస్తాను" అంటూ పిచ్చిగా అరుచుకుంటూ ఇంట్లోంచి బయటికి వచ్చింది ఒక యువతి. చూస్తే విధవలా ఉంది. సోమలింగాన్ని చూసి ఆగింది. సోమలింగము ఆమెను పరిశీలనగా చూశాడు.

"ఎవర్నువ్వూ? నువ్వా నువ్వా!" అని పిచ్చిచూపులు చూస్తూ నవ్వుతున్నది.

"తప్పమ్మా! నీకన్నలాంటివారు" అంటూ ఆ యువతిని పట్టుకున్నది బ్రాహ్మణుని భార్య.

బ్రాహ్మణుడు అరుగు దిగాడు.

"నేను బ్రహ్మచారిని. మహాకాళిని. సర్వనాశనం చేస్తాను" అని పిచ్చిగా అరుస్తున్న ఆ యువతిని చేయిపట్టుకొని "రామ్మా లోపలికెళదాం" అంటూ ఇంట్లోకి తీసుకపోయాడు.

సోమలింగం ఏమీ అర్థంకాక ఆశ్చర్యంగా చూస్తున్నాడు.

"నా బిడ్డ బాబూ! చిన్నతనంలోనే పెళ్ళిజేశాం. పెళ్ళయినకొద్దిరోజులకే పెనిఁమిటి పోయాడు. అప్పణ్ణుంచీ దీని బ్రతుకిలా అయిపోయింది" అని బాధపడుతూ చెప్పింది బ్రాహ్మణుని భార్య.

"ఎప్పుడూ ఇలాగే ఉంటుందా?" అడిగాడు సోమలింగం.

"అవున్నాయనా! ఇరవైనాలుగ్గంటలూ ఇంతే. దేవుడని కొందరూ దయ్యఁమని కొందరూ తలోమాటా అంటున్నారు"

"ఏఁవైనా మందిప్పించలేకపోయారా?"

"మందులకు నయఁమౌతుందా నాయనా? బ్రహ్మరాత!"

"అట్లా అని ఊర్కుంటాఁవా అమ్మా? మనప్రయత్నం మనం చేయొద్దూ"

"చేస్తూనే ఉన్నాం నాయనా! పూజలనీ పునస్కారాలనీ మొక్కుబళ్ళనీ రక్షరేకులనీ అన్నీ చేస్తూనే ఉన్నాం. భూతవైద్యుల్ని గూడా పిలిపించాం" విచారంగా చెప్పింది ఆవిడ.

* * *

తులశమ్మ అధికారం ఇచ్చింది కదా అని రమణరావు జానకి బాగా వెంటబడి వేధిస్తున్నాడు.

ఇంట్లోకి వచ్చి వెంటబడుతున్న రమణరావుని తప్పించుకుంటూ మేడమీదికి పోయింది జానకి. వెనుకనే వెళ్ళాడు రమణరావు.

"జానకీ డియర్! లవ్ మీ అంటే నన్ను ప్రేమించు నీకూ నాకూ కంప్యారిజన్ ఎక్కడ? చూడూ!" అని బ్రతిమాలుతూ అడిగాడు. పాడుతున్నాడు.

స్వర్గసీమను కులుకు శ్రీదేవతవు నీవు
భూసీమ నల్లాడు పురుష పురుగును నేను
మై స్వీట్‌హనీ . . .
నల్లమబ్బు కాంతి విరజిమ్ము మెరుపు నీవు
ముసలాడి తలలోని తెల్లవెంట్రుకను నేను
ప్రియా! తళుకంచు మెరయు రత్నంపు గుళిక వీవూ
నేనో స్త్రీచేతి పగిలిన గాజు ముక్కనూ
అమ్మకచెల్లరే . . .
పిల్లతెమ్మెరవో ప్రియా పిల్లవీవు
నేనో ఒట్టి చవటనౌదు పడుచువాణ్ణి ప్రియా
ఆ . . . ప్రియా . . . . .

సుదీర్ఘంగా రాగం తీసి పాడుతూ కనులుమూసుకొని అందులో లీనమైపోయాడు.

ఆ గోల భరించలేక జానకి అక్కణ్ణుంచి వెళ్ళిపోయింది. రమణరావు కళ్ళు తెరిచేసరికి ఎదురుగా లేదు. తిరిగి వెళ్ళిపోతున్న జానకిని చూశాడు. మళ్ళీ వెంటపడ్డాడు.

జానకి కోపంగా వేరే గదిలోకి వెళ్ళి అతని ముఖంమీదే దఢేలుమని తలుపులు మూసింది. నీరసంగా నిట్టూర్చి వెనుకకు మళ్ళాడు రమణరావు.

* * *

మళ్ళీ రెండు రోజులకు వచ్చాడు రమణరావు. మేడమెట్ల దగ్గర తచ్చాడుతున్నాడు.

"ట్రై ఎండ్ ట్రై అన్నాడు కాళిదాసు ప్రయత్నించి మళ్ళీ ప్రయత్నించు అన్నాడు షేక్స్పియర్" అని తనకు తాను చెప్పుకున్నాడు.

దబదబా మెట్లెక్కి హుషారుగా మేడమీదికి పరుగెత్తాడు.

జానకి కరుణించలేదు. తలుపు తీయలేదు. సాయంత్రం వరకు నిరీక్షించి నిరీక్షించి రోగమొచ్చిన కోడిపిల్లలా తయారై నీరసంగా మెట్లుదిగాడు. బట్టలు మడతపెడుతున్న తులశమ్మ దగ్గరికొచ్చాడు.

"తులశమ్మక్కా! నో యూజ్ అంటే లాభంలేదు. జానకి ఒప్పుకోదు. ట్రై ఎండ్ ట్రై అని చెప్పిన కాళిదాసు మాటలు ఫెయిలైనాయి ప్రయత్నించి మళ్ళీ ప్రయత్నించు అని చెప్పిన షేక్స్పియర్ మాటలూ ఫెయిలైనాయి. హాఁ . . ." అన్నాడు.

తులశమ్మకు జానకి మీద విపరీతంగా కోపం వచ్చింది.

"అధైర్యపడకు తమ్ముడూ! అదెట్లా ఒప్పుకోదో చూస్తాను" అని పళ్ళు కొరుకుతూ ఆవేశంగా జానకిని అడగటానికి పోయింది.

జానకిని అడిగింది. జానకి కాదంది. నిజమా అన్నది తులశమ్మ.

"అవును పిన్నీ! నాకీ పెళ్ళిష్టం లేదని మొదట్నుంచీ చెప్తూనే ఉన్నా" అన్నది జానకి.

మండిపడింది తులశమ్మ.

"నీ యిష్టం ఎవడిక్కావాలే బోడిష్టం? ఒప్పుకోకపోతే కాళ్ళూ చేతులు కట్టిపడేసి మరీ చేస్తాను" అన్నది.

"కష్టపెట్టి మనసులు మార్చగలఁవా పిన్నీ! హుఁ ఈ సంగతి నీకు తెలిస్తే మనఁవెంత సుఖపడేవాళ్ళం!"

"ఆఁ ఏఁవిటీ? ఇప్పుడన్న మాట మళ్ళీ అనూ!"

"ఎందుకు పిన్నీ నీకింత పట్టుదల? నాకిష్టంలేదు. నాన్నకిష్టం లేదూ"

"అట్లా చెప్పూ! ఇదంతా ముసలాడు చేస్తున్న పనా?"

"అబ్బెబ్బే ఆయనకేం తెలియదు పిన్నీ!"

"నోర్ముయ్! తెలుసో తెలీదో ఇప్పుడే తేలుస్తాను"

ఆవేశంగా కదిలింది తులశమ్మ.

"పిన్నీ! పిన్నీ! పిన్నీ!"

ఎదురొచ్చి మోకాళ్ళపై కూర్చుని వేడుకుంది.

"పిన్నీ! ఆయన్నేం అనకు. నాన్న అసలే దిగుల్తో మంచం పట్టాడు. ఆయన్నేఁవన్నా అంటే పాపం చుట్టుకుంటుంది" ఏడుస్తూ అన్నది.

అంతే జానకి చెంప ఛెళ్ళుమనిపించింది తులశమ్మ.

"నువ్వెవత్తివే నాకు నీతులు చెప్పడానికీ" అని అడ్డమున్న జానకి తోసి భర్త దగ్గరకి పోయింది.

రామశేషయ్య అనారోగ్యంతో మంచంలో ఉన్నాడు. చిట్టి తండ్రి పక్కనే ఉన్నది. తులశమ్మ ఆయన్ని కోపంగా చూసి అడిగింది

"ఏఁవయ్యా? పడున్నవాడివి పడుండకా కూతుర్ని చెడగొడ్తున్నావా? దాన్ని పెళ్ళికొప్పిస్తావా లేదా?"

"హుఁ నేనొప్పించేదేఁవిటే అదేం చిన్నదా చితకదా? దానిష్టం" అన్నాడు ఆయన.

"నీ ముష్టివేదాంతం కట్టిపెట్టి వచ్చి చెప్పూ!"

"నే చెప్పనే. ఇష్టంలేని పనికి నా బిడ్డల్ని ఎప్పుడూ బలవంతం చెయ్యను"

"అయితే ఈ ఇంట్లో ఒక్కక్షణం ఉండను. నువ్వూ నీ కూతురూ ఊరేగండి! రావే!" అని చిట్టిని పిల్చింది.

"నేన్రాను. నీ వెళ్తే వెళ్ళూ. నేను నాన్నతోనే ఉంటాను" అన్నది చిట్టి.

తులశమ్మకు కోపం హెచ్చింది.

"నీక్కూడా పుట్టిందీ? ఉండు నీ రోగం అణుస్తాను" అని కొట్టడానికి పెద్దకఱ్ఱ తీసుకున్నది.

భయంతో చిట్టి "నాన్నా" అంటూ తండ్రి దగ్గరికి జరిగింది.

"రానంటావా? రానంటావా? అంటావా . . .?" అంటూ చిట్టిని కొడ్తున్నది తులశమ్మ.

చిట్టి మంచం దిగి బయటికి ఉరికింది. తులశమ్మ కఱ్ఱపట్టుకొని వెంటబడింది.

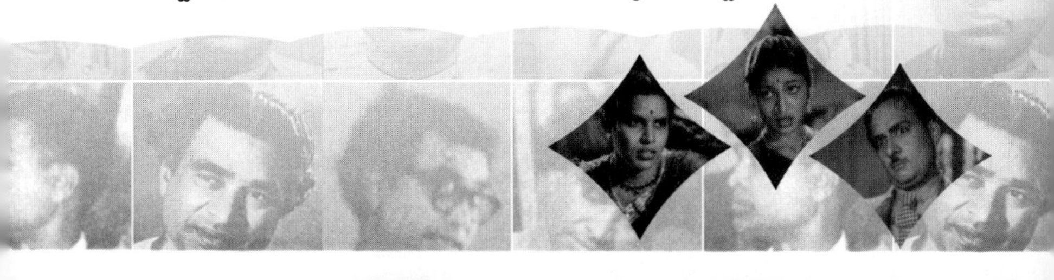

162 గృహ ప్రవేశం

జానకికి ఈ గొడవంతా వినపడుతూనే ఉన్నది.

“ఊర్కోవే! ఊర్కోవే! అబ్బా ఏఁవిటే ఇదీ?” అంటూ లచి మంచం దిగాడు. “ఊర్కోవే! దాన్ని కొట్టకే రాక్షసీ! ” అంటూ నడువబోయి కిందపడ్డాడు. కుర్చీకొస తలకు గుచ్చుకుంది. ధారగా రక్తం కారింది.

“ఆఁ... ఆఁ...” బాధతో గిలగిలలాడాడు రామశేషయ్య.

తల్లిని తప్పించుకొని ఉరుకుతున్న చిట్టి మెట్లమీంచి జారిపడింది.

“ఆఁ... ఆఁ...” ఆర్తనాదాలు చేసింది చిట్టి.

అది చూసి తులశమ్మ వణికిపోయింది.

“అమ్మో చిట్టీ!” అని ఏడుస్తూ చిట్టి దగ్గరికి ఉరికింది. రామశేషయ్య కూడా శక్తి కూడదీసుకొని వచ్చాడు.

జానకి గదిలోంచి బయటకు వచ్చి చిట్టిని చూసింది. బాధతో చలించిపోయింది. పిన్ని తండ్రి చిట్టిని ఎత్తుకొని పైకి తీసుకొచ్చారు. జానకి బాధతో కన్నీరు మున్నీరైంది.

* * *

జానకి గది కూడ జానకి బ్రతుకులాగే చిందరవందరగా అస్తవ్యస్తంగా ఉంది. జానకి మనసంతా దిగులుతో నిరాశగా ఉంది.

ఏమగునో నా జీవితమిక
ఎటుపోవునో ఈ చుక్కానిలేని నౌక ॥
ఆకసమ్మునంటు అలలతాకిడిలో ఒరుగునో
ఆశల పూచిన తుఫానురాపిడిలో మునుగునో ॥
దారిచూపు వేగుచుక్క
కారుమబ్బు చాటు చిక్కె
ఎటు చూచినా కటిక చీకటాయె
దిక్కుతోచదాయె ॥
కనులు చెదరు మెరపులలో
హృదయమదరు ఉరుములలో
జడివానల వడిలో
పెనుసుడులలోన ఏమగునో ॥

* * *

గృహప్రవేశం

పిచ్చితో ఉన్న బ్రాహ్మణుని కూతురికి ఇద్దరు భూతవైద్యులు వాళ్ళ శిష్యులూ భూతవైద్యం చేస్తున్నారు. ఆమెను పూజాస్థలానికి ఎదురుగా కూర్చోబెట్టారు. ధూపాలు ఎగసిపడుతున్నాయి దీపాలు వెలుగుతున్నాయి. చుట్టూ బంధువులూ గ్రామస్థులూ కూర్చున్నారు. బ్రాహ్మణదంపతులు దూరాన నిలబడి కన్నీళ్ళతో చూస్తున్నారు. సోమలింగమూ కొందరు గ్రామస్థులతో నిలబడి చూస్తున్నాడు.

"దిగూ దిగూ దిగూ కల కల కల కల కాళరాత్రి త్రినేత్రాయ డడడడా డడడడా డడడడా దిగూ దిగూ" అని ఆ యువతికి వేపమండలు తాకిస్తూ చదువుతున్నాడు భూతవైద్యుడు.

"సర్వనాశనం చేస్తాను. నేను బ్రహ్మచారిని " అరుస్తున్నదామె.

"ఓం ఓం క్లీం హ్రీం కల కల కల కల కాళరాత్రి త్రినేత్రాయ ఓం" చదువుతున్నాడా భూతవైద్యుడు.

కూతురి అవస్థ చూడలేక బాధపడుతున్నారు బ్రాహ్మణదంపతులు.

పక్కన నిలబడ్డ సోమలింగంతో ఒకయువకుడు అంటున్నాడు.

"వయసులో ఉన్న పిల్లకూ పెళ్ళిజెయ్యకపోతే పిచ్చెత్తక ఏంజేస్తుందీ!"

"డడడడా డడడడా" అని చదువుతూ లేచారు భూతవైద్యులు. కూర్చున్నవారంతా లేచారు.

భూతవైద్యులను చూసి భయపడుతున్నది ఆ యువతి

"నేను బ్రహ్మచారినీ ...." అంటున్నది.

ఆ భూతవైద్యులు మంత్రాలు చదువుతూ ఆమెను చేతులతో వేపమండలతో బాగా కొడ్తున్నారు. ఆమె బాధతో కీచున మొత్తుకుంటున్నది.

ఆ ఘోరాన్ని చూడలేక ఆపాలని పోబోయిన సోమలింగాన్ని పక్కనున్న గ్రామస్థుడు ఆపాడు.

"ప్రయోజనం లేదు. వాళ్ళు వట్టి మూర్ఖులు. ఏఁవన్నా అంటే సనాతన ధర్మం ఆధ్యాత్మికవాదం అంటారు" చెప్పి వెళ్ళిపోయాడు.

బాధతో అట్లానే చూస్తుండిపోయాడు సోమలింగం.

* * *

"ఆఁ! నిజఁవా? నిజఁవేనా తులశమ్మక్కా!" కూర్చున్నవాడల్లా లేచి అతిసంతోషంతో మహాశ్చర్యంగా అడిగాడు రమణరావు.

"ఆఁ. జానకొప్పుకుంది. నిన్నే పెళ్ళిచేసుకుంటానంది. దాన్నోటితో అదే చెప్పింది" అన్నది తులశమ్మ.

ఆనందంతో ఉబ్బితబ్బిబ్బయ్యాడు రమణరావు.

"ఓహెూ! ఏమి నాభాగ్యము" అని సంతోషంతో ముడుచుకపోయాడు.

"నేటికి నా కోరిక తీరింది తమ్ముడూ!"

"ఓ మై డియర్ అక్కయ్యా! నేటికి నా జన్మ తరించింది" అని చిందులు వేస్తూ పాట అందుకున్నాడు.

టటా టటటటా టటటటా
జానకి నాదేనోయ్ మదిలో కోరికలీడేరాయ్
మహానటుడనట మహాకవినట
బ్యూటిఫుల్ గర్లట జానకి బ్రైడట
పూర్వపుణ్యమున పొందానట ॥

నివురుగప్పిన నిప్పువు కాదా
అక్కా తులశమ్మక్కా!
నా ఈ భాగ్యము నీ చలవేనట ॥

* * *

సోమలింగం ఆరోగ్యం కుదుటపడ్డది. బ్రాహ్మణుల ఇంటినుండి వెళ్ళిపోవాలని నిర్ణయించుకున్నాడు. వెళ్ళిపోతూ ఆ బ్రాహ్మణునితో ఆయన కూతురు విషయం మాట్లాడుతున్నాడు.

"జీవితం అట్లా యాతనల ననుభవిస్తూ గడపవలసిందేనా"

"నాకు వేరే మార్గం ఏమీ కనపడ్డంలేదు బాబూ!" అన్నాడు బ్రాహ్మణుడు.

"పోనీ పెళ్ళి చేస్తే"

"అమ్మబాబో పెళ్ళే? సంఘం ఊరుకుంటుందా?"

"మరి గత్యంతరం? అమాయక జీవితాలిట్లా సంఘానికి బలవవలసిందేనా?"

"కర్మ బాబూ! రాసిపెట్టుంది. తప్పుతుందా?"

ఇక ఆయనను మార్చడం కుదరదని అర్థమయ్యింది సోమలింగానికి.

"సరే! వెళ్ళొస్తాను" అని ఆయనకు చెప్పి కదిలాడు.

"మంచిది బాబూ!" అన్నాడు బ్రాహ్మణుడు.

ఇంట్లోంచి ఏదో పడ్డ చప్పుడైంది. ఆ యువతి కేక వినపడింది. బ్రాహ్మణుడు సోమలింగం ఇంట్లోకి ఉరికారు.

ఆ యువతి ఉరి వేసుకుంది. బ్రాహ్మణుడు ఆమె కాళ్ళుపట్టి పైకి ఎత్తాడు. కానీ అప్పటికే పోవాల్సిన ప్రాణం పోయింది. ఆ ఘోరాన్ని సోమలింగం చూడలేకపోయాడు.

* * *

బ్రాహ్మణపుత్రి దహనసంస్కారాలు జరుగుతున్నాయి. చితి కాలుతూ ఉంది.

దహనసంస్కారం చేసిన బ్రాహ్మణుడు, బంధువులు రోదిస్తూ వెళ్ళిపోయారు. సోమలింగం ఒకచోట నిరాశగా కూర్చున్నాడు.

శ్మశానంలో కూర్చున్న ఒక సాధువు పాడుతున్నాడు.

సాధువు : **మారుతుందోయ్ ధర్మమూ ॥**
యుగయుగమ్ముల లోకవర్తన
తగిన రీతిని మారుతుంటే
నీవు నేను సంఘమైతే
నియమముగ ఒక గమ్మత్తైతే ॥
కళ్ళుతెరవని నాడె బాలల పెళ్ళి యని శాసించు ధర్మం
భర్తనెరుగని బాలవిధవకు పెళ్ళి తగదను క్రూరధర్మం ॥

* * *

బజారుకు పోయిన లలిత పూలు పళ్ళు కొనుక్కొచ్చింది. వాటిని వంటగది దగ్గర జాగ్రత్త చేస్తున్నది. సీతారాం కాఫీట్రేలో కప్పులు సర్దుతున్నాడు.

166 గృహ ప్రవేశం

లోపల గదిలో తులశమ్మ జానకి ఉన్నారు.

ఆ ఇంటికి రావడం అక్కడ కూర్చోడం జానకికి ఏమాత్రం నచ్చట్లేదు. ఇబ్బందిగా కూర్చుంది. రమణరావు వచ్చి కూర్చున్నాడు. ఇద్దరితో మాట్లాడుతున్నాడు.

"ఏదో చిన్నయిల్లు. ఆఁ సింగిల్‌సోల్‌ని అంటే ఒంటరివాణ్ణి. నాకింతకంటే పెద్దదెందుకు తులశమ్మక్కా! హనీమూన్‌కీ కాశ్మీరం వెళదాం జానకీ డియర్!"

జానకికి కంపరంగా అనిపించింది.

"ఇంతకీ మా అదృష్టం" అన్నది తులశమ్మ.

"అహహహా అలా అనకు తులశమ్మక్కా! జానకిలాంటి బ్యూటిఫుల్ గర్ల్ వైఫ్‌గా దొర్కటం నా అదృష్టం" అన్నాడు.

జానకికి అక్కడేమీ నచ్చడంలేదు.

"ఇక వెళ్దాం పద పిన్నీ!" అన్నది.

రమణరావు కంగారు పడ్డాడు.

"ఓ జస్ట్ వన్ మూమెంట్. ఒక్క క్షణం ఆగండి. ఆఁ ఇప్పుడే వస్తాను" అని లేచాడు.

అటు పక్కగదిలో–

లలిత సీతారంను అడిగింది

"వారెక్కడున్నారు తాతా?"

"ఉన్నారమ్మా ఉన్నారు" విచారంగా అన్నాడు.

"ఏం అలా ఉన్నావేం తాతా?" కొంత కలవరపడ్డది.

"పెద్దవాణ్ణి శెవుతున్నా విను. ఈ ఇంట్లోంచి ఎంత తొందరగా వెళ్ళటానికి వీలుంటే అంత తొందరగా వెళ్ళిపోమ్మా"

ఆ మాటకు ఏడుపొచ్చినంత పనైంది లలితకు.

"అదేంవిటి తాతా! వారిని నేనొక్క క్షణంకూడా విడిచుండలేనే! ఎందుకు తాతా ఇటువంటి మాటలు మాట్లాడుతున్నావ్?" అన్నది.

గృహప్రవేశం

"చూడమ్మా నీకే తెలుస్తుంది" అని లోపలి గదిలోకి చూపించాడు. లలిత కొంచెం ముందుకొచ్చి చూసింది.

రమణరావు చేతిలో ఒక హారం ఉంది. తులశమ్మ చేతిలో కూడా ఉంది.

"నీకోటీ జానక్కోటీ. పెళ్ళికి పెట్టాలని తెచ్చాను" తులశమ్మతో అంటున్నాడు రమణరావు. "నీవుకూడా పెట్టుకో జానకీ డియర్" అని వెనుకనుండి వచ్చి జానకిమెడలో వేయబోయాడు.

అది చూసి లలిత తట్టుకోలేకపోయింది.

"తాతా!" అంటూ మూర్ఛపోయింది. పక్కనే ఉన్న పూలకుండీని తాకేసరికి అది కిందపడి చప్పుడైంది.

వెంటనే సీతారాం వచ్చి కిందపడకుండా పట్టుకున్నాడు. ఈ అలికిడికి రమణరావుకు అంతరాయమైంది. కోపంగా వాళ్ళ దగ్గరకు వచ్చాడు.లలిత, జానకి తులశమ్మలు లలితను చూడకుండా అడ్డు నిలబడి లోగొంతుకతో అన్నాడు.

"అప్పుడే ఎట్లా వచ్చిందిరా ఇది?"

మళ్ళీ వెంటనే గట్టిగా గద్దించాడు

"రిమూవ్ హర్ అంటే తీస్కెళ్ళు"

సీతారాం లలితను పక్కకు తీసుకపోయాడు. లోపలేం జరిగిందో అర్థంకాక నిలబడి చూస్తున్నారు జానకి తులశమ్మలు.

"ఎన్నిసార్లు చెప్పాను. అసలే జబ్బుది కాస్త కనిపెట్టి ఉండురా అని" అంటూ వారి దగ్గరికొచ్చాడు.

"అదీ మెయిడ్ సర్వెంటు అంటే దాసీది. దానికి మూర్ఛరోగంలే" అని చెప్పి కప్పిపుచ్చాడు. కానీ జానకికి ఏదో అనుమానంగా ఉంది.

"ఆc సరేగానీ ఓసారి పైకి వెళ్దాం పదండీ! అక్కడ ఖరోడా మహరాజుగారు నాకిచ్చిన మెడల్స్ చూద్దురుగానీ. కమాన్ కమాన్ తులశమ్మక్కా! రా జానకీ డియర్!" అంటూ మేడపైకి దారితీశాడు. జానకి వాళ్ళవెంట పోకుండా ఆగి వెనుకకు మళ్ళింది లలిత దగ్గరికిపోయింది.

168 ______ గృహ ప్రవేశం

సీతారాం లలితను మంచంమీద పడుకోబెట్టాడు సీతారాం. ఆమె బాధనోర్చలేక ఏడుస్తున్నది.

"తాతా! వారు నన్ను బజారు పంపిందందుకేనా? పూలూ దండలూ తెచ్చాను తాతా! వారిట్లా నన్ను మోసం చెయటం ధర్మమా? ఏం తప్పు చేశాను?" అన్నది.

"ఊరుకోమ్మా ఊరుకో!" లలిత కన్నీరు తుడిచాడు సీతారాం. పనిచూసుకోడానికి అక్కడినుండి వెళ్ళాడు.

అప్పుడే అక్కడికి వస్తున్న జానకి "ఎట్లా ఉంది తాతా? ఎన్నిరోజులకోసారి వస్తుందేఁవిటీ?" అని అడిగింది.

"ఏఁవిటమ్మా వచ్చేది?" అర్థంకాక అడిగాడు సీతారాం.

"మూర్ఛకాదూ?" ఆశ్చర్యంగా అడిగింది.

"బంగారఁవంటి తల్లికి మూర్ఛేఁవిటీ?" విచారంగా అని ముందుకుపోయాడు.

జానకికి అనుమానం బలపడింది. ఏదో మోసముందని గ్రహించింది. ఏడుస్తున్న లలిత దగ్గరికిపోయి మంచం పక్కనే కూర్చుంది.

"ఎలా ఉంది చెల్లీ?" అని అడిగింది.

"నీకెందుకూ?" అక్కసుతో అన్నది లలిత.

"తెల్సుకుందాఁవని అడుగుతున్నా"

"నీవేం తెల్సుకోనక్కర్లేదు"

"జీవితంలో నేనూ చాలా కష్టాలనుభవించిందాన్నే. నీకేదైనా సహాయం కావాల్సొస్తే..."

"చావు తప్ప నాకెవరివల్లా ఏ సహాయం లేదు"

"అట్లా అనకు చెల్లీ! భవిష్యత్తెట్లా ఉంటుందో ఎవరు చెప్పగలరమ్మా?"

మేడ మీద రమణరావు తులశమ్మకు తనకొచ్చిన బహుమతులు చూపిస్తూ జానకికోసం ఎదురుచూస్తున్నాడు.

ఒకకప్పు పట్టుకొని చూపించాడు.

గృహప్రవేశం

"ఇదీ అఖిలభారత నాటక కళాపరిషత్తులో ఖరోడా మహారాజుగారు ప్రథమ బహుమానంగా మనకిచ్చారు" అని గర్వంగా చెప్పాడు. జానకి ఇంకా పైకి రాకపోవడంతో కంగారు పడ్తున్నాడు.

"చాలా బాగుంది తమ్ముడూ!" మెచ్చుకుంది తులశమ్మ.

"ఆఁ ఆఁ" అంటూ కంగారుగా తలుపువైపే చూస్తున్నాడు. అతణ్ణి గమనించింది తులశమ్మ.

"జానకేదీ?" అని అడిగింది.

"అదే నే గూడా ఆలోచిస్తున్నాను" అన్నాడు.

లలిత దగ్గర కూర్చున్న జానకి పోవడానికి లేచింది.

"నువ్వూ చెల్లివి. నావల్ల నీకేం సహాయం కావాలన్నా చేస్తాను. అవసరంవైతే కబురు చేయి!" అన్నది.

"జానకీ! జానకీ!" తులశమ్మగొంతు వినిపించింది.

"పిన్ని పిలుస్తోంది. నే వెళ్ళొస్తాను. నామాట మర్చిపోకూ!" అన్నది. వెళ్ళిపోతూ వస్తున్న సీతారాంతో "కొంచెం కనిపెట్టి ఉండూ!" అని చెప్పి వెళ్ళింది.

* * *

వంటిట్లో కట్టెలపొయ్యి దగ్గర కూర్చుని అతికష్టపడ్తూ వంట చేస్తున్నాడు ఆచారి. మూడు పొయ్యిలు మండుతున్నాయి. మూడింటిమీదా మూడు రకాలు ఉడుకుతున్నాయి.

బీరకాయ కొయ్యబోయి వేలు కోసుకున్నాడు ఆచారి. వెంటనే చెయ్యి నీళ్ళలోపెట్టి ఓర్చుకున్నాడు. పొయ్యిల మీద గిన్నెలను ఒకసారి సవరించి మళ్ళీ కత్తిపీట ముందుకొచ్చాడు. బీరకాయలు కోస్తున్నాడు. అదే వేలు మళ్ళీ తెగింది. చప్పున వేలు నోట్లో పెట్టుకున్నాడు. బాధను తట్టుకొని వేలు బయటకు తీశాడు.

"గురుద్రోహం ఊరికే పోతుందా? మా గురువుగారే ఉంటే మా బతుకులు ఇట్లా అయ్యేవా?" అని బాధపడ్డాడు.

నాంచారి బాగా సింగారించుకొని బయటికిపోతుండడం చూసి చెంగున ఎగిరి ఎదుట దూకాడు.

"ఎక్కడికే నాంచారీ?" అని అడిగాడు.

170 గృహ ప్రవేశం

"ఎక్కడికైతే నీకేం?" నిర్లక్ష్యంగా జవాబిచ్చింది నాంచారి.

"వెళ్ళొద్దు నాంచారీ!" వేడుకున్నాడు ఆచారి.

"ఓహెూ! శ్రుతిమించిందే?" పెడసరంగా అన్నది నాంచారి.

"అవున్లే! పాతరోజులన్నీ మర్చిపోయినావ్. కాస్తాలస్యంవైతే ప్రియాప్రియా అని వెంటపడేదానవు. ఇంతకీ నా వ్రతం వదులుకోబట్టేగా నీకింత లోకువైందీ!" అని నిష్ఠూరమాడాడు.

"ఏడ్చినట్టే ఉంది వైభోగం. అస్తమాను నీతోటి కూచుంటే నాకు అచ్చటాముచ్చటా తీరొద్దూ?" అని అతణ్ణి తీసిపారేసింది. ముందుకు కదిలింది.

అడ్డంగా నిలబడి చేతులుపట్టుకొని బతిలాడాడు

"వెళ్ళొద్దు నాంచారీ!"

"వదులూ"

"అబ్బబ్బా"

"నా చేతులు వదులూ!"

"అబ్బబ్బా వెళ్ళొద్దు"

"చేతులు వదలమంటే"

"అబ్బబ్బా వద్దే...." అంటూ ఎంత ఆపినా ఆచారిని విదిలించుకొని గట్టిగా తోసి అక్కడినుండి తుర్రుమంది నాంచారి.

దభేల్న వెల్లికిలా పడ్డ ఆచారి "అబ్బా!" అనుకుంటూ లేచాడు. ఇంట్లోకి పోయి అంగీ కోటు తీసుకొచ్చాడు.

"చెప్పనే చెప్పారు మాస్టారూ! ఏనాటికైనా మీమాట విననందుకు పశ్చాత్తాపపడ్తాంవని. మాస్టారూ! మీమాట వినక చెడ్డాను" అని సోమలింగాన్ని గుర్తు చేసుకొని బయటికి తయారయ్యాడు ఆచారి.

రోడ్డుమీద వేగంగా నడుచుకుంటూ పోతున్నాడు. అంతే వేగంగా నడుస్తూ ఎదురుగా వచ్చిన వ్యక్తి ఆచారిని దాటి ముందుకుపోయాడు. అతణ్ణి అస్పష్టంగా గుర్తించిన ఆచారి ఆగి వెనుకకు తిరిగిచూసి సోమలింగంగా గుర్తించాడు.

గృహప్రవేశం

"మాస్టారోయ్! మాస్టారోయ్! మాస్టారోయ్!" అని పిలుస్తూ అతని వెంట పరుగెత్తాడు.

* * *

రమణారావు బయటికిపోవడానికి తయారవుతున్నాడు.

"లలితమ్మ ఎక్కడా కనిపించలేదయ్యా!" విచారంగా వచ్చి చెప్పాడు సీతారాం.

"ఆఁ తిరిగి తిరిగి అదే వస్తుందిలేరా ఎందుకట్లా భయపడ్తావ్?" నిర్లక్ష్యంగా అన్నాడు రమణరావు.

"ఊరంతా గాలించాను. ఎక్కడా కనిపించలే. ఏ నుయ్యోగొయ్యో చూసుకుందేఁవోనని భయంగా ఉంది"

"నో ఫియర్ అంటే ఎంత వెఱ్రివాడవురా! పడతా పడతా అన్న నా సవితే కానీ పడ్డ నా సవితీ ఒక్కతీ లేదందట వెనుకటికో ఇల్లాలు" అని చులకనగా మాట్లాడి "ఆఁ సరేగానీ టెయిలర్‌కీ పెళ్ళికి బట్టలిచ్చామా! తయారయినయేమో తీసుకొనిరా!" చెప్పి వెళ్ళిపోయాడు రమణరావు.

* * *

ఆరోజు ధ్వంసం చేసిన బ్రహ్మచర్య సాధనా నిలయంను ఆచారి సోమలింగంలు సరిచేస్తున్నారు. చిందరవందరగా ఉన్న వస్తువులన్ని చక్కగా సర్దుతున్నారు.

"పొరపాటు మానవస్వభావం ఆచార్యులూ! అనుభవాన్ని బట్టి కార్యక్రమాన్ని నిర్ణయించుకోవడం సంఘసంస్కర్తల ముఖ్యలక్షణం" అన్నాడు సోమలింగం.

"మరి ఆ కార్యక్రమమేదో మీరే నిర్ణయించండి మాస్టారూ!" అడిగాడు ఆచారి.

"హుఁ నిర్ణయించటానికేఁవుంది ఆచార్యులూ!" అంటూ జానకి సమానత్వం సౌభ్రాతృత్వం అని దిద్దిన పటం చూసి "ఈనాటి పరిస్థితులన్నీ బాగుచేయటానికీ ఆధ్యాత్మికవాదం పనికిరాదని ఇప్పటికి తెలుసుకున్నాను" అన్నాడు.

"చిత్తం"

"దేశంలో ఉన్న దారిద్ర్యాన్ని ఒకళ్ళనొకళ్ళు దోచుకుతినే విధానాన్నీ పోగొట్టటానికీ సమానత్వం సౌభ్రాతృత్వం సాధించాలి. అందుకు స్త్రీపురుషులిద్దరూ కలిసి పనిచేయాలి"

"అంతే మేస్టారూ అంతే! అన్నట్టు మాస్టారూ! మీకు తెలిసిందో లేదో జానకమ్మవారి పెళ్ళిటండీ!"

"ఆఁ ఏఁవిటీ? ఆఁ ఆఁ" ఒక్కసారిగా అశక్తుడయ్యాడు.

"ఆమెకు ఇష్టం లేదుటండీ! తల్లిదండ్రులు బలాత్కారం చేసి చేస్తున్నారట"

"బలాత్కారపు వివాహమా? నేను నమ్మను నమ్మనూ"

"అదేఁవిటి మాస్టారూ! ఒకమూల పెళ్ళి జరుగుతూ ఉంటే"

* * *

జానకి ఇంట్లో పెళ్ళి ఏర్పాట్లన్నీ పూర్తయ్యాయి.

వైభవంగా అలంకరింపబడ్డ పెళ్ళిమంటపంలో బ్రాహ్మణులు మంత్రాలు చదువుతున్నారు. తులశమ్మ దగ్గరుండి అన్నీ చూసుకుంటున్నది.

* * *

"మన సంఘనాశనానికి కారణం ఇటువంటి పెళ్ళిళ్ళే మాస్టారూ! మన కర్తవ్యం నెరవేర్చుకోవాలంటే ఆపు చేయాల్సిందే రండి మాస్టారూ రండి!" అంటున్నాడు ఆచారి.

బాధపడ్తున్న సోమలింగం తటపటాయిస్తున్నాడు.

* * *

జానకి తండ్రి పెళ్ళికొడుకు రమణరావుని మండపానికి ఆహ్వానించి తీసుకొచ్చాడు. రమణరావు పీటమీద కూర్చున్నాడు.

* * *

"రండి మాస్టారూ రండి!" ఒత్తిడి చేస్తున్నాడు ఆచారి.

"ఆచార్యులూ! ఆచార్యులూ! నన్ను విడిచివెళ్ళూ! నన్ను ఒంటరిగా ఉండనీ! వెళ్ళు ఆచార్యులూ వెళ్ళు!" బాధతో గట్టిగా అన్నాడు.

ఆచారి వెళ్ళిపోయాడు.

* * *

ముత్తయిదువలు పెళ్ళికూతుర్ని మండపంలోకి తీసుకొచ్చారు. పీటలమీద కూర్చోబెట్టారు. కట్టిన పట్టుచీర ముఖం నిండా కప్పుకుంది వధువు. వరుడు రమణరావు చూసి సిగ్గుపడ్తుంది కావచ్చు ననుకున్నాడు. ఆయనకు ఎక్కడలేని సంతోషం కలుగుతుంది. పక్కనే చిట్టితోపాటు నిలబడ్డ తులశమ్మకు కూడా చాల సంతోషంగా ఉంది.

* * *

జానకి పెళ్ళంటే సోమలింగం తట్టుకోలేకపోతున్నాడు. జానకి నిజంగా తనను ప్రేమించింది. ఆ రోజు అనవసరంగా భయపడి కాదన్నాడు కానీ తానూ జానకిని ప్రేమించాడు. ఈ పెళ్ళిని ఎట్లాగైనా ఆపాలని అనుకున్నాడు. ఇక ఆ బ్రహ్మచర్య సాధనా నిలయంలో క్షణం కూడా నిలువలేకపోయాడు.

"జానకీ! జానకీ!" అని అరుస్తూ వాయువేగంతో ఉరికాడు.

* * *

ముహూర్తసమయం సమీపించింది. ఆహ్వానిత బంధుమిత్రులు ఆసక్తిగా తిలకిస్తున్నారు. రమణరావు తాళి కట్టడానికి లేచాడు. వంగి కట్టబోతున్నాడు.

"ఆగూ! ఆగూ!" అన్న అరుపులు వినపడి ఆగి వెనుకకు తిరిగి చూశాడు. సోమలింగం కనిపించాడు. ఆగ్రహంగా ఉన్నాడు.

"ఇది బలాత్కారపు వివాహం ఘోర అన్యాయం పరమ దుర్మార్గం నరబలికంటే పైశాచికం. ఇది ప్రేమలేని వివాహం. తల్లిదండ్రుల బలాత్కారం మీద జరిగే వివాహం. ఇటువంటి వివాహానికి మీరంతా ఎట్లా అంగీకరించారు?" అని ఆహూతులతో ఆవేశంగా అన్నాడు.

"ఏయ్! ఇది ప్రైవేట్ ఎఫైర్ అంటే వ్యక్తిగత సంబంధం" కోపంగా అన్నాడు రమణరావు.

"కాదు! ఎప్పటికీ కాదు. సంఘం అభివృద్ధిగానీ నాశనంగానీ వ్యక్తుల ప్రవర్తన మీదే ఆధారపడి ఉంటుంది. నా మాట విను. ఇప్పటికైనా బుద్ధితెచ్చుకో. చేసిన పనికి పశ్చాత్తాపపడీ క్షమాపణ వేడు" రమణరావును హెచ్చరించాడు సోమలింగం.

"చూస్తావేం బావా! ఈ మ్యాడ్ డాగ్‌ని బైటకు లాగించు" కోపంగా రామశేషయ్యకు ఫిర్యాదు చేశాడు రమణరావు.

"నువ్వార్కో!" రమణరావుని అని "చెప్పమ్మా! నిజంగా ఈ పెళ్ళి నీకిష్టం లేదూ?" వధువుని అడిగాడు రామశేషయ్య.

"చెప్పు జానకీ! భయంవెందుకూ?" భవిష్యత్తంతా నీ ఒక్కమాట మీద ఆధారపడి ఉంది. చెప్పూ!" ప్రేమనిండిన గొంతుతో ఆర్తిగా అడిగాడు సోమలింగం.

"టెల్ టెల్ అంటే చెప్పు చెప్పు" పీటలమీద కూర్చుని మోచేత్తో తడుతూ అన్నాడు రమణరావు.

అందరూ ఏం చెప్తుందా అని ఆసక్తిగా ఎదురుచూస్తున్నారు.

"నా హృదయం ఏనాడో వీరికర్పించాను" సమాధానమిచ్చింది పెళ్ళికూతురు.

సోమలింగం నిర్ఘాంతపోయాడు నిరాశపడ్డాడు.

రమణరావుకి సంతోషమైంది. ఉత్సాహం ఉరకలెత్తింది.

"ఓ జానకీ డియర్!" అంటూ ముఖం మీదున్న కొంగు తీశాడు. పెళ్ళికూతురు తలెత్తి రమణరావుని చూసింది. ఆనందంగా నవ్వుతున్న రమణరావు ముఖం ఒక్కసారిగా పాలిపోయింది. నివ్వెరపోయి చూశాడు. పెళ్ళికూతురు జానకి కాదు లలిత.

"మోసం! మోసం! దగ్రేట్ యాక్టరెండ్ పోయెట్ గ్రేక్ తిన్నాడు. బావా! బావా!" అంటూ లేచి రామశేషయ్య దగ్గరకిపోయాడు రమణరావు. "బావా! మోసం జరిగింది. క్లీన్‌చీటింగ్ అంటే పచ్చిమోసం" ఫిర్యాదు చేశాడు.

"ఎవరిది మోసం?" అని గట్టిగా వినిపించింది. అంతా అటు తిరిగి చూశారు. జానకి మేడమెట్లు దిగి వచ్చింది. జానకిని చూసి వాడిన సోమలింగం ముఖం వికసించింది.

"మాయమాటలు చెప్పి స్త్రీల జీవితాలను నాశనం చేసే నీదా మోసం నాదా? ఈ అమాయకపు పిల్లను పెళ్ళి చేసుకుంటానని చెప్పి మోసంచేసి తల్లిదండ్రులకు ఎడబాటు చేసి తమ ఇంట్లో పెట్టుకున్నారీ రమణరావుగారు" అందరికీ చెప్తున్నది జానకి.

రమణరావుకి బాగా కోపం వస్తున్నది.

"ఆమె ఇంట్లో ఉండగానే నన్ను వివాహం చేసుకోడానికి పన్నుగడ పన్నారు. ఇటువంటి స్వార్థపరుల్నీ నీచ స్వభావుల్నీ ఏంచేయాలో మీరే నిర్ణయించండి" పెళ్ళికొచ్చినవారితో అన్నది జానకి.

"ఏం చేయాలా? మక్కెలిరగ్గొట్టాలి" ఆవేశంగా అన్నాడు అక్కడున్న ఆచారి.

"ముక్కలు ముక్కలుగా నరికి కాకులకూ గద్దలకూ వేయాలి" కోపంగా అన్నాడు ఇంకొకతను.

పెళ్ళికొచ్చినవారంతా లేచారు.

"గాడిద మీద కూర్చోబెట్టీ సున్నబొట్లు పెట్టీ ఊరంతా ఊరేగించాలి" అన్నాడు మరొకడు.

వాళ్ళ మాటలు విని భయపడ్డాడు రమణరావు.

"హెల్ప్ మీ తులశమ్మక్కా! అంటే రక్షించు" అన్నాడు వణుకుతూ.

లలిత భయపడింది రమణరావును ఏమన్నా చేస్తారెమోనని.

"ఊఁ రావయ్యా! నడూ ఇక నడూ!" అంటూ రమణరావుని పట్టి గుంజాడు ఆచారి. ఇంకొందరు కూడా ఆచారికి జత కలిశారు.

లలిత గాభరాపడి వారికి అడ్డం వచ్చింది.

"వద్దు ఆయన్నేం అనకండి. నాకు లేని కోపం మీకెందుకూ?" అని వారిని కసురుకుంది.

"చూశారా ఆమె స్వార్థత్యాగం. కానీ ఏం లాభం? హృదయంగల స్త్రీకీ సంఘంలో అన్నీ కష్టాలే!" అన్నది జానకి.

ఆమాట సోమలింగం మనసుకు సూటిగా తాకింది.

తులశమ్మకూ తను చేసిన తప్పులు తెలిసొచ్చాయి.

"జానకీ! తెలియక నిన్ననేక కష్టాలు పెట్టాను. క్షమించు!" అన్నది.

"అయ్యయ్యో! అలా అనకు పిన్నీ! నువ్వు చేసిందేఁవుందీ?" అన్నది జానకి. తండ్రి దగ్గరకుపోయి "నాన్నా! నేనే సమాజంలోనైనా చేరీ నా జీవితాన్ని సంఘసేవ కర్పిస్తాను" అన్నది అన్యమనస్కంగా సోమలింగంవైపు అదోలా చూస్తూ.

సోమలింగం జానకివైపు ప్రేమగా చూశాడు కానీ జానకి చూపులు తగిలి అతని తల వాలిపోయింది.

వారిద్దరినీ గమనించాడు రామశేషయ్య.

"ఊఁ పిచ్చితల్లీ! మీ మనస్సులే మీకు తెలియటంలేదు. రా!" అని జానకి చేయి పట్టుకొని సోమలింగం దగ్గరికి తీసుకొనిపోయాడు.

"రా తమ్ముడూ!" అని పిలిచి లలిత చేయి రమణరావు చేయినీ కలిపింది తులశమ్మ.

"మై లిటిల్ డాలింగ్! నన్ను క్షమించు" లలితతో అన్నాడు రమణారావు.

లలిత సిగ్గుపడింది.

రామశేషయ్య ముందు జానకీసోమలింగంలు దండలు మార్చుకున్నారు. ఆయన వారిద్దరి చేతుల్నీ కలిపి

"పెద్దవాణ్ణి మీకో సలహా చెప్తున్నా! పిచ్చిపిచ్చి ఊహలతో కాలం వృథా చేయక సమానత్వం సౌభ్రాతృత్వం సాధించటానికి సంఘసేవ చేయండి!" అని చెప్పాడు.

ఆహూతులంతా వారిమీద అక్షింతలు చల్లారు.

* * *

సమానత్వం సౌభ్రాతృత్వం గురించి ప్రచారం చేస్తూ జానకీ సోమలింగంలు ప్రచారం చేస్తున్నారు.

సోమలింగం	:	గృహప్రవేశమిదే
జానకి	:	భవ్యాశయముల మహాగృహప్రవేశమిదే
సోమలింగం	:	గృహప్రవేశమిదే
అందరు	:	గృహప్రవేశమిదే
జానకి	:	గృహప్రవేశమిదే మహాగృహప్రవేశమిదే ||
స్త్రీలు	:	చేయి చేయి కలిపిరమ్ము
పురుషులు	:	లెమ్ము రారమ్ము
జానకి	:	భువిలోన నందనమ్ము వెలయింపగ రారమ్ము
సోమలింగం	:	తెగతెంచెదమిక దేశపు దాస్యపు సంకెలలూ
స్త్రీలు	:	తొలగించెదమిక మన దారిద్ర్యకాటకాలు
పురుషులు	:	రూపుమాపుదము కులమతజాతి విభేదాలు
స్త్రీలు	:	రారమ్ము రారమ్ము పావనహృదయంతో
పురుషులు	:	నవజీవనపథమునకు
స్త్రీలు	:	పావనహృదయముతో
పురుషులు	:	నవజీవనపథమునకు
అందరు	:	భవ్యాశయ మహాగృహప్రవేశమునకు గృహప్రవేశమునకు ||

*** శుభం ***

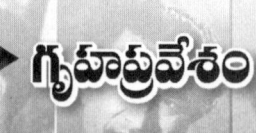

శ్రీ మీర్జాపురం రాజా వారి

ఆధ్వర్యమున

శ్రీమతి **కృష్ణవేణి, నారాయణరావు**

నటించిన

లక్ష్మమ్మ

కథ, మాటలు & డైరెక్టర్

గోపీచంద్

సహాయ తారాగణం

కుమారి రుక్మిణి, డి.హేమలత, సురభి కమలాబాయి,
విజయలక్ష్మి, బేబి సుమిత్ర, బేబి మల్లిక
లక్ష్మీ కాంతం, సీత, ఇందిరాదేవి

నటులు

డా॥ జి.వి. సుబ్బారావు, ఎం.లింగమూర్తి
వంగర వెంకటసుబ్బయ్య, ఎ.చంద్రశేఖర్
మద్దాలి కృష్ణమూర్తి,కె.వి.సుబ్బారావు, కొండయ్య
ఆదిశేషయ్య, జవ్వాజి రామారావు

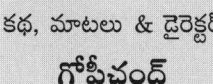

డైరెక్టర్ ఆఫ్ ఫోటోగ్రఫీ **యం.ఎ.రెహమాన్**
డైరెక్టర్ ఆఫ్ ఆడియోగ్రఫీ **యం.బి.వాకీ**
ఆర్ట్ డైరెక్టర్ **టి.వి.యస్. శర్మ**
ఎడిటింగ్ **ఆర్.యం.వేణుగోపాల్**
డ్యాన్స్ **వెంపటి సత్యం**
సంగీతం **ఘంటశాల వెంకటేశ్వరరావు**

విరబూసిన నూత్నయౌవన పరిమళం ప్రకృతిని పలకరిస్తుండగా మనస్సు నిండా వెల్లువెత్తే భక్తితరంగాలలో మునిగి పులకరిస్తూ తన్మయత్వంతో కనులుమూసి తులసిమాతకు శ్రద్ధగా చేతులుజోడించి నమస్కరించింది శ్రీలక్ష్మి, ముసలప్పనాయుడి గారాలపట్టి, ముందువెనుక కొడుకుల నడుమ కలిగిన ఏకైక పుత్రి.

అట్లతద్దె పర్వదినాన్ని ఆనందంగా గడపడానికి వచ్చిన స్నేహితురాళ్ళతో కలిసి తోటలో ఆటలు ఆడింది పాటలు పాడింది. ఉత్సాహంగా ఊయల ఊగింది.

స్నేహితురాళ్ళు : **ఊగాలోయ్ తద్ది ఉయ్యాలోయ్**
చేవైన లావైన చింతకొమ్మనే
చేరి వేళ్ళాడే ఉయ్యాలోయ్ ॥

శ్రీలక్ష్మి : **చిగురు చెదరకే కాయ కదలకే**
చిత్తమలర్చే ఉయ్యాలోయ్ ॥

శ్రీలక్ష్మి : **చందమామతోనూ చుక్కలతోనూ**
అందాన పోటీ చెయ్యాలోయ్
ముద్దుముచ్చటల మురిపాలొలికే ॥

అని పాడుతుండగా మూర్తీభవించిన ప్రకృతిసౌందర్యంగా అలరారుతున్న శ్రీలక్ష్మిని అవతల గుఱ్ఱాలపై పోతున్న వెంకయ్యనాయుడు, రామయ్యలు ప్రహరీగోడ మీదుగా మరీ మరీ చూశారు. వారిని గమనించిన శ్రీలక్ష్మి కంగారుపడి ఆటపాటలు చాలించింది.

* * *

లక్ష్మమ్మ

180 లక్ష్మమ్మ

ముసలప్పనాయుడు దివాణంలో కూర్చుని ఆదాయ వ్యయాల లెక్కలు చూసుకుంటున్నాడు. పక్కనే ఉన్న గుమస్తా దగ్గర పని ముగించుకున్న రైతులు నాయుడికి వంగి వంగి దండాలు పెట్టి వెళ్ళిపోయారు. లెక్కల్ని తీక్షణంగా చూస్తున్న నాయుడు ఇవేమీ పట్టించుకోలేదు.

ముసలప్పనాయుడి పెద్దకొడుకు కోటయ్యనాయుడు దివాణంలోకి వచ్చాడు.

"నాన్నా! నాన్నా!" అని పిలిచాడు.

తలయెత్తి "ఏమిటి" అన్నట్లు చూశాడు ముసలప్పనాయుడు.

"చిరుమామిళ్ళ వెంకయ్యనాయుడుగారు లింగాలపురంనుంచి వచ్చారు" అని వెంకయ్యనాయుడిని పరిచయం చేశాడు కోటయ్యనాయుడు.

చిరుమామిళ్ళవంశం పేరు వినగానే ముసలప్పనాయుడిలో గౌరవం పొంగుకొచ్చింది. "దయచేయండి" అని సాదరంగా ఆహ్వానించాడు. వారు కూర్చున్నాక కోటయ్య అక్కణ్ణుంచి వెళ్ళిపోయాడు. కూర్చున్నవారిని గుర్తుపట్టిన గుమస్తా కూర్చున్నచోటునుంచే అభివాదం చేశాడు.

"చిరుమామిళ్ళవారా? లింగాలపురమా" అని ఆసక్తిగా అడిగాడు ముసలప్ప నాయుడు.

"అవునండీ" చెప్పాడు వెంకయ్యనాయుడు.

"సుబ్బానాయుడిగారి తమ్ముడు కాదు గదా!" పుస్తకం మూసి మరింత ఆసక్తిగా అడిగాడు ముసలప్పనాయుడు.

"సుబ్బానాయుడిగారి తమ్ముడేనండీ! మూడవ వాడండీ!" స్పష్టం చేశాడు రామయ్య.

"చాలా సంతోషం నాయనా! మీ అన్నగారిని నేను బాగా ఎరుగుదును. నా బిడ్డ శ్రీలక్ష్మి పుటకలకి వేణుగోపాలస్వామివారి దర్శనార్థం వచ్చి మా ఇంట్లోనే బసచేశారు. చాల దొడ్డవాడు సుమా!"

"చిత్తం తమరుకూడా! వారలాగే సెలవిచ్చి పంపారండీ!" చెప్పాడు రామయ్య.

"నాదేంవుంది నాయనా! అది కూడా వారి గొప్పతనంవే. ఉత్తమ పురుషులకు లోకంవంతా మంచిదిగానే కనిపిస్తుంది. సరేగాని నాయనా! ఏదో పనిమీద వచ్చినట్టున్నారూ?" అని అడిగాడు ముసలప్పనాయుడు.

లక్ష్మమ్మ

"కోడెల కోసంవొచ్చాంవండీ. మా పెద్దెడ్లజత పనిచేస్తూ చేస్తూ అకస్మాత్తుగా చచ్చిపోయింది. తమ దగ్గర మంచికోడెలున్నాయని వినీ మా అన్నయ్యగారూ..." అంటూ వెంకయ్యనాయుడు చెప్తుండగానే...

"కోడెల్దేం భాగ్యం నాయనా! రండి. ఇంట్లోకి పదండి కాళ్ళు కడుక్కుందురు గానీ. తర్వాత కోష్టంలోకి పోదాం" అంటూ వారిని ఇంట్లోకి తీసుకొనిపోయాడు ముసలప్పనాయుడు.

* * *

పశువుల కొట్టంలో శ్రీలక్ష్మి తమ్మునితో కలిసి గోపూజ చేస్తున్నది. పూజ అయిపోవచ్చి ఆవుకు హారతిస్తున్నది.

ముసలప్పనాయుడు వెంకయ్యనాయుడు, రామయ్యలను వెంటబెట్టుకొని కొట్టంలోకి వస్తున్నాడు. దూరంనుండే చూసిన తమ్ముడు అక్క భుజంతట్టి ఎదురుగా వస్తున్నవారిని చెయ్యెత్తి చూపించాడు. వెంటనే శ్రీలక్ష్మి హారతిపళ్ళెం అందుకొని పోయి చాటున నిలబడ్డది. ఆ పిల్లవాడూ పోయి ఆమె వెనకే నిలబడ్డాడు.

ముగ్గురూ ఆవు దగ్గరికి వచ్చారు. ఆవును చూసి "ఆహాహాహా..." అని మురిసిపోయాడు రామయ్య.

ఆవును చూపిస్తూ "దీని తల్లినీ మాచర్ల నించి తెచ్చాం" అని చెప్పాడు ముసలప్పనాయుడు. వెంకయ్యనాయుడు దగ్గరికిపోయి ఆవుని నిమిరాడు.

"ఆహా! ఓహెూహెూహెూ... కామధేనువురా నా తండ్రి!" అని పొగిడాడు రామయ్య.

"నా బిడ్డ శ్రీలక్ష్మికి ఇదంటే ఎంతో ప్రేమ. దినంవూ పూజ చేస్తూ ఉంటుంది" అని చెప్పి వెనుకకు తిరిగి "ఆ కోడెలూ దీనిబిడ్డలే" అని చూపించాడు ముసలప్పనాయుడు. "తొలి ఈతకు కవలదూడల్ని పెట్టింది" అంటూ ఆవుని ప్రేమగా నిమిరి "రండి చూద్దాం" అంటూ కోడెలున్నవైపు పోయాడు. రామయ్య ఆయనని అనుసరించి వెళ్ళాడు కానీ వెంకయ్యనాయుడు మాత్రం ఆవు దగ్గరనే ఉన్నాడు. దాన్నే పరిశీలనగా నిమురుతున్నాడు.

వెంకయ్యనాయుణ్ణి గమనించని శ్రీలక్ష్మి తండ్రి పోయినవైపే చూస్తూ బయటికొచ్చి నిలబడ్డది. వెంకయ్యనాయుడు వచ్చి ఆమె వెనుకనే చిలిపిగా నవ్వుతూ నిలబడ్డాడు. అతణ్ణి చూసి శ్రీలక్ష్మి తమ్ముడు "అక్కా అక్కా!" అని పిలిచాడు సన్నటిగొంతుతో.

"ఊర్కోరా! వింటారు" అంది శ్రీలక్ష్మి అదే గొంతుతో. వెనుకకు తిరిగి చేతిలో ఉన్న హారతిపళ్ళెం అక్కడున్న పీటమీద పెట్టింది. వెంకయ్యనాయుడూ ఆమె వెనుకనే ఉంటూ ఆమెకు కనిపించకుండా తప్పించుకున్నాడు.

ఇక లాభంలేదనుకొని పిల్లవాడు "అక్కా!" అని చేయిపట్టి పిల్చి వెనుకకు చూపించాడు. శ్రీలక్ష్మి అనుమానంతో నెమ్మదిగా వెనుకకు తిరిగిచూసింది. ఉదయం తనను గోడమీంచి చూసినవాడే, అతని అందమైన ముఖాన్ని నాలుగు క్షణాలు అలానే చూసింది. తదేకంగా తననే చూస్తున్న అతని చూపులను తట్టుకోలేక సిగ్గుపడి సంతోషంతో అక్కణ్ణుంచి పారిపోయింది. ఆమె వైపే చూస్తూ గుండ్రంగా తిరుగుతున్న వెంకయ్యనాయుడు "మళ్ళా ఇక్కడకొచ్చావేం?" అని శ్రీలక్ష్మి తమ్ముడు ప్రశ్నించడంతో అతని వైపు మళ్ళాడు.

"నువ్వూ ...?" అని దీర్ఘం తీసి అడిగాడు.

"ముసలప్పనాయుడిగారి అబ్బాయిని" చెప్పాడా పిల్లవాడు.

"ఆ అమ్మాయీ...?"

"మా అక్క శ్రీలక్ష్మి" అని చెప్పి పరుగున అక్కణ్ణుంచి వెళ్ళిపోయాడు ఆ పిల్లవాడు.

సంతోషంగా "శ్రీలక్ష్మి" అని తల్చుకున్నాడు వెంకయ్యనాయుడు. కోడెల్ని చూస్తున్న ముసలప్పనాయుడు, రామయ్యల దగ్గరికి పోయాడు.

"చూశావ్రా నా తండ్రీ! వీటి ఠీవి వీటి సోయగం. ఆహాహాహా..." మహాసంబరంగా అన్నాడు రామయ్య వెంకయ్యనాయుడితో.

"వీటిని తోలిపెట్టారంటే మా అన్నగారు చాలా సంతోషిస్తారు" కోడెలు నచ్చి అన్నాడు వెంకయ్యనాయుడు.

"తోలుకెళ్ళు నాయనా!" ఉదారంగా అన్నాడు ముసలప్ప నాయుడు.

"మరి వీటి ధరకూడా ఏదో నిర్ణయించండి" అన్నాడు రామయ్య.

"అమ్మే ఆచారం మా వంశంలో లేదు నాయనా!" రామయ్య మాటను సున్నితంగా తిరస్కరించాడు ముసలప్పనాయుడు.

"మరి పుచ్చుకునే భాగం కూడా లేదే!" అంతే సున్నితంగా చెప్పాడు వెంకయ్యనాయుడు.

సరైనమాట సమాధానం రావడంతో నవ్వాడు ముసలప్పనాయుడు. "తీస్కెళ్ళు నాయనా! మీ అన్నగారితో నే చెప్పానని చెప్పు. ఇవాళ మా యింట్లో భోజనంచేసి రేపు వెళ్దురుగాని, ఏం నాయనా!" అన్నాడు.

"పెద్దలు మీరడగడం మేం కాదంటఁవూనా?" అని మనసులో శ్రీలక్ష్మినే తల్చుకుంటూ అంగీకరించాడు.

* * *

విందుభోజనాలు పూర్తయ్యాయి. రాత్రి అతిథులు విశ్రాంతి తీసుకోవడానికి ఏర్పాట్లూ చక్కగా జరిగినవి.

సుష్టుగా తిని భుక్తాయాసంతో కడుపు నిమురుకుంటున్నాడు రామయ్య. అన్ని ఏర్పాట్లు పూర్తిచేసిన కోటయ్యనాయుడు అతిథులిద్దరితో

'కొత్త లేకుండా తమరు సుఖంగా నిద్రపోవాలని కోర్తున్నాను" అన్నాడు.

"అట్లాగే కోర్కోరా నా తండ్రీ అట్లాగే కోర్కో" అన్నాడు రామయ్య.

కోటయ్యనాయుడు వెంకయ్యనాయుడితో

"విదూషకుణ్ణి పోషించే చిరుమామిళ్ళవారి సాంప్రదాయాన్ని తమరు చక్కగా పోషిస్తున్నారు" అన్నాడు.

"అవున్రా నా తండ్రీ! అవును" అని సమర్థించాడు రామయ్య. నాయుళ్ళిద్దరూ నవ్వుకున్నారు. అంతలోనే అనుమానమొచ్చి రామయ్య "విదూషకుడంటే ఏఁవిట్రా నా తండ్రీ?" అని వెంకయ్యనాయుణ్ణి అడిగాడు.

"ఏమీ లేదు ప్రాణస్నేహితుడు" చెప్పాడు వెంకయ్యనాయుడు.

"ఆహాఁ..."

ఇక వెళ్దామని వెళ్ళబోతూ కోటయ్యనాయుడు "తమకింకేమైనా కావాల్సొస్తే నౌఖరు పక్కనే ఉన్నాడు" అని చెప్పాడు.

అప్పటికే అన్నీ ఎక్కువైన రామయ్య "ఇంకేం అక్కర్లేదురా నా తండ్రీ! ఇంకేమీ అక్కర్లేదు" అన్నాడు.

కోటయ్యనాయుడు వెళ్ళిపోయాడు.

ఆ మర్యాదలకు ఉబ్బితబ్బిబ్బవుతూ రామయ్య "ఆహాహాహాహా ఏం మర్యాదా! ఏం మన్ననా! చిరుమామిళ్ళవారి వంశంలో చూశాను మళ్ళీ ఇక్కడ చూస్తున్నాను.

ఆహాహాహాహా...” అని పొగిడాడు. అతిగా తిన్నందుకప్పటికే మత్తుగా నిద్రొస్తున్నది. పోయి మంచం మీద కూర్చున్నాడు. తలదగ్గర పెట్టిన లడ్డూలను చూడగానే నోరూరింది. ఒకటి తీసుకొని గుటుక్కున మింగాడు. రుచి నచ్చడంతో మళ్ళీ “ఆహాహాహా... ఏం మర్యాదా ఏం మన్ననా!” అని పొగుడుతూ నడుంవాల్చబోయి పరధ్యానంలో ఉన్న వెంకయ్యనాయుణ్ణి చూశాడు.

“అదేమిట్రా! అట్లా నిద్రపోకుండా కూచున్నావేమిట్రా నా తండ్రీ!” అన్నాడు.

“పోతాను” అన్నాడు నాయుడు కాస్త నిర్లక్ష్యంగా.

“కూచునే పోతావేఁవిట్రా?” రెట్టించి అడిగాడు రామయ్య.

“అబ్బ” విసుకున్నాడు నాయుడు.

“సరే నీ ఇష్టం. నేను మాత్రం ఆగలేను” అంటూ నడుంవాల్చాడు రామయ్య.

* * *

పడకగదిలో మంచంమీద విలాసంగా కూర్చున్న మునలప్పనాయుడు భార్య నోటికి అందించిన తాంబూలం సేవిస్తూ, వెంకయ్యనాయుడి గురించే ఆలోచిస్తూ భార్యతో మాట్లాడుతున్నాడు.

“అబ్బాయిని చూశావుగా!” అన్నాడు

“చూడకేఁ భోజనాల్దగ్గర చూశాను” అన్నది ఆవిడ.

“ఎట్లా ఉన్నాడు?”

“అబ్బాయికేం బంగారం”

“ఊఁ..! నీకు నచ్చాడా?”

“నచ్చేం ప్రయోజనం? మనఁవేమో శ్రీలక్ష్మిని విడచి ఉండలేమాయె. వారు చిరుమాఁవిళ్ళవారు. ఇల్లరికాని కొప్పుకుంటారా?”

“అబ్బాయిల్తోపాటు భాగం పెడదామని మొదట్నుంచీ మనం అనుకుంటున్నదేగా”

“సరే అడిగి చూడండి. మనం ఆడపిల్లవాళ్ళం. అడగటం మన విధి”

“అయితే అడిగిచూస్తాను. మరీ అమ్మాయేమంటుందో”

* * *

రామయ్య ఎప్పుడో గాఢనిద్రలోకి జారుకున్నాడు. కానీ వెంకయ్యనాయుడు మాత్రం నిద్రరాక అటూఇటూ నుసుల్తున్నాడు. మనసు నిండా శ్రీలక్ష్మి ఆలోచనలే నిండాయి. ఎంతకీ నిద్రరావట్లేదు. ఏం చెయ్యాలో తోచక "రామయ్య బావా! రామయ్య బావా!" అని పిల్చాడు. నిద్రాదేవి కౌగిలిలో సుఖంగా ఉన్న రామయ్య ఉలకలేదు పలకలేదు. లేచి అతని మంచం దగ్గరికొచ్చి కొంచెం గట్టిగా "రామయ్య బావా" అని పిల్చాడు. అయినా ఫలితం శూన్యం. కొద్దిసేపు అట్లానే నిలబడి ఆలోచించాడు. ఏదో గుర్తుకువచ్చినవాడిలా బయటికి కదిలాడు.

అందమైన ఆకుపచ్చని తోట పండువెన్నెల్లో నందనవనంలా ప్రకాశిస్తుంది. వెండిదుప్పటి పరచినట్లు మిళమిళలాడుతున్న కొలను పక్కన శ్రీలక్ష్మి వనదేవతలా శోభిస్తుంది. పిల్లగాలికి కదిలిన కలువపూల తాకిడికి పుట్టిన లేలేత అలల్లా చెలరేగే ఊహలు శ్రీలక్ష్మిమనసులోంచి పరవశమైన పాటలా ప్రవహించాయి.

ఏమనీ... ఏమేమనీ... ఏమేమనీ...
నాహృదిలోపల కోరిక యేదో... ॥

నాహృదిలోపల కోరిక యేదో
నాట్యము సేయును తీయనిపాటై
కమ్మకమ్మనౌ పూవుల తావులు
పలుకరించు పూరేకుల చాటై ॥

ఝుం ఝుం ఝుమ్మని
పూవుపూవుపై తుమ్మెద రొదతో
ఈ వసంతమే గేలి సేయగా ॥

తేనెగాలిలా సోకుతున్న తీయనిపాటకు తుమ్మెదలా ఆకర్షితుడై ఎప్పుడో అక్కడికి వచ్చిన వెంకయ్యనాయుడు దానిలోని మకరందాన్ని ఆసాంతం గ్రోలి సుతిమెత్తని కంఠస్వరంతో

"ఏమనో చెప్పనా? నీ హృదయంలో తియ్యనిపాటగా నాట్యం చేసే కోరిక యేమిటో చెప్పనా! నువ్వు అతణ్ణి ప్రేమిస్తున్నావు" అంటూ ఆమె ఎదుటకు వచ్చాడు.

వెంకయ్యనాయుణ్ణి చూసి ఉబికివచ్చే సంతోషాన్ని ఉగ్గబట్టి బిడియం తనువెల్లా పెనవేయడంతో తడబడుతూ అక్కణ్ణుంచి పరుగెత్తి పారిపోయింది శ్రీలక్ష్మి.

రామయ్య నిద్రమధ్యలో మేల్కొన్నాడు. తలదగ్గరున్న ఆఖరు లడ్డు అతణ్ణి ఊరించింది. మెల్లగా తీసుకొని తినబోతూ వెంకయ్యనాయుడు లేకపోవడం గమనించాడు. లేచి కూర్చుని చుట్టూ చూశాడు. ఎక్కడా లేడు. మంచందిగి నాయుణ్ణి వెతుకుతూ వెళ్ళాడు.

తోటలో వెతుకుతున్న రామయ్యకు దూరాన చెట్లమధ్యన కనిపించాడు వెంకయ్యనాయుడు. అతని దగ్గరకు పోయి

"ఇదేమిట్రా...! ఇట్లా చెట్లూ చేమలూ పట్టుకు తిరుగుతున్నా వేమిరా నా తండ్రీ! ఈ అర్ధరాత్రివేళ!" అని అడిగాడు.

"రామయ్యబావా! నీతో ఒక ముఖ్యవిషయం మాట్లాడాలి"

"ఆఁ మాట్లాడూ"

"పొద్దున ఉయ్యాలమీద చూసిన అమ్మాయి జ్ఞాపకముందా?"

"ఆఁ జ్ఞాపకముంది"

"ఎవరో తెలుసా"

"తెలియదు"

"ముసలప్పనాయుడుగారమ్మాయి"

"అయితే యేఁ?" అని పరాకుగా అని "ఓరి నా తండ్రీ! మనమీద తండ్రితో ఏమైనా పితూరీలు చెప్పిందా ఏఁవిరా?" అన్నాడు కంగారుగా.

"లేదు బావా!" అని దగ్గరకు రమ్మని పిలిచి రామయ్య చెవిలో రహస్యంగా "ఆ అమ్మాయిని పెళ్ళిచేసుకోవాలనుంది" అని చెప్పాడు.

ఆ విషయానికి సంతోషించి నవ్వుతూ "ఆ మ్మాయిని పెళ్ళిజేసుకోవాలనుందిట్రా నా తండ్రీ! కళ్యాణమైనా కక్కైనా ఆగదురా నా తండ్రీ! ఇప్పుడే నేను వెళ్ళి ..." అని తొందరపడబోతున్న రామయ్యను ఆపి "ఇప్పుడొద్దు బావా! పొద్దున మాట్లాడుదు గానీ, మర్యాద గాదు" అని వారించాడు.

"అలాగే లే అదే బాగుందిరా నా తండ్రీ!"

* * *

రాత్రి భారంగా గడిచింది. మెల్లగా తెల్లవారింది.

వెంకయ్యనాయుడు, రామయ్య ప్రయాణానికి సిద్ధమయ్యారు. వెళ్ళబోయేముందు మాటామంతీలో రామయ్య వెంకయ్యనాయుడి ఉద్దేశాన్ని చెప్పాడు.

తానడగాలనుకున్నమాట వారే అడగటంతో సంతోషపడ్డాడు ముసలప్పనాయుడు.

"అంతకన్నా ఏం కావాల్నాయనా! చిరుమాఁవిళ్ళవారు మా పిల్లనడగటం మేం కాదంటఁవూనా!! కానీ..." అన్నాడు

"ఊఁ మీ మనసులో ఏదైనా సందేహం ఉంటే బైటపెట్టండీ! పెళ్ళి సందర్భాల్లో కరాకట్టుగా ఉండాలని నా ఉద్దేశం" అన్నాడు రామయ్య.

"ఏం లేదు నాయనా! శ్రీలక్ష్మి మాకు ఇద్దరు కొడుకుల సందున పుట్టిన బిడ్డ. చిన్నతనంనుంచీ అల్లారుముద్దుగా పెంచుకుంటున్నాం. దాన్ని విడిచిపెట్టి ఉండలేక ఇల్లరికపుటల్లుణ్ణి తెచ్చుకోవాలనుకుంటున్నాం"

"ఇల్లరికఁవా...!" ఆశ్చర్యపోయి అన్నాడు వెంకయ్యనాయుడు.

"ఇల్లరికఁవే...!" మహాశ్చర్యంగా అన్నాడు రామయ్య.

"ఏం నాయనా! తప్పేఁవుందీ?" తేలిగ్గా అన్నాడు ముసలప్పనాయుడు.

"వారి వంశమర్యాదలు తెల్సి ఉండి కూడా తమరట్లా మాట్లాడ్డం యేం బాగాలేదు ముసలప్పనాయుడుగారూ!" అన్నాడు రామయ్య.

"తమరట్లా అనుకోకండీ! మాకు శ్రీలక్ష్మి మీద ఉన్న మమకారం కొద్దీ అన్నమాటగానీ చిరుమామిళ్ళవారిని కించపర్చాలని కాదు" అని సర్దిచెప్పాడు పక్కనే ఉన్న కోటయ్యనాయుడు.

"అంతే నాయనా! అదే మా ఉద్దేశం" అని సమర్థించాడు ముసలప్ప నాయుడు.

అయినాకూడా దానికి అంగీకరించలేదు రామయ్య.

" ఏదైనా ఇల్లరికానికి ఒప్పుకోవడం మాత్రం..." ఇంకా అంటుండగానే

"పెద్దవాడు అన్నయ్యున్నాడు. వారితో మాట్లాడి ఏ సంగతీ మీకు తెలియజేస్తాం" అన్నాడు వెంకయ్యనాయుడు.

"మంచిది నాయనా! సుబ్బానాయుడిగారితో నామాటగా చెప్పండి" అన్నాడు ముసలప్పనాయుడు.

వెంకయ్యనాయుడు, రామయ్య లింగాలపురం బయల్దేరారు.

* * *

లక్ష్మమ్మ

ఇల్లు చేరగానే రామయ్య సుబ్బానాయుడితో జరిగిన విషయం చెప్పాడు. దానిమీద చర్చ మొదలైంది. ఇంటికి పెద్దదైన తల్లి వెంకమ్మ, అందర్లోకీ చిన్నదీ మెట్టినిల్లు విడిచి కొడుకుతో పుట్టిల్లు చేరిన చెల్లెలు పిచ్చమ్మ ఇల్లరికానికి ససేమిరా అంటున్నారు. పెద్దతమ్ముడు కోటయ్య నిమిత్తమాత్రునిగా నిల్చున్నాడు. చర్చ సాగుతూ ఉంది.

"ఇల్లరికం వెళ్ళడం ఎన్నడైనా మీ వంశంలో ఉన్నదా సుబ్బయ్య బావా! అప్రతిష్ఠరా! వద్దురా నా తండ్రీ! అని చెబితే వింటేనా? ఏఁవయినా సరే నేనా పిల్లనే పెళ్ళిజేసుకోవాలంటాడేఁవిటి సుబ్బయ్యబావా!" వెంకయ్యనాయుడి మొండిపట్టుని వివరించాడు రామయ్య.

"నువ్వు ముసలప్పనాయుడుగార్ని అడగవలసింది ఇల్లరికం లేకుండా పిల్లనివ్వమని" బాధ్యత గుర్తుచేశాడు సుబ్బానాయుడు.

"అఁ!!! అడక్క ఊరుకున్నానా? ఆయన కండితంగా మొహాన కొట్టినట్టు చెప్పేస్తేనూ"

"ఆడపిల్లవాళ్ళకే అంత పట్టుదల ఉంటే మొగపిల్లవాళ్ళం మాకెంతుండాలి? నా అన్నను పట్టుకొని ఇల్లరికఁవుండమంటాడా? డబ్బుంటే తింటాడు..." మండిపడ్డది పిచ్చమ్మ.

"ఇష్టముంటే పిల్లనిచ్చి దణ్ణం పెట్టమను లేకుంటే నోరు మూసుకొని ఊరుకొమ్మను ఊఁ. ఇల్లరికం రావాలే ఇల్లరికం. నా బొందిలో ఊపిరుండగా నేనొప్పుకోను" కోప్పడింది వెంకమ్మ.

"అట్లా అంటే ఎట్లాగత్తయ్యా! మనఁవాలోచించవలసింది అబ్బాయి సుఖం" సర్దిచెప్పబోయింది సుబ్బానాయుడి భార్య పేరమ్మ.

"నీకేం అట్లాగే చెప్తావ్. నీవేమన్నా కన్నావా? పెంచావా? నేను చచ్చేవరకూ నాబిడ్డ నా కండ్లెదురుగా ఉండాల్సిందే. నా పాణం గుటుక్కుమన్న తర్వాత మీ ఇష్టమొచ్చినట్టు జేస్కోండి" కోడలిపై విరుచుకపడింది వెంకమ్మ.

"చాల్లే మా చెప్పొచ్చా వెట్లాగైతేనేం. మీ కుటుంబాల్లాంటి కుటుంబాలైతే ఏం చేసినా చెల్లుతుంది మాకెట్లా చెల్లుతుందమ్మా" వదినని తప్పుబట్టింది పిచ్చమ్మ.

ఇక ఆఖరుకి సుబ్బానాయుడు కల్పించుకొని వెంకయ్యనాయుడితో

"నాయనా! ఇన్నాళ్ళూ నలుగురి చేతా అవుననిపించు కుంటున్నాం. అడిగినవారికి లేదనకుండా ఇవ్వటమే కాని ఒకరికి చెయి చాచి ఎరుగం. నన్ను కూడా ఎన్నడూ ఏదీ

కావాలని అడగవే! పరుల పంచన ఎట్లా ఉండగలవయ్యా నువ్వు? ఎందుకు పుట్టిందయ్యా నీకీ బుద్ధి? నాన్న నిన్నూ వంశగౌరవాన్ని నాకప్పగించి వెళ్ళాడు. నువ్వు వెళ్తున్నావ్. ఇదేనా నాయనా కృతజ్ఞత?" అన్నాడు.

వెంకయ్యనాయుడు మాట్లాడలేదు. మౌనంగా ఉన్నాడు.

"చెప్పన్నయ్యా" అడిగింది చెల్లెలు పిచ్చమ్మ.

"చెప్పయ్యా చెప్పేసెయ్! ఇంత బ్రతుకూ బ్రతికి వాళ్ళింట్లో ఊడిగం జేస్తావా ఏఁవిటీ?" అడిగింది తల్లి వెంకమ్మ.

"అన్నయ్య కిష్టంలేని పనిజేస్తావా తమ్ముడూ?" అని ప్రశ్నించాడు చిన్నన్న కోటయ్య.

"ఏమి నిర్ణయించావు నాయనా?" అని మళ్ళీ సుబ్బానాయుడే అడిగాడు వెంకయ్యనాయుడు బదులు పలుకకపోవడంతో.

"నిర్ణయం ఇదివరకే అయిపోయిందన్నయ్యా! శ్రీలక్ష్మిని చూచినప్పట్నుంచీ ఇటువంటి లౌకికవిషయాలూ చాలా స్వల్పంగా కన్పిస్తున్నాయ్" అని నెమ్మదిగా నోరుతెరచి చెప్పాడు వెంకయ్యనాయుడు.

"అదేఁవిట్రా! నీవేమో మమ్మల్నందర్నీ ఉద్ధరిస్తావనుకుంటుంటే" కలత పడింది వెంకమ్మ.

"ఏఁవన్నా అనుకోండి" విసురుగా అన్నాడు వెంకయ్యనాయుడు.

"ఇక అనుకునేదేఁవుంది? నా బిడ్డకేదో మందుపెట్టార్రా నాయనా! మందుపెట్టారు" ఏడ్చింది వెంకమ్మ.

"నువ్వూర్కో అమ్మా!" అని తల్లికి చెప్పి "నీ యిష్టం వచ్చినట్లే కానియ్యి నాయనా!" అని తమ్మునితో అన్నాడు సుబ్బానాయుడు.

"అదేఁవిటి సుబ్బయ్యబావా! నువ్వు గూడా" అన్నాడు రామయ్య.

"మనం చెప్పేవాళ్ళమే కానీ బలవంతంగా ఒప్పించేవాళ్ళం కాదు రామయ్యా! నాయనా! నీవు తొందరపడ్డం లేదు కదా!" అని తమ్ముణ్ణి అడిగాడు సుబ్బానాయుడు.

"లేదన్నయ్యా!"

"మంచిది నాయనా! నేనివ్వాళే వెళ్ళి ముసలప్పనాయుడుగారితో మాట్లాడి ముహూర్తం నిర్ణయం చేయిస్తాను. అమ్మా! నీవిదేమీ మనసులో పెట్టుకోకమ్మా! బహుశా తమ్ముడు అక్కడే ఎక్కువ సుఖపడ్తాడేమో!" అని చెప్పి అక్కణ్ణుంచి వెళ్ళాడు సుబ్బానాయుడు.

190 లక్ష్మమ్మ

వెంకయ్యనాయుడి ముఖంలో సంతోషం కదలాడింది.

"కోడెలకోసం వెళ్ళి కోడల్ని దెచ్చాడే కొడుకూ..." అని శోకాలు మొదలుపెట్టింది వెంకమ్మ.

"ఎంతపని చేశాడే అమ్మా" తల్లితో శ్రుతి కలిపింది పిచ్చమ్మ.

వెంకయ్యనాయుడి ముఖంలో సంతోషం పోయి కోపం తాండవించింది.

* * *

సుబ్బానాయుడు దుర్గికి బయల్దేరి వెళ్ళాడు. ముసలప్పనాయుడి ఇంటికి చేరుకున్నాడు. వచ్చిన సుబ్బానాయుణ్ణి చూసాడు ముసలప్పనాయుడు.

"సుబ్బానాయుడుగారా! ఎన్నాళ్ళ కెన్నాళ్ళకూ!" అంటూ ఎదురెళ్ళి ఆప్యాయంగా కౌగిలించుకున్నాడు.

"క్షేమమా?" సుబ్బానాయుడు మర్యాదపూర్వకంగా కుశలమడిగాడు.

వచ్చిన అతిథిని తీసుకెళ్ళి కూర్చోబెట్టాడు ముసలప్పనాయుడు.

"ఆఁ... తమ్ముడు చెప్పాడు. ఇల్లరికం మొదట్లో మా అందర్ని కొంచెం సంకోచపర్చినా చివరికి తమ్ముడికోసం మేమంతా అంగీకరించాం" అని తమ అంగీకారం తెలియజేశాడు సుబ్బానాయుడు.

"చాలా సంతోషం. కృతజ్ఞుణ్ణి"

"తమ్ముణ్ణి తమ చేతుల్లో పెట్టటానికి నాకేఁవీ సందేహం లేదు. కానీ వాడు ఎలాగూ తమ ఇంట్లో ఉంటాడు కనక వివాహం మా ఇంట్లో జరిపిస్తే మా అమ్మా చెల్లెలూ. . . ఆడవాళ్ళు చూడండీ! వాళ్ళ ముచ్చటా తీర్తుంది"

"సరే మీ ఇష్టమొచ్చినట్లు కానీయండి నాయనా! ఈ విషయంలో మీ కుటుంబం చూపించే ఆదరణలో ఎన్నో వంతిది?"

"నేను కోరవలసిందింకేమీ లేదు. వెంటనే ముహూర్తం నిశ్చయం చేయించండి"

"ఎంత ఔదార్యం!!"

సుబ్బానాయుడు చేతులెత్తి నమస్కారం చేశాడు. కృతజ్ఞతాభావంతో ముసలప్పనాయుడు ఆ రెండు చేతుల్నీ అందుకున్నాడు.

లక్ష్మమ్మ

అంతసేపూ అక్కడే కూర్చుని వింటున్న ముసలప్పనాయుడి చిన్నకొడుకు రామయ్య లేచి ఇంట్లోకి పోయాడు.

లోపలికి వచ్చిన కొడుకు వంక ఆత్రుతగా చూసింది తల్లి. శ్రీలక్ష్మి ఆ పక్కనే నిలబడి ఉంది. కానీ రామయ్య ముభావంగా కుర్చీలో కూర్చున్నాడు. ఇక ఆగలేక

"ఏఁవి నాయనా? ఏఁవైందీ?" అడిగింది తల్లి.

రామయ్య ముఖం తిప్పుకున్నాడు సమాధానం చెప్పక.

"చెప్పరా!" మళ్ళీ అడిగింది తల్లి.

"నువ్వడిగితే నేనెందుకు చెప్తా? అడగవలసిన వాళ్ళడిగితే చెప్తా!" బెట్టు చేస్తూ అన్నాడు.

"చెప్పఁవనమ్మా! వాడితో మనకెందుకూ?" శ్రీలక్ష్మి నడిగింది తల్లి.

"నేను చెప్పొద్దన్నానా ఏఁవిటీ?" సిగ్గుపడ్తూ అన్నది శ్రీలక్ష్మి.

"ఇంకా యేఁ? చెప్పమన్నదిగా చెప్పూ!" అడిగింది తల్లి.

"చెప్పొద్దన్నానా అంటే అడగటఁవా? చెప్పు తమ్ముడూ! అలా అడగాలి" శ్రీలక్ష్మిని ఉడికించాడు రామయ్య.

"అబ్బబ్బబ్బా! ఏడిపించుకు తింటున్నారేఁవిరా!" విసుక్కుంది తల్లి. "చెప్పమనమ్మా" శ్రీలక్ష్మితో అన్నది.

"చెప్పు తమ్ముడూ!" సిగ్గు సంతోషం పెనవేసుకున్న స్వరంతో అడిగింది శ్రీలక్ష్మి.

"ఆఁ! అట్లా రా దారికి" అంటూ అక్క దగ్గరికొచ్చాడు రామయ్య.

"చెప్పమన్నదిగా" అని తొందరపెట్టింది తల్లి.

"చెప్తున్నా. సుబ్బానాయుడుగారొచ్చారు. సుబ్బానాయుడుగారంటే ఎవరో తెలుసా అమ్మా? వెంకయ్యనాయుడిగారి అన్న. వెంకయ్యనాయుడుగారంటే ఎవరో తెలుసా అక్కా? తోటలో ఉయ్యాలమీద..." నవ్వుతూ అక్కని ఉడికించాడు రామయ్య .

"అమ్మా! చూడమ్మా! వీడు" అని సిగ్గుపడుతూ తల్లి దగ్గరికి చేరింది శ్రీలక్ష్మి.

"అసలు సంగతి చెప్పవేఁరా?" మళ్ళీ అడిగింది తల్లి.

కొంచెం తీవ్రస్వరంతో "అసలు సంగతేఁవుందీ? సుబ్బా నాయుడుగారొచ్చీ నాన్నతో మీ అమ్మాయిని మా తమ్ముడి కివ్వాలనుకున్నార్ట. ఇల్లరికం రావాలన్నార్ట. అందుకు నేను..." అని రామయ్య చెప్పబోతుండగానే

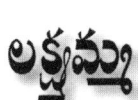

"ఒప్పుకోనన్నారా?" ఆత్రుతగా అడిగింది శ్రీలక్ష్మి.

"ఎందుకక్కా నీ కంత తొందర?" మరింత ఉడికిస్తూ అన్నాడు రామయ్య.

"చెప్పు నాయనా!" ఇక వేగలేక వేడుకోలుగా అడిగింది తల్లి.

"అందుకు మేఁవొప్పుకున్నాం. ముహూర్తం నిశ్చయం చేయించండీ అన్నారమ్మా" అని విషయం సాంతం వెల్లడించాడు రామయ్య.

"నా తల్లి జాతకురాలు పెట్టి పుట్టింది" అని కూతుర్ని మెచ్చుకుంది తల్లి.

"అక్కా! ఇక మాతో మాట్లాడ్తావా? పిలిస్తేనన్నా పలుకుతావా?" అన్నాడు రామయ్య.

"చూడమ్మా! వీడన్నిటికిన్నీ" అంటూ గారాలు పోయింది శ్రీలక్ష్మి.

"రాఁవయ్యా! ఇదివరకు మల్లేననుకున్నావేమో? అల్లరి చేశావంటే అక్క నీకు పిల్లనివ్వదు తెలుసా!" రామయ్య నంటున్నట్లుగా శ్రీలక్ష్మి నుడికించింది తల్లి.

"పోమ్మా! నువ్వు మరీనీ" సిగ్గుసంతోషాలతో అక్కణ్ణించి పోయింది శ్రీలక్ష్మి.

"తులసమ్మ తల్లి కృప" అంటూ తల్లి రామయ్య తల నిమురుతుండగా ముసలప్పనాయుడు లోపలి కొచ్చాడు.

"నీకు నచ్చిన అల్లుణ్ణి తెచ్చాను. రేపు దశమినాడే ముహూర్తం" అన్నాడు భార్యతో.

* * *

లింగాలపురంలో సుబ్బానాయుడి ఇల్లు పెళ్ళికళతో వైభవంగా ఉంది. అరటిమండలతో పూలదండలతో కొబ్బరాకులతో అల్లిన కళ్యాణమండపం నిండుముత్తయిదువలా కళకళలాడుతుంది. మేళతాళాలతో బంధుమిత్రుల అభినందనలతో వివాహప్రాంగణం సందడిగా ఉంది.

వేదమంత్రోచ్చారణల నడుమ శాస్త్రోక్తంగా కన్యాదానం చేశాడు ముసలప్పనాయుడు. వధూవరుల శిరసుల జీలకర్రబెల్లంతో సవ్యంగా సాగుతుంది తంతు.

ముహూర్త సమయానికి పుస్తెలు కట్టాడు వెంకయ్యనాయుడు. నూతన ఆభరణానికి మురిసిపోయి పులకించాయి శ్రీలక్ష్మి తనువు మనసు. కొత్తదంపతులను ఆశీర్వదిస్తూ అక్షతల వర్షం కురిసింది.

* * *

పెళ్ళి జరిగింది పెద్దింట్లో కదా! ఊళ్ళో జనం విశేషంగా చెప్పుకుంటున్నారు. రచ్చబండ కాడా ఇదే రచ్చ. పెద్దమర్రి కిందా ఇదే చర్చ. రామయ్యబావ కూడా వారితో చేరాడు. విశేషాలకు విశేషణాలు జోడిస్తున్నాడు.

"అంతా వైభవంగా ఉంది" ఒక మనిషంటే "అప్పుడే అయిందీ...? సాయంకాలం రాధ! అభినయం చూట్టానికి ఇంకా పదికళ్ళు ఎరువు తెచ్చుకోరా నా తండ్రీ!" ఉత్సాహంగా అన్నాడు రామయ్య రాధను గుర్తు చేసుకొని వంకర్లు తిరుగుతూ.

ఆయన చెప్పేదేమిటో అర్థంకాక "రాధెవరూ?" అడిగాడు ఓ పెద్దమనిషి.

ఆశ్చర్యపోయిన రామయ్య "రాధ నెరుగవూ? దుర్గి నించీ పెళ్ళికూతురువాళ్ళు తీసుకువచ్చార్రా నా తండ్రీ! దేవదాసి రాధ" ఒత్తి మరీ చెప్పాడు.

రామయ్య చెప్పిన తీరుకు అందరిలోనూ ఊహలు మొదలైనాయి.

* * *

దేవదాసి రాధ అచ్చం అప్సరసలా ఉంది. ఆమెను చూస్తేనే మతులు పోతున్నవి. రాగతాళాలకు అనుగుణంగా లయబద్ధంగా నర్తిస్తుంటే రసికుల ప్రాణాలు పరవశిస్తున్నవి.

ఉభయపక్షాలవారూ స్త్రీపురుష బృందాలుగా కూర్చుని తిలకిస్తున్నారు.

"సుదతి నీకు తగిన చిన్నది రా..!" అని పాడుతూ నాట్యం చేస్తున్న రాధను చూసి పురుషులు లోలోపల మైమరచిపోతున్నారు. స్త్రీలు వింతగా చూస్తున్నారు. నాట్యం అయిపోగానే ఊహాలోకాల్లో విహరిస్తున్న పురుషులు తేరుకొని స్త్రీలతోపాటు చప్పట్లతో రాధను అభినందించారు.

సుబ్బానాయుడు పారితోషికం పళ్ళెంలో పెట్టి మగవాళ్ళలో కూర్చున్న వెంకయ్యానాయుణ్ణి "నాయనా" అని పిల్చి రాధకిమ్మని ఇచ్చాడు. వెంకయ్యానాయుడి పక్కనే కూర్చున్న రామయ్యబావ "రాధా!" అని పిల్చాడు. రాధ వయ్యారంగా నడుస్తూ వచ్చింది. ముందుగా ముసలప్పనాయుడు ఒక కానుకిచ్చాడు. మహాప్రసాదంగా స్వీకరించింది. "మన దుర్గి పేరు నిలబెట్టావే రాధా!" అన్న ముసలప్పనాయుడి మెప్పునూ స్వీకరించింది.

"నీ నృత్యం చాలా అద్భుతంగా ఉంది రాధా!" మెచ్చుకొని బహుమాన తాంబూలం అందించాడు వెంకయ్యానాయుడు.

"అద్భుతంవేవిటీ మహాద్భుతంవన్నా నా తండ్రీ!" అని రాధను మెచ్చుకున్నాడు రామయ్య.

"పెద్దలు రసికులు మిమ్మల్ని ఆనందింపచెయటమే నా ధర్మం" అన్నది రాధ. ముసలప్పనాయుడికి వెంకయ్యనాయుడికి నమస్కరించింది. వారిచ్చిన కానుకల్ని వెంటవస్తున్న చెలికత్తెకిచ్చి ఆడవాళ్ళ దగ్గరికి పోయి నమస్కరించింది. పిచ్చమ్మ వెంకమ్మలు శ్రీలక్ష్మిని ఆమె తల్లిని కనిపెడ్తున్నారు. తల్లిచేతిలో ఉన్న తాంబూలంలో తన ఉంగరం కానుక పెట్టి రాధకు బహూకరించింది శ్రీలక్ష్మి. నూతనవస్త్రాలు బహూకరించింది తల్లి. "చాలా మంచి నాట్యం చేశావు రాధా!" అని మెచ్చుకుంది.

"అది మా కులవిద్యమ్మా!" బదులిచ్చింది రాధ. ఎవరినో తలుచుకుంటూ తాంబూలంలో ఉన్న ఉంగరాన్ని అందుకుంది.

* * *

అప్పగింతల్తో సహా అన్ని తంతులూ ముగిసినవి. వధూవరులు ముసలప్ప నాయుడింటికి పోబోతున్నారు. సుబ్బానాయుడి పాదాలకు నమస్కరించి ఆశీర్వాదం తీసుకున్నారు.

సుబ్బానాయుడు ప్రేమతో తమ్ముణ్ణి కౌగిలించుకున్నాడు. "వంశం పేరు నిలబెట్టు నాయనా!" అని ధర్మం చెప్పాడు. ముసలప్పనాయుడికి అప్పగిస్తూ "తమ్ముడికి అనుభవం తక్కువ. తమ నేర్పు రక్షగా ఉండాలి" అని బాధలో వణుకుతున్న గొంతుతోనే హితవు చెప్పాడు.

"బావగారూ! మీరింతగా చెప్పాలా? మీ తమ్ముడూ నా బిడ్డ" ధైర్యం చెప్పాడు ముసలప్పనాయుడు.

శ్రీలక్ష్మి ఆడబిడ్డ, అత్తగార్ల పాదాలకు నమస్కరించింది.

"ఎట్లాగూ మా అన్నను తీస్కువెళ్తున్నారు. జాగ్రత్తగా చూడండమ్మా!" బాధపడ్తూ జాగ్రత్త చెప్పింది పిచ్చమ్మ.

"నా బిడ్డను తీస్కెళ్తున్నావా లక్ష్మమ్మా!" ఏడుస్తూ అన్నది వెంకమ్మ.

ముసలప్పనాయుడు వధూవరులను తీసుకొని బంధుమిత్రులతో సహా దుర్గికి బయల్దేరాడు. సుబ్బానాయుడి కుటుంబం, బంధుగణమంతా వారికి వీడ్కోలు పలికారు.

* * *

నౌఖర్లతో సహా అందరూ చూస్తున్నారు. ముసలప్పనాయుడు పక్కనే చేతిలో తాంబూలపుపళ్ళెంతో కోటయ్యనాయుడు వెంకయ్య నాయుడి దగ్గరికొచ్చారు.

ముసలప్పనాయుడు ఎదురుగా ఉన్న వెంకయ్యనాయుడి భుజాలు పట్టుకొని

"నా కొడుకుల్లో పెద్దవాడివి" అని పళ్ళెంలోంచి తాంబూలం తీసి వెంకయ్యనాయుడి చేతిలో పెట్టి "ఈనాటి నుంచీ సర్వాధికారం నీకప్పగిస్తున్నాను" అని దానిలో తాళంచెవులు పెట్టాడు. వెంకయ్య నాయుడు వాటిని కళ్ళకద్దుకుని తీసుకున్నాడు.

"ఇక మా అందరికీ నీవే పెద్దవు" అని చెప్పిన ముసలప్పనాయుడి పాదాలకు నమస్కరించాడు వెంకయ్యనాయుడు. అతణ్ణి భుజాలుపట్టి లేవనెత్తాడు ముసలప్పనాయుడు.

"నాయనా! మీరిద్దరూ సుఖంగా ఉంటే చూస్తూ కాలం వెళ్ళబుచ్చుకుంటాం. మాకంతకంటే కావలిసిందేఁవుందీ" అని తీసుకెళ్ళి ఆసనం మీద కూర్చోబెట్టాడు.

తాంబూలం వెంకయ్యనాయుడి పాదాల దగ్గరుంచి "బావా! ఇక ఆజ్ఞాపించడం నీ వంతూ అనుసరించడం మా వంతు" అన్నాడు కోటయ్యనాయుడు.

గుమస్తా కూడా వచ్చి నమస్కరించాడు.

ఇదంతా చూస్తూ ఉన్న శ్రీలక్ష్మీ ఆమెతల్లీ సంతోషించారు.

* * *

వెంకమ్మా పిచ్చమ్మ కాలక్షేపానికి పచ్చీసు ఆడుతున్నారు. వెంకమ్మకి చిన్నకొడుకు వెంకయ్యనాయుడు గుర్తుకొచ్చాడు.

"పెద్దాడూ నాకూ నా బిడ్డకూ దూరం చేశాడు. నేనొద్దంటున్నా ఇల్లరికం పంపాడు" అన్నది బాధపడ్తూ.

"అవునే అమ్మా! అన్నయ్య వెళ్ళిందగ్గర్నించీనే వీళ్ళందరికీ నేను మరీ లోకువైనానే అమ్మా!" అన్నది పిచ్చమ్మ ఏడుస్తూ.

"నువ్వూరుకోవే పిచ్చికొయ్య" ఓదార్చింది వెంకమ్మ.

* * *

వెంకయ్యనాయుడు గుమస్తాతో కల్సి లెక్కలు చూస్తున్నాడు. కోటయ్య వచ్చి వెంకయ్యనాయుడితో

"దక్షిణ పొలం వెళ్ళొస్తా బావా!" అని చెప్పాడు.

"ఊఁ" అని వెంకయ్యనాయుడు అనుమతియ్యడంతో వెళ్ళాడు.

"మరి నన్నేం చెయ్యమంటావో చెప్పు" అని వచ్చి చిలిపిగా అడిగాడు చిన్నమరిది రామయ్య.

"నువ్వా... ఉన్నవాడివి ఉన్నట్టుగా వెళ్ళి తోటలో ఆడుకోపో" నవ్వుతూ అన్నాడు వెంకయ్యనాయుడు.

అక్కణ్ణుంచి తుర్రున ఉరికాడు రామయ్య.

* * *

శ్రీలక్ష్మి అద్దం ముందు కూర్చుని అలంకరించుకుంటుంది.

"శ్రీలక్ష్మీ! శ్రీలక్ష్మీ!" అని పిలుస్తూ లోపలికొచ్చాడు వెంకయ్యనాయుడు

అద్దం ముందు నుండి లేచి భర్త దగ్గరికొచ్చి "ఎందుకండీ?" అని అడిగింది.

సిగ్గుపడ్తూ ఆలోచిస్తూ "ఎందుకో వచ్చాను" అన్నాడు మర్చిపోయినట్టు నటిస్తూ.

"చెప్పండీ?" గోముగా అడిగింది .

"ఎందుకొచ్చానంటావ్ శ్రీలక్ష్మీ" ఆమెనే అడిగాడు సరదాగా.

"నాకోసం మాత్రం కాదు" నవ్వుతూ అన్నది.

"ఆఁ సమయానికి జ్ఞాపకం చేశావ్! నీకోసఁవే" అని ఆమె చెయ్యి పట్టుకున్నాడు.

"నా కోసరం కాదూ ఉయ్యాల కోసరం" అంటూ తోటలోకి పరుగెత్తింది. ఆమె వెంటే వెంకయ్యనాయుడూ పరుగెత్తాడు.

గదిలోని ఈ ముచ్చటంతా విన్నారు ముసలప్పనాయుడు దంపతులు.

"అమ్మాయిని పరాయింటికి పంపిస్తే ఈ ముచ్చట్లు తీరేవా?" అన్నది ముసలప్ప నాయుడి భార్య.

"అవును మరీ! అందుకేగా నీకు నచ్చిన అల్లుణ్ణి తీస్కొచ్చింది" అన్నాడు ముసలప్పనాయుడు మురిసిపోతూ.

అందకుండా తప్పించుకుంటున్న శ్రీలక్ష్మిని పట్టుకోవాలని ప్రయత్నిస్తున్నాడు వెంకయ్యనాయుడు. ఆఖరుకు శ్రీలక్ష్మి ఉయ్యాల ఎక్కి కూర్చుంది. వెంటబడ్డ వెంకయ్యనాయుడు పాట అందుకున్నాడు. అతనితో శ్రీలక్ష్మి కూడా జత కలిసింది.

నాయుడు : ఊయల ఊపనా సఖీ
ఊయలా ఊపనా

శ్రీలక్ష్మి : తీయగా పాడనా
మీరు ఊయల ఊపగ ఊగనా ॥

నాయుడు : జీవితమే ఊయలగా కలగా
నీవే కలలో తీయదనంగా

శ్రీలక్ష్మి : ప్రకృతియే నేనుగా
పురుషుడు మీరుగా
ఆకాశము భూమీ ఏకముగా

ఇద్దరు : ప్రకృతి పురుషులే ఈ లయ ఊయలగా
ప్రణయమధురడోలయే ఊయలగా ॥

శ్రీలక్ష్మి : భావగగనపుటంచులు మీరీ
ప్రేమభోగపు సీమను చేరీ

ఇద్దరు : ఏలుదమా ఈ జగమంతా
మరచి మనుజుల చింతావంతా ॥

* * *

చూస్తుండగానే రోజులు తీయగా గడిచిపోయాయి. ఇక ఇప్పుడు రోజులు గడిచిపోతున్నాయంతే...

అర్ధరాత్రి తల్లి పక్కన నిద్రపట్టక లేచింది శ్రీలక్ష్మి. వెంకయ్యనాయుడు ఇంకా ఇంటికి రాలేదు. అతడొస్తాడేమోనని కిటికీ దగ్గరికొచ్చి ఆత్రుతగా ఎదురుచూస్తున్నది. కానీ అతడు రాలేదు.

* * *

రాధ ఇంట్లో కుర్చీలో దర్జాగా కూర్చుని ఆమె అందించిన తాంబూలం నములుతున్నాడు వెంకయ్యనాయుడు. అతని పాదాలకాడ కూర్చున్న రాధ

"అబ్బ! ఎన్నాళ్ళకు కలిగింది నాకీ అదృష్టం" అతి సంతోషంగా అన్నది.

"నీకు మాత్రంవేనా రాధా!" నవ్వుతూ అన్నాడు వెంకయ్య నాయుడు.

"మీకేమో గానీ మీ పెళ్ళిలో చూచింది మొదలు ఈ వేళ వరకూ ఇలా స్వాతివానకు ముత్యపుచిప్పలాగా కనిపెట్టుకుని ఉన్నాంటే నమ్మండి"

"అబ్బా! నేనేనా తక్కువ? దేవాలయంలో నీ జగన్మోహనమైన నృత్యం చూచింది మొదలూ ఆనాటి నీ సుందరముఖాన్ని మరువలేకుండా ఉన్నానంటే నమ్ముతావా?" అని రాధచేతిని తనచేతుల్లోకి తీసుకున్నాడు.

"నమ్ముతానని గట్టిగా చెప్పలేను గానీ ఆ మాట మీరు అంటుంటే నా మనసు ఆనందంలో ఎలా తేలిపోతుందో తెలుసా! నా ప్రార్థనలన్నీ విని ఆ శ్రీకృష్ణుడు మీ మనస్సిటు దిప్పాడు" అంటూ గోడమీది కృష్ణునికి నమస్కరిస్తూ అలానే వెంకయ్యనాయుడి వైపు తిరిగింది.

"ఇటు దిప్పావేఁవిటీ నమస్కారం"

"యేం మీరు మాత్రం శృంగారకృష్ణులు గారూ!" అని లేచి నృత్యగానాలు ఆరంభించింది.

ఓ... ఓహెూ - కృష్ణా ఆహా
నీ రాధను నేనోయ్ కృష్ణా! ॥

దాచితి నా వలపే నీకోసమే
వేచితి నీ కోసమే నీకోసమే ॥

వెన్నెల రాత్రుల విరహాంబుధి
నా కన్నె వలపులూరెను నీకై
ఎన్ని నాళ్ళుగా ఈ సౌందర్యం
వన్నెలు తెచ్చితినో నీకోసం ॥

ఆడుతూ పాడుతూ వచ్చి వెంకయ్యనాయుడి ఒళ్ళో వాలింది. అలాగే ఒడిసిపట్టుకున్నాడు నాయుడు.

* * *

నాయుడింకా ఇంటికి రాలేదని గోడకు జారగిలబడి కిటికీలోంచి ఆత్రుతగా ఎదురుచూస్తున్నది శ్రీలక్ష్మి.

నడిజాము దాటి పొద్దుపోయాక ఎప్పుడో ఇంటికి చేరుకున్నాడు నాయుడు. ఎవరన్నా గమనిస్తున్నారేమోనని భయంభయంగా చుట్టూ చూస్తూ మేడమెట్లు ఎక్కి తమగదిలోకి పోయాడు.

శ్రీలక్ష్మి చూస్తూనే ఉంది. నాయుడు నడుంవాల్చి గుండెల మీద చేతులు పెట్టుకొని పడుకున్నాడు. అతని పెదవుల పక్కన గంధపు మరకలున్నాయి. గుండెల మీద చేతివేలికి పెళ్ళినాడు తాను రాధకు కానుకిచ్చిన ఉంగరం ఉన్నది. శ్రీలక్ష్మి గుండెలదిరిపడ్డాయి. పరుగున కిటికీ దగ్గరికొచ్చి జాగ్రత్తగ చూసింది. ఆనాడు తాను రాధకిచ్చిన ఉంగరమే. జరిగింది అర్థమయ్యి నిలువునా నీరుగారి పోయింది. బాధతో అక్కణ్ణే కూలబడింది.

అబద్ధపు తెరలు తొలగి నిజం తెలిసినట్టుగా చీకటి చీలి వెలుగు ప్రసరించింది. లోకం తెల్లవారింది.

తులసిపూజ చేసిన శ్రీలక్ష్మి బాధతో తులసికోట నానుకొని కూర్చుంది.

"రాత్రి నేను చూచిందంతా నిజం కాకూడదు. వారికే కళంకం రాకుండా కాపాడు తల్లీ" అని తులసిమాతను ప్రార్థించింది.

రోజు గడిచింది లోకం మళ్ళీ చీకటైంది. వెంకయ్యనాయుడు రాధ దగ్గరికి పోవడానికి తయారవుతున్నాడు. తల్లి పక్కన పడుకున్న శ్రీలక్ష్మి లేచి తమగదిలోకి వచ్చింది. పోబోతున్న వెంకయ్యనాయుడు శ్రీలక్ష్మిని చూసి ఆగాడు.

"ఏనుండీ బయటికెళ్తున్నాను" బిడియంగా తడబడుతూ చెప్పాడు.

"ఆ ఉంగరం మన పెళ్ళిలో రాధకు బహుమతిగా ఇచ్చాను" అన్నది శ్రీలక్ష్మి దీనంగా.

ఊహించని సమాధానానికి ఉక్కిరిబిక్కిరయ్యాడు వెంకయ్యనాయుడు. ముఖంలో రకరకాల భావాలు పలికాయి. తడబడ్డ మనసు దృఢపర్చుకొని రాధ దగ్గరికి పోవడానికే నిశ్చయించుకుని బయటికి కదిలాడు.

తనను తృణీకరించి తన కళ్ళముందే భర్త వేశ్య దగ్గరికి పోవడాన్ని భరించలేకపోయింది శ్రీలక్ష్మి. కానీ ఏమీ చేయలేక గుండెల్నిదహిస్తున్న బాధతో పెరటిలోకి పోయింది. తన బాధ ప్రకృతికి వెల్లబోసుకుంది.

ఆశాహర్మ్యము కూలే
నా ఆశాహర్మ్యము కూలే
నిలుపుకొన్న నా బొమ్మలకొలువే
మలినహస్తము ధ్వంసమొనర్చే ॥

పయనమొనర్చితి నింతకాలము
ప్రణయపథమ్మున

ప్రియములైన మన అడుగుజాడలే
పెనుతుఫానులో చెరగిపోవునే ॥

మధురస్మృతులొలికే ఈ తావులే
హృదయము చీల్చే బాకులు
ఈ సోపానములిక ప్రణయసమావేశమ్ములకు సమాధులు
ఊయలే ఉరిత్రాడు ఇక ॥

బాధతో కుమిలి కుమిలి నేలపై పడ్డది. ఇంట్లోకెప్పుడు వచ్చిందో తనకే తెలియదు. ఏం చేయాల్నో తోచట్లేదు. తనగదిలోకొచ్చి కూర్చుంది. దీనంగా తీవ్రంగా ఆలోచిస్తూ ఉన్నది. అంతా అయోమయంగా ఉన్నది.

"వెళ్ళు! రాధనే అడుగు! సంశయించకు! నీ భర్త కోసం నీవు వెళ్తూ ఉన్నావ్" అని అంతరాత్మ బోధించింది.

* * *

వెంకయ్యనాయుడు చీకట్లో ఎక్కడో ఒకచెట్టు కింద కూర్చున్నాడు. అతని మనస్సంతా కూడా చీకటిగానే ఉంది. శ్రీలక్ష్మీ రాధ ఇద్దరూ మనసులో మెదుల్తూ ఉన్నారు. ఎవరివైపు మొగ్గాల్నో అర్థం కాక అతని మనస్సు ఆక్రోశిస్తున్నది.

ఇటో అటో ఎటో పోవుటో
జీవితమార్గము చీలిపోయెనిక ॥

ఎందుకో కాని దారి పరుగులు
చిందు నడుగుజాడ రక్తకణమును ॥

దేహమోహముల కెద తపింతునా
హృదంతరాగ్నిని తనువు వ్రేల్తునా
వదలజాల నవమార్గము
నీకది హృదయశల్యమేమో
క్షమించు సఖీ ॥

అని మనసులోనే శ్రీలక్ష్మికి మనసులోనే క్షమాపణ చెప్పుకొని రాధవైపే మొగ్గాడు.

* * *

రాధనే అడుగుదామని నిర్ణయించుకున్న శ్రీలక్ష్మి ఆ రాత్రి రాధ ఇంటికి పోయింది.

తన ఇంటికి వచ్చిన శ్రీలక్ష్మిని లోపలికి తీసుకొచ్చింది రాధ. కానీ వేళకాని వేళ తన దగ్గరికొచ్చిన శ్రీలక్ష్మి మీద తక్కువభావమే కలిగింది రాధకు. అద్దం ముందు నిలబడి తన ఆహార్యాన్ని సరిచేసుకుంటూ "కూర్చోండి లక్ష్మమ్మా!" అన్నది.

"పతిభిక్ష పెట్టమని అడగటానికి వచ్చాను రాధా! నిన్ను నిందిద్దామని రాలేదు. బహుశా నీ తప్పేమీ లేదేమో కానీ పరిస్థితులన్నీ నీకు తెలియకపోవచ్చు. నాబోటి వాళ్ళకు భర్తతోటిదే లోకం" బాధతో పెగలని గొంతుతో కష్టకష్టంగా విన్నవించింది.

"లక్ష్మమ్మగారూ! నాకన్నీ తెలుసు. కానీ నేనేం చేయను? ఆయన్నీ మీరు ప్రేమిస్తున్నట్టే నేనూ ప్రేమిస్తున్నాను. ప్రేమించటం తప్పా?" అన్నది వెటకారంగా.

"సంసారబాధ్యతలు నీకు తెలియవు రాధా!"

"అవును! నాకు తెలిసిందొక్కటే"

"రాధా! మన చిన్నప్పటి స్నేహాన్ని గుర్తుంచుకొనైనా నన్ను రక్షించు. పతిభిక్ష పెట్టమంటూ ఉన్నాను. దేహీ అని అడుగుతున్నాను" అని దీనంగా అర్థించింది శ్రీలక్ష్మి.

నొచ్చుకున్న రాధ "నావల్ల కాదు. నేను ఆయన్ని విడిచి ఉండలేను. ఏమన్నా కానివ్వండి" అన్నది కొంచెం బాధగానే.

"రాధా! ఒక్కమాట చెప్తాను"

"చెప్పండి"

శ్రీలక్ష్మి కొంగుచాటునున్న చిన్నమూటను తీసింది. అది చూసిన రాధ ముఖంలో చిరునవ్వు కదలాడింది.

"ఇదీ నీకవసరంవేమో!" అంటూ ఆ మూట అక్కడున్న బల్లమీద పెట్టింది శ్రీలక్ష్మి.

రాధ బల్లదగ్గరికొచ్చి మూట విప్పింది. అందులో ఉన్న బంగారు నాణాలు బల్లమీద పోసింది. వాటిని దోసిట్లోకి తీస్కుని ఆడుతూ

"నాప్రేమనూ డబ్బుతో కొందాంవనుకుంటున్నావా లక్ష్మమ్మా?" హేళనగా విరగబడి నవ్వుతూ వెదజల్లింది.

రాధ చేష్టలకు నివ్వెర పోయింది శ్రీలక్ష్మి.

"మీరూ మహాపతివ్రతలే! మీ భర్త సుఖం కోసం ఈపాటి చిన్న త్యాగం చెయ్యలేరూ? పురుషుల్ని మీరుతప్ప ఇంకెవ్వరూ ప్రేమించలేరా లక్ష్మమ్మా? ప్రేమ మీసొత్తా?" హేళనగా అడిగింది రాధ.

"రాధా!" అన్నది శ్రీలక్ష్మి ఇంకో మాటరాక.

"నేను దేవదాసిని. నాకు ప్రేమించటం ఒక్కటే తెలుసు. కానీ దేహీ! దేహీ! అని యాచనావృత్తికి బయల్దేరటం నాచేతగాదు" అని పరిహసించింది. "నేను దేవదాసిని. నన్నెవరెంత అవమానించినా హింసించినా తప్పులేదు. నేను అందరికోసం త్యాగం చెయ్యాలి. నాకోసరం ఎవ్వరూ త్యాగం చెయ్యాల్సిన అవసరం లేదు. అంతేనా లక్ష్మమ్మా!" అని ఏడుస్తూ నిలదీసింది. "లక్ష్మమ్మా! నువ్వు తక్షణం నా ఇంట్లోంచి వెళ్ళిపో..! వెళ్లిపో!" అంటూ మంచం మీదపడి భోరునవిలపించింది.

ఇక చేసేది లేక శ్రీలక్ష్మి నిస్సహాయంగా వెనక్కిమళ్ళి పోతున్నది. రాధ లేచి చూసింది. శ్రీలక్ష్మి రెండడుగులు ముందుకు వేసింది. అప్పుడే ఆ క్షణాన్నే వెంకయ్యానాయుడు ఆ గదిలో అడుగుపెట్టాడు. శ్రీలక్ష్మికి ఎదురుపడ్డాడు. అనుకోకుండా అక్కడ శ్రీలక్ష్మిని చూసి తడబడ్డాడు.

రాధ మంచంమీంచి లేచి ఉరికి వచ్చి వెంకయ్యానాయుణ్ణి పట్టుకొని ఏడుస్తూ

"చూశారా! నేనేం చేశానని? వీళ్ళందరూ నా దారిన నన్నెందుకు బ్రతకనివ్వరు?" అన్నది.

నాయుడు తన ఉత్తరీయంతో రాధ కన్నీళ్ళు తుడిచాడు. శ్రీలక్ష్మిని గుడ్లురిమి కోపంగా చూస్తూ రాధను తీసుకొని లోపలికిపోయాడు. అక్కణ్ణుంచి ఏడుస్తూ ఇంటికి వెళ్ళిపోయింది శ్రీలక్ష్మి. తనబాధ ఎవరికీ చెప్పుకోలేక తనలో తానే కుమిలిపోయింది.

* * *

కాలం గడుస్తూ ఉంది. శ్రీలక్ష్మి గర్భవతి అయ్యింది. నెలలు నిండాయి. ప్రసవసమయం సమీపించింది. పురిటినొప్పులు మొదలయ్యాయి.

గదిలో శ్రీలక్ష్మి ప్రసవవేదన పడుతూ ఉంటే తండ్రి, అన్న, తమ్ముడు బయట ఆందోళనతో ఎదురుచూస్తున్నారు. వెంకయ్యానాయుడు మాత్రం అక్కడ లేడు. దైవం అనుకూలించింది. శ్రీలక్ష్మి ఆడపిల్లను ప్రసవించింది.

ముసలప్పనాయుడి భార్య శిశువును తీసుకొచ్చి అతని చేతుల్లో పెట్టింది. ఆయన ఆ శిశువును ఎత్తుకొని ముద్దాడాడు.

"అచ్చగా తండ్రి పోలికే. ఆడపిల్లకీ తండ్రి పోలిక రావటం అదృష్టమంటారు" అన్నది ఆవిడ.

"శ్రీలక్ష్మికి బిడ్డగా పుట్టటంవే అదృష్టంవే" అన్నాడు ముసలప్ప నాయుడు.

"మీకు మనవరాలిగా పుట్టటం కూడా" అని నవ్వింది ఆవిడ.

"కాకమరీ! దిగుమర్తివారి రక్తమే ఏంవనుకున్నావో!" గర్వంగా అంటూ మనవరాలిని భార్యచేతిలో పెట్టాడు నాయుడు.

"ఏమిరా రాంవయ్యా! పెళ్ళాన్ని చూశావా?" అని చూపించింది. చిన్నవాడైన రామయ్య సిగ్గుపడ్తూ తప్పించుకోబోతే తండ్రి పట్టుకొని చూపించాడు.

"నచ్చిందా?" మళ్ళీ అడిగింది తల్లి. రామయ్య సిగ్గుపడ్డాడు.

"సరే గానీ వాళ్ళమ్మ దగ్గర పడుకోబెట్టి రా!" అని ఆమెకు చెప్పాడు ముసలప్పనాయుడు. ఆవిడ లోపలికి పోతుండగానే "ఇదుగో జాగర్త! కింద పడేశేవ్" అని జాగ్రత్త చెప్పాడు.

"నేనూ బిడ్డల్ని కనిపెంచినదాన్నే. మీ మనవరాలికి ఏం పరవాలేదు" అంటూ మనవరాలితో లోపలికి పోయింది.

* * *

విషయం ఉత్తరం రాసి నౌఖరుతో లింగాలపురంలో సుబ్బానాయుడి ఇంటికి పంపాడు ముసలప్పనాయయుడు.

సుబ్బానాయుడికి ఉత్తరమిచ్చి చేతులు కట్టుకొని నిలబడ్డాడు నౌఖరు. ఉత్తరం సాంతం చదివిన సుబ్బానాయుడు ఆనందంగా

"ఆడపిల్లా?" అన్నాడు.

"చిత్తం చిత్తం ఆడపిల్లేనండీ" అన్నాడు నౌఖరు.

"తల్లీ పిల్ల కులాసేగా?"

"అంతా కులాసేనండి"

ఆనందంతో సుబ్బానాయుడు ఇంట్లోకి పోయాడు. తల్లీ, తనకొడుకుకు అన్నం తినిపించుకుంటున్న చెల్లెలు కన్పించారు.

"అమ్మా! తమ్ముడికి కూతురు బుట్టింది" అని చెప్పాడు సుబ్బానాయుడు.

"అట్లాగా నాయనా! నీకు కోడలు పుట్టిందట్నే కోడలూ..." నవ్వుతూ అన్నది పిచ్చమ్మతో.

204 లక్ష్మమ్మ

ఆమాట విని సుబ్బానాయుడి ముఖంలో నవ్వు మాయమైంది. వెంటనే అక్కణ్ణుంచి వెళ్ళిపోయాడు.

వెంకమ్మ నవ్వుతూ మనవణ్ణి పట్టుకొని "నీకు పెళ్ళాం పుట్టిందట్రా పెళ్ళామూ" అన్నది. ఆ పిల్లవాడు ఏడ్చాడు. "పెళ్ళాం పుట్టిందంటే ఏడుస్తావేమిరా నాపసన్యాసీ!" అన్నది నవ్వుతూ.

"సంతోషంలో వాడు ఏడుస్తున్నాడే అమ్మా!" అన్నది పిచ్చమ్మ.

బయట సుబ్బానాయుడు "వీర్రాఘవులూ!" అని పనివాణ్ణి పిలిచి "తమ్ముడికి కూతురు బుట్టింది. నువ్వెళ్ళి పురోహితుల్ని పిల్చుకొనిరా!" అని చెప్పాడు.

"చిత్తం" సంతోషంగా తలూపాడు వీరరాఘవులు.

"జాతకం విచారించాలి" అన్నాడు సుబ్బానాయుడు.

"ఇప్పుడే తీసుకొస్తానండీ" అని వెళ్ళాడు వీరరాఘవులు.

* * *

వెంకయ్యనాయుడికి ఇల్లూ, భార్యా, బిడ్డా ఇవేమీ పట్టడంలేదు. కనీస బాధ్యత లేకుండా ప్రవర్తిస్తున్నాడు. శ్రీలక్ష్మిని చూస్తేనే కోపగించుకుంటున్నాడు. ఇట్లా మారిన వెంకయ్యనాయుడికి బిడ్డను చూపించాలని ఎత్తుకొని వచ్చింది శ్రీలక్ష్మి.

"అచ్చగా మీ పోలికే అంటుంది అమ్మ. అమ్మానాన్నా రామయ్యకి పెళ్ళాం పుట్టిందని..." సంతోషంగా చెప్తున్న శ్రీలక్ష్మి వైపు కోపంగా చూశాడు వెంకయ్యనాయుడు.

"నామకరణం రోజు పెద్దపండుగ చేసి పార్వతి అని పేరుపెట్టి..." ఇంకా చెప్తుంటే ఇదంతా నచ్చని వెంకయ్యనాయుడు

"నీకు సిగ్గులేదు? నన్ను పలకరించొద్దని ఎన్నిసార్లు చెప్పాను" అని కసురుకున్నాడు.

చిన్నబోయిన శ్రీలక్ష్మి బిడ్డను తీసుకపోయి ఉయ్యాలలో పడుకోబెట్టింది. నాయుడు విసురుగా అక్కణ్ణుంచి బయటికి కదిలాడు. బాధలోనే వెనుకకు తిరిగిచూసింది శ్రీలక్ష్మి. పోతున్న నాయుడి వెనుకనే పరునవచ్చి పట్టుకొని ఆపింది.

"నేనేం చేశానని నామీదింత కోపం? అమ్మాయిని చూసైనా ఇక మీదట సంతోషంగా ఉంటారనుకున్నానే" అన్నది బాధపడ్తూ.

"నాకెందుకు సంతోషం? నీతమ్ముడికి పెళ్ళాం పుట్టింది గనక నీకు సంతోషం" కోపంగా అని పోబోతుంటే మళ్ళీ ఆపి

లక్ష్మమ్మ

"చూడండి నాకోసం కాకపోయినా ముసలివాళ్ళైన అమ్మానాన్న కోసమైనా అప్పుడప్పుడు వీలైనప్పుడే కాస్త పలకరిస్తూ ఉండండి. మనం మాట్లాడుకోవట్లేదని వాళ్ళకి తెలియనివ్వకండి" అని అర్థించింది.

కానీ వెంకయ్యనాయుడు ఏమాత్రం కరగలేదు. పైగా మరింత కోప్పడ్తూ "నేను ఈ ఇంట్లో ఉండాలనుకుంటే నన్ను పలకరించొద్దు నాకు అడ్డురావద్దు" అని అక్కణ్ణుంచి వెళ్ళిపోయాడు.

అటువైపు దీనంగా చూసి ఉయ్యాల దగ్గరికి పోయింది శ్రీలక్ష్మి. "ఇంక నీకోసంఁవేనమ్మా నేను బ్రతకడం" బిడ్డను చూస్తూ బాధగా అన్నది.

* * *

తిలకం దిద్దుకుంటూ రాట్నం తిప్పుతున్న భార్యతో మాట్లాడుతున్నాడు ముసలప్పనాయుడు.

"భార్యాభర్తలూ ఎవ్వరైతే మాత్రం మొదటున్నట్టు ఎల్లకాలం ఉంటారా? మనిద్దరం ఉంటున్నామూ...?" అన్నాడు.

అప్పుడే అక్కడకు వచ్చిన కోటయ్యనాయుడు వారి మాటలు వింటున్నాడు.

"కన్నకడుపు. నాకామాత్రం తెలీదూ! వాళ్ళు అన్యోన్యంగా ఉండటంలేదు" అన్నది ముసలప్పనాయుడి భార్య.

"అమ్మ చెప్పింది నిజమే నాన్నా!" అన్నాడు కోటయ్య.

"ఊఁ" అని తలెత్తి కోటయ్యవైపు చూశాడు ముసలప్పనాయుడు.

"అమ్మ చెప్పింది నిజమే. బావ ఏదో తప్పు చేసినవాడికి మల్లే పెడపెడగా తిరుగుతున్నాడు" అన్నాడు కోటయ్య.

"నువ్వేం మాట జారలేదు గదా!" అడిగాడు ముసలప్పనాయుడు.

"లేదు నాన్నా!"

అప్పుడే శ్రీలక్ష్మి లోపల్నుంచి బయటికొచ్చింది. వారిని చూసి కొంచెం తడబడింది. అక్కణ్ణుంచి పోబోయింది.

"అమ్మా!" అని పిలిచింది తల్లి. రాట్నంమీంచి లేచి దగ్గరికొచ్చింది. పట్టుకొని ఏడుస్తూ "నాతో చెప్పటానికేమి తల్లీ నీ కష్టకారణం" అని అడిగింది.

లక్ష్మమ్మ

"నాకేం కష్టవమ్మా? నాకేఁవిటీ కష్టం? కారణఁవేఁవిటీ? చూడు నాన్నా అమ్మ మాటలూ!" అని బాధను దాచుకుంటూ తండ్రి దగ్గరికి పోయింది.

శ్రీలక్ష్మి చేయి పట్టుకొని బాధగా

"సరే కానీ అమ్మా! అబ్బాయీ నువ్వూ అన్యోన్యంగా ఉండటం లేదా?" అని అడిగాడు.

"ఉండకపోవటఁవేఁవిటి నాన్నా! అమ్మ చెప్పిందా? అచ్చంగా ఇదివరకు మల్లే ఉండాలంటే నాకెట్లా వీలౌతుందీ? నాబిడ్డను చూచుకోవద్దూ? రోజంతా నాబిడ్డతోనే సరిపోతుందాయె. అంతే నాన్నా. అంతకంటే యేం లేదు" అని నవ్వు నటిస్తూ సర్దిచెప్పింది శ్రీలక్ష్మి.

"అమ్మా! నిజం చెప్పవూ?" మళ్ళీ అడిగాడు ముసలప్పనాయుడు.

"నీకడుపున పుట్టిన నాకు భర్తతో అన్యోన్యంగా ఉండాలన్న సంగతి ఇతరులు చెప్పాలా నాన్నా?" అని చివాలున ఇంట్లోకి పోయింది శ్రీలక్ష్మి.

కోటయ్య దివాణంలోకి వెళ్ళాడు. వెంకయ్యనాయుడు అక్కడ లేడు. గుమస్తా ఒక్కడే ఉన్నాడు. బావ ఎక్కడికి పోయాడన్నట్టు గుమస్తా వైపు చూశాడు. అతడు కొంచెం బాధగా ముఖం పెట్టాడు. ఏంజరిగిందన్నట్టు అతని దగ్గరికిపోయాడు కోటయ్య.

"చాల దురదృష్టం నాయనా! ఇది మీ కుటుంబంలో జరగవలసింది కాదు" అన్నాడు గుమస్తా.

"కారణం నీకు తెలుసా పంతులూ?" అడిగాడు కోటయ్య.

"మేఁవు మీ ఉప్పుపులుసు తింటున్నవాళ్ళము. మాకు తెలిసింది మీతో చెప్పడం ధర్మం. మీ బావ వెనకటిబావ కాదు నాయనా! రాధ నెరుగుదువుగా! దేవదాసి. దాని వలలో చిక్కుకొనీ. . ." చెప్పాడు గుమస్తా.

"రాధా? దేవదాసి రాధా?" ఆశ్చర్యంగా అడిగాడు కోటయ్య.

అవునన్నట్టు తలూపాడు గుమస్తా.

"రాధ" కోపంగా పలికాడు కోటయ్య.

* * *

రాధ నిలువుటద్దం ముందు కూర్చుని నెత్తి దువ్వుకుంటున్నది. వెంకయ్యనాయుడి ఊహల్లో చాల సంతోషంగా ఉన్నది. ఆ సంతోషంలోనే విరహగీతాలు పాడుకుంటున్నది.

వెన్నెల రాత్రుల విరహాంబుధి
నా కన్నె వలపులూరెను నీకై
ఎన్ని నాళ్ళుగా ఈ సౌందర్యము
వన్నెలు దిద్దితినో నీకై

హఠాత్తుగా కోటయ్యనాయుడు కనపడ్డాడు అద్దంలో. పాట మధ్యలోనే ఆపి లేచింది. ఆశ్చర్యంగా చూసింది. కోటయ్యనాయుడి కళ్ళు చింతనిప్పుల్లా ఉన్నాయి. చూపులు మంటలు కక్కుతున్నాయి. రౌద్రంగా లోపలికి నడుచుకుంటూ వస్తూ

"నువ్వెటువంటి దారుణకృత్యానికి పూనుకున్నావో తెల్సా" అన్నాడు.

"నేనేం చేశానండీ?" అమాయకంగా అడిగింది రాధ.

"ఇన్ని ప్రాణాలనూ నీకు తెలియకుండానే బలిస్తున్నావా రాధా?" కోపంగా అడిగాడు కోటయ్య.

"బలి చేస్తున్నానా? నాకితరులను కష్టపెట్టాలనే అభిప్రాయమే ఎప్పుడూ ఉండదే" అన్నది రాధ ఆ మాటను తేలిగ్గా తీసేస్తూ.

"నీ బోగం టక్కులు నా దగ్గర కట్టిపెట్టు. మా కుటుంబంలో అశాంతిని రేపావు. నాచెల్లెలి హృదయాన్ని ముక్కలు ముక్కలుగా తరుగుతున్నావ్. నే తలచుకుంటే నిన్నీ ఊళ్ళో లేకుండా చెయగల్ను. నామరూపాల్లేకుండా చేయగల్ను" కోపంగా అన్నాడు కోటయ్య.

"నాకు తెల్సు" నిర్లక్ష్యంగా సమాధానమిచ్చింది రాధ.

"తెలిసే ఈ పనికి పూనుకున్నావన్నమాట. మా బావని విడిచిపెడతావా లేదా?" గద్దించి అడిగాడు కోటయ్య.

"ఇప్పుడాయన్ను నేను పట్టుకున్నదేఁవుందండీ?" కొంచెం వ్యంగ్యంగా అన్నది రాధ.

"మా బావ నిక్కడికి రానివ్వనని ప్రమాణం చెయ్" కోపంగా ఆదేశించాడు కోటయ్య.

"అది నా వల్ల అయ్యే పనా? వారు మీకెంత ముఖ్యులో నాకూ అంత ముఖ్యులే" అన్నది తిరస్కారంగా.

"హుఁ బోగందానికి ప్రేమేఁవిటీ?" అన్నాడు ఆగ్రహం, అసహ్యం, అహంకారం ధ్వనించేలా.

208 లక్ష్మమ్మ

"యేం? అది మట్టుకు మనిషి కాదా? దానికి మాత్రం హృదయం లేదా?" తీవ్రంగా ప్రశ్నించింది రాధ. కోటయ్యలో క్రోధం తారాస్థాయికి చేరింది.

"ఏమంటున్నావే తొత్తా?" అన్నాడు ఆగ్రహంతో ఊగిపోతూ.

"ఈ తొత్తు నొచ్చి ప్రాధేయపడకపోతే మీ బావ నిక్కడికి రానీయకుండా చెయ్యమని మీ చెల్లెల్నే అడక్కపోయావా? ఆమె పాతివ్రత్య మహిమవల్ల ఏమన్నా ఆపగలిగేదేమో" అన్నది వెటకారంగా.

కోపం కట్టలు తెంచుకున్నది కోటయ్య ఉగ్రుడు రుద్రుడు అన్నీ అయ్యాడు. "ఏమన్నావ్..." అని గర్జిస్తూ కొరడాతో మీదికొచ్చాడు.

"ఆఁ ఏఁవిటీ దౌర్జన్యం?" అని రాధ అంటుండగానే క్రూరంగా కొట్టాడు. ఆ దెబ్బధాటికి తాళలేక విలవిలలాడుతూ నేలపై పడ్డది.

అప్పుడే వెంకయ్యనాయుడు వస్తున్నాడు రాధ ఇంట్లోకి. మేడమెట్లు ఎక్కుతున్నాడు.

కిందపడ్డ రాధమీదికి వంగి గుడ్లురిమి చూస్తూ "ఇప్పటికైనా మా బావను విడిచిపెడ్తావా లేదా?" అన్నాడు కోటయ్య.

"విడిచిపెట్టను విడిచిపెట్టలేను" అన్నది ఏడుస్తూ.

"విడిచిపెట్టలేవే" అన్నాడు మరింత కోపంగా.

"నేనాయన్ను ప్రేమిస్తున్నాను" అన్నది ఏడుస్తూనే. వెంటనే కోటయ్య కొరడాతో బలంగా కొట్టాడు. మళ్ళీ కొట్టాడు. "విడిచిపెట్టను విడిచిపెట్టలేను" అని ఏడుస్తూనే అంటున్నది రాధ. కొరడాతో కొడుతూనే ఉన్నాడు కోటయ్య.

అప్పుడే మేడమెట్లు ఎక్కి గదిలోకి వచ్చాడు వెంకయ్యనాయుడు. అక్కడ జరుగుతున్నది చూసి నిలువునా రగిలిపోయాడు. "కోటయ్యా!" పిడుగులా ఉరిమి ఆవేశంగా వచ్చాడు. కొట్టబోతూ ఆగిపోయిన కోటయ్య చేతిలోని కొరడా గుంజుకున్నాడు. "నీకు బుద్ధుందా లేదా?" అని ఆగ్రహించాడు.

"లేకపోతే ఈ తొత్తూ ..." అని కోటయ్య ఇంకా అంటూండగానే వెంకయ్యనాయుడు కోపంగా "ఆఁ" అని కోటయ్య చెంపమీద బలంగా కొట్టాడు. ఆ దెబ్బకు తూలి కోటయ్య దూరంగా పడ్డాడు.

దగ్గరికి తీసుకుంటున్న నాయుడితో "ఊరుకోండి. ఆయన తన చెల్లెలి సుఖమే చూడగలిగాడు గానీ నా ప్రేమ గ్రహించుకోలేకపోయాడు" అన్నది రాధ నీరసంగా. లేవలేకపోతున్న రాధను రెండుచేతులపై ఎత్తుకున్నాడు వెంకయ్యనాయుడు.

లక్ష్మమ్మ

"వెళ్ళొస్తా బావా! నువ్వు మాకు చూపుతున్న అభిమానానికి కృతజ్ఞుణ్ణి" దెబ్బతిన్న చెంపను రుద్దుకుంటూ బయటికి కదిలాడు కోటయ్య.

రాధ నెత్తుకొని మంచం వైపు నడిచాడు నాయుడు.

* * *

అర్ధరాత్రి శ్రీలక్ష్మి మేడమీద నిలబడి వెంకయ్యనాయుడి రాకకోసం ఎదురు చూస్తున్నది. ఆమె మనసులో బాధ రోజురోజుకీ ఎక్కువైతున్నది. వెంకయ్యనాయుడి ప్రవర్తన కూడా అట్లానే ఉంటున్నది.

చాలాసేపటి తర్వాత ఇంటి ప్రాంగణంలోకి వచ్చాడు వెంకయ్యనాయుడు. శ్రీలక్ష్మిని కిందినుంచే కోపంగా చూశాడు. ఆమె కళ్ళముందే దివాణంలోకి పోయి తాళాలు, ఉంగరాలు, మెళ్ళోని గొలుసూ తీసిపారేశాడు. ఇక అక్కడ ఉండబుద్ధికాక వెళ్ళిపోతూ మేడ మీదికి చూశాడు. శ్రీలక్ష్మి లేదక్కడ. చూసేసరికి తన ఎదురుగా దివాణం ముంగిట్లోనే దీనంగా నిలబడి ఉన్నది. వర్షించబోయే మేఘాలలా ఉన్నాయి ఆమె కళ్ళు. కోపంగా కఠినంగా ముందుకు కదిలాడు వెంకయ్యనాయుడు. చేతులు చాచి అడ్డుగా నిలబడ్డది శ్రీలక్ష్మి. అయినా అట్లానే ముందుకు నడిచాడు వెంకయ్యనాయుడు.

"మీకిది ధర్మం కాదు. పార్వతిని చూచైనా వెళ్ళకండి. అమ్మకీ నాన్నకీ ఏం చెప్పనూ? లోకానికి ఏం చెప్పనూ? పార్వతిని ఏం చెయనూ? మమ్మల్నిట్లా చేయడం ధర్మం కాదు. న్యాయం కాదు" అని కన్నీళ్ళతో వేడుకుంది శ్రీలక్ష్మి.

కర్కశంగా శ్రీలక్ష్మి రెండు చెంపలపై కొట్టాడు వెంకయ్యనాయుడు. సుకుమారంగా పెరిగిన శ్రీలక్ష్మి ఆ మొరటుదెబ్బలకు తట్టుకోలేకపోయింది. వెంకయ్యనాయుడి పాదాల దగ్గరనే కుప్పకూలింది. ఆమెను కోపంగా చూస్తూ అక్కణ్ణుంచి వెళ్ళిపోయాడు వెంకయ్యనాయుడు.

* * *

సుబ్బానాయుడి ఎదుట దోషిలా నిలబడ్డాడు వెంకయ్యనాయుడు. తమ్ముడు చేసినపనికి బాధపడ్తూనే

"నువ్ తప్పు చేశావ్. వారి తప్పు లేనప్పుడు ఎందుకొదిలిపెట్టొచ్చావ్? ఆడినమాట తప్పటం న్యాయమా నాయనా? లోకులేఁవంటారు? చిరుమామిళ్ళవారు డబ్బుకాశించి ముసలప్పనాయుడిగారి కుమార్తెను వివాహం చేస్కొని మోసం చేశారు అనరూ? మనవంశానికీ ఎంత కళంకం! ఎంత అప్రతిష్ఠ! మాట శాశ్వతం నాయనా, డబ్బు కాదు" సున్నితంగా హెచ్చరించాడు సుబ్బానాయుడు.

210 లక్ష్మమ్మ

"తప్పే అన్నయ్యా! మొదట్నుంచీ ఇప్పుడూ ఎప్పుడూ తప్పు నాదే. కానీ నేను వెళ్ళలేను. అక్కడ ఒక్కక్షణం ఉండలేను. కారణం అడక్కన్నయ్యా!" అన్నాడు వెంకయ్యనాయుడు అపరాధం ఒప్పుకుంటూ.

"కారణం నాకు అక్కర్లేదు నాయనా! కానీ వెళ్ళటానికి వీల్లేదా?"

"లేదన్నయ్యా"

"విధి బలీయమైనప్పుడు తలవొగ్గటమే ఉత్తమధర్మం" అన్నాడు సుబ్బానాయుడు.

* * *

శ్రీలక్ష్మి ఉయ్యాలలో ఉన్న పార్వతిని చూస్తూ దిగులుగా ఉన్నది. ముసలప్పనాయుడు ఆయన భార్య శ్రీలక్ష్మి దగ్గరికొచ్చారు.

"అమ్మా! అబ్బాయెక్కడి కెళ్ళాడో తెలుసునా?" అడిగాడు ముసలప్పనాయుడు.

"తెలీదు నాన్నా!"

"ఎక్కడి కెళ్ళుంటాడూ? రాత్రి ఇంట్లో ఉన్నాడా?"

"లేకేం నాన్నా!" కంగారుగా అంటూ తండ్రి వైపు చూసింది శ్రీలక్ష్మి. ఆమె చెంపమీద చేతి అచ్చులు చూసి ఆశ్చర్యపోయాడు. "హలా!" అంటూ ఆ దెబ్బను తడిమాడు.

"అబ్బే ఏంవీ లేదు. రాత్రి కాలుజారి గడపమీద పడ్డాను నాన్నా" అన్నది శ్రీలక్ష్మి వస్తున్న ఏడుపును దిగమింగుకుంటూ.

కోటయ్యనాయుడు వచ్చాడక్కడికి.

"ఇంకా ఎన్నాళ్ళు దాస్తావు శ్రీలక్ష్మీ? ఇవన్నీ అక్కడ పారేశాడు. బహుశా లింగాల పురం వెళ్ళుంటాడు బావ" అని తాళంచెవులు తండ్రికిచ్చాడు.

"లింగాలపురంవా? ఎందుకు చెప్పకుండా వెళ్ళాడు?" అడిగాడు ముసలప్ప నాయుడు.

"ఎందుకేంవిటి నాన్నా! రాధను మరిగీ"

"రాధా?"

"అవును"

"రాధను మరిగాడా?"

లక్ష్మమ్మ

"అవును నాన్నా! ఇన్నాళ్ళనుంచీ నువ్వు కష్టపడతావనీ నేను చెప్పలేదు"

తెలిసిన నిజానికి బాధపడ్డాడు ముసలప్పనాయుడు. "నువ్వు కూడా దాచావ్!" అన్నాడు భార్యని. కన్నీళ్ళే సమాధానమయ్యాయి ఆమెనుంచి.

"అమ్మా! నిజం చెప్పూ! ఇప్పుడైనా ఏం జరిగిందో చెప్పు తల్లీ" అని కూతురిని అడిగాడు.

ఏమని చెప్పగలదు శ్రీలక్ష్మి. ఏమీ చెప్పలేక తండ్రి ముఖం చూసింది. ఒక్కసారిగా దు:ఖం తన్నుకొచ్చింది. "నాన్నా!" అని భోరున విలపిస్తూ తండ్రి గుండెల మీద వాలిపోయింది. కూతుర్ని అక్కున చేర్చుకొని ఓదార్చాడు ముసలప్పనాయుడు. శ్రీలక్ష్మిని తల్లి దగ్గరికి తీసుకుంది.

బాధను దిగమింగుకొని ముసలప్పనాయుడు కొడుకుతో

"ఊఁ సరే జరిగిందేదో జరిగింది నాయనా! నువ్వెంటనే లింగాలపురం వెళ్ళి బావను తీస్కురావాలి" అన్నాడు.

"అది నావల్లయ్యే పనికాదు నాన్నా!" అన్నాడు కోటయ్య బాధగా.

"నాయనా! నువ్వెళ్ళక తప్పదురా! మనం ఆడపిల్లవాళ్ళం. కాళ్ళా వేళ్ళా బతిమాలైనా వెంటనే తీసుకురావాలి. నువ్వెళ్ళు"

"త్వరగా వెళ్ళు నాయనా!" అని తల్లి కూడా ప్రాధేయపడింది. కోటయ్య అక్కణ్ణుంచి వెళ్ళాడు.

ముసలప్పనాయుడు ఉయ్యాలలోంచి మనవరాల్ని ఎత్తుకొని "వస్తాడమ్మా వస్తాడు" అన్నాడు బాధపడ్తూ.

* * *

సుబ్బానాయుడు మంచం మీద కూర్చుని ఉన్నాడు. విచారంగా ఉన్నాడు. వెంకయ్యనాయుడు పక్కనే కోపంగా నిలబడి ఉన్నాడు. దుర్గి నుండి వచ్చిన కోటయ్యనాయుడు వెంకయ్యనాయుడిని దుర్గికి రమ్మని అడిగాడు. వెంకయ్యనాయుడు రానన్నాడు.

"ఎందుకురావు బావా? మేఁవేఁవన్నా మాట తప్పామా? అమర్యాదగా ప్రవర్తించామా?"

"నీకు జవాబు చెప్పవలసిన అవసరం నాకు లేదు"

212 లక్ష్మమ్మ

"తప్పేంవన్నా జరిగితే మావల్ల జరగలేదు సుబ్బయ్యానాయుడు గారూ!"

"అవును నావల్లే జరిగింది. పెద్దవాళ్ళు చెప్పినా వినకుండా ఇల్లరికానికి ఒప్పుకోవటమే నా తప్పు" ఆవేశంగా అన్నాడు వెంకయ్యనాయుడు.

"తప్పులెంచుకొని ఏం ప్రయోజనం నాయనా! కార్పణ్యాలు పెరగటం తప్ప" అన్నాడు సుబ్బానాయుడు.

"రావా బావా!" అర్థిస్తూ అడిగాడు కోటయ్య.

"నేను రాను. ఇకనుంచి మీరు కూడా మా యింటికి రావలసిన అవసరం లేదు" అని అక్కణ్ణుంచి వెళ్ళిపోయాడు వెంకయ్యనాయుడు.

"సుబ్బానాయుడుగారూ! అయితే మీరిక శ్రీలక్ష్మిని తీసుకొతెచ్చుకోండి. ఆమెమీద మాకెంతిష్టమున్నా భర్తను విడిచుండటానికి మేం అంగీకరించం"

"పంపు నాయనా! ఈ పరిస్థితుల్లో అంతకంటే చేసేది ఏమీలేదు. మేమాడినమాట తప్పాం. మీరు క్షమించినా లోకం మమ్మల్ని క్షమింపదు. శ్రీలక్ష్మిని పంపు"

వెళ్ళిపోతున్న కోటయ్యతో మళ్ళీ "నాయనా! మామాటమీద మీకు ఇంకా విశ్వాసముంటే శ్రీలక్ష్మికి ఏలోటూ రాకుండా చూస్తానన్నానని మీ నాన్నగారితో చెప్పు నాయనా!" అన్నాడు సుబ్బానాయుడు. కోటయ్య వెళ్ళిపోయాడు. అటువైపే బాధగా చూస్తూ "తండ్రికి తగ్గ బిడ్డ" అన్నాడు.

* * *

ముసలప్పనాయుడు, కోటయ్య, గుమస్తా మెట్ల దగ్గర నిలబడున్నారు. నౌఖర్లు సామాన్లు మెట్లమీంచి తీస్కొస్తున్నారు.

మేడమీది గదిలోంచి కిందికి రావడానికి సిద్ధమైంది శ్రీలక్ష్మి. తల్లిపాదాలకు నమస్కరించింది. ఆమె శ్రీలక్ష్మిని లేవనెత్తి

"మీరు సుఖంగా ఉంటే చూస్తూ కాలం గడుపుదాంవనుకున్నా. దైవమిట్లా ప్రతికూల మవుతుందనుకోలేదు" అన్నది.

"ఎందుకమ్మా విచారం! స్త్రీకి భర్తతోటిదే లోకం. భర్త ఎక్కడుంటే అక్కడే స్వర్గం" బదులిచ్చింది శ్రీలక్ష్మి.

"ఎన్ని కష్టాలొచ్చినా పుట్టినింటికీ మెట్టినింటకీ కీర్తిని తే తల్లీ! అత్తకీ ఆడబిడ్డకీ అనుకూలంగా ఉండు. పదిమందిచేత అవుననిపించుకో తల్లీ!"

లక్ష్మమ్మ

శ్రీలక్ష్మి కిందికి దిగటానికి మెట్లవైపు కదిలింది. ఉయ్యాలలో ఉన్న మనవరాలిని ఎత్తుకొని శ్రీలక్ష్మి వెంటే నడిచింది తల్లి.

ముసలప్పనాయుడు తన ప్రాణమే పోతున్నంత బాధతో ఉన్నాడు. శ్రీలక్ష్మి మెట్లుదిగి ఆయన దగ్గరికి వచ్చింది. దు:ఖంతో తెరుచుకోని గొంతుతో అతికష్టం మీద పిలిచింది.

"నాన్నా! ... నాన్నా!"

"వెళ్తున్నావా అమ్మా!" శ్రీలక్ష్మిని పట్టుకొని ఏడ్చాడు ముసలప్పనాయుడు. "తండ్రైనా తల్లైనా నీకు చిరుమామిళ్ళవారే. మేం కూడా నీకు పరాయివాళ్ళ మైపోయినాం. అక్కడ యేం జరిగినా బైటకు పొక్కనియ్యకు. వాళ్ళ పరువు కాపాడ్టం మనధర్మం" అని ధర్మం చెప్పాడు.

"నన్ను పెంచి పెద్దదాన్ని చేశావ్. నాసౌఖ్యం కోసం నువ్ చెయవలసిందంతా చేసావ్. కానీ నీ ఋణం తీర్చుకోలేకపోయాను నాన్నా! నన్ను క్షమించు"

తండ్రి పాదాలకు నమస్కరించింది శ్రీలక్ష్మి. ఏడుస్తున్న తమ్ముడి దగ్గరికి పోయి ఓదార్చింది.

"అక్కత్తవారింటికి వెళుతూ ఉంటే ఇట్లాగేనా పంపవలిసింది"

"మళ్ళీ వస్తావా అక్కా?"

"ఎందుకురాను. నేనొచ్చి నీకూ పార్వతి పెళ్ళి చెయ్యొద్దూ!"

వెళ్ళిపోతూ ఆఖరుగా శ్రీలక్ష్మి తండ్రితో

"పార్వతికి రామయ్యకి వివాహం జర్గితేనే నాన్నా మళ్ళీ నేను దుర్గికి వచ్చేది" అన్నది. ఇంటిముందు ప్రయాణానికి సిద్ధం చేసిన పల్లకీ దగ్గరికి వచ్చింది. ఊరి ప్రజలంతా వచ్చారు వీడుకోలు ఇవ్వటానికి.

తల్లిదండ్రుల పాదాలకు నమస్కరించి పల్లకీలో కూర్చుంది శ్రీలక్ష్మి. తల్లి అందించిన పార్వతిని ఒళ్ళో పడుకోబెట్టుకుంది. తనను సాగనంపటానికి వచ్చిన ఊరిప్రజలకు రెండుచేతులతో నమస్కరించింది. వాళ్ళూ కన్నీళ్ళొత్తుకుంటూ నమస్కరించారు.

కోటయ్య వచ్చి పల్లకీ తలుపులు మూశాడు. బోయీలు పల్లకీ నెత్తుకున్నారు. ప్రయాణం మొదలైంది. ముందు గుఱ్ఱం మీద కోటయ్య పోతున్నాడు. బోయీలు పల్లకీ మోస్తూ అతణ్ణి అనుసరిస్తున్నారు. వెనుక ఎడ్లబండ్లు వస్తున్నాయి.

లక్ష్మమ్మ

214 లక్ష్మమ్మ

పుట్టిపెరిగిన ఊరినీ, కనిపెంచిన తల్లిదండ్రుల్ని వదిలివెళ్తూ ఉంటే శ్రీలక్ష్మి తట్టుకోలేకపోతుంది. ఊరినీ తనవారినీ తలుచుకొని ఏడుస్తున్నది.

చిన్ననాటి స్వర్గసీమ
కన్నయూరు విడువలేము ॥

ఎంతహాయి చింతచీకు
లేని చిన్ననాడు
ఎంతవింత ఎదిగీ
లోకమెరుగుకొలదీ ॥

తల్లి మరచీ తండ్రి మరచీ
చెలులు బంధుగులను
కల్లలనుచు ప్రియములైన వెల్ల
మరచిపోవలెనా ॥

పుట్టిన ఊరిగురించి బాధపడ్తూనే మెట్టిన ఊరు చేరుకుంది శ్రీలక్ష్మి.

* * *

చిన్నతోడికోడలితో కలిసి మాట్లాడ్తూ వత్తులు చేస్తున్నది శ్రీలక్ష్మి.

"అత్తయ్యకి మాత్రం మనల్ని కష్టపెట్టాలని ఉంటుందా! ఏదో మాటవరసకలా అంటుంది కానీ"

"కాదమ్మా! ఆ రెండూ రెండు గండుకుక్కలు. కల్పించి కరుస్తాయి"

వెనుకగదిలోంచి వీరు మాట్లాడుకోవడం చూసి పిచ్చమ్మ తల్లికి రమ్మని సైగ చేసింది. వెంకమ్మ తోడికోడళ్ళిద్దరి దగ్గరికి ఆవేశంగా వచ్చింది. వారిద్దరిని కోపంగా చూసింది.

"మీరిద్దరూ ఇక్కడేం జేస్తున్నారే?" అన్నది.

శ్రీలక్ష్మి లేచి నిలబడింది. తోడికోడలు అక్కడినుండి వెళ్ళిపోయింది.

"ఏంటా గుసగుసలూ? ఎవరికోసం? ఎవరి మీదా? కూసే గాడిదొచ్చి మేసే గాడిదను చెరిచిందట" మళ్ళీ అన్నది.

పిచ్చమ్మ వచ్చి తల్లి వెనుక చేరింది. తనవంతుగా శ్రీలక్ష్మిని ఆడిపోసుకుంది.

లక్ష్మమ్మ

"మీ యింట్లోకి మల్లే మా యింట్లో కాలిమీద కాలేసుక్కూచుంటే జరగదమ్మా. కొంచెం లోపలకెళ్ళీ ఆ జొన్నలు విసరమ్మా"

"వెళ్తున్నా వదినా!"

"వెళ్తున్నానటంవే గాని కదలవే"

"అట్లా చూస్తున్నావేమే గుడ్లెల్లబెట్టీ" వెంకమ్మ అందుకున్నది.

"ఏం లేదత్తయ్యా"

"ఎదురుచెప్తున్నావటంటే నువ్వూ నిన్నకాక మొన్నొచ్చీ" పిచ్చమ్మ పెడార్థం తీసింది.

"అయ్యయ్యో ఎదురుచెప్పేంతటి దాన్నా నేను"

"శానాతనం మాని ముందిక్కణ్ణించి కదులు" అంటూ శ్రీలక్ష్మిని గుంజి అవతలికి తోసింది పిచ్చమ్మ. శ్రీలక్ష్మి ఇంటివెనుకకు పోయింది.

పిచ్చమ్మ తల్లిని పట్టుకొని ఏడుపు నటిస్తూ అన్నది

"అప్పుడే నామీదేమో నూరిపోస్తున్నదే అమ్మా! నా అత్తారిల్లొదిలి పెట్టేసొచ్చాననీ అడ్డమైనవాళ్ళకీ నేను లోకువైపోయినాను"

"నువ్వూర్కోవే" కసిరినట్టుగా అన్నది వెంకమ్మ.

"ఎందుకే అమ్మా అట్టా కసురుకుంటావ్? అందరికి మల్లే నీక్కూడ నేను లోకువైపోయినానా?"

"కంటతడి పెట్టుకుంటావెందుకే పిచ్చికొయ్యా! నేనేదో మాటవరసకంటేనూ"

ఇంటివెనుక శ్రీలక్ష్మి కింద కూర్చుని విసుర్రాయితో జొన్నలు విసురుతున్నది. పెద్దతోడికోడలు పేరమ్మ వచ్చి పక్కనే కూర్చున్నది.

"లేమ్మా నేను విసురుతా"

"వద్దక్కయ్యా! చిన్నవాళ్ళుండీ పెద్దవాళ్ళచేత పనిచేయించటం ఆయుక్షీణ మంటారు"

మళ్ళీ జొన్నలు విసరడం మొదలుపెట్టింది శ్రీలక్ష్మి. ఏదో పని మీద అక్కడికి వచ్చిన సుబ్బానాయుడిని చూసి తోడికోడళ్ళిద్దరూ లేచి నిలబడ్డారు.

"నువ్వు చూస్తూ కూర్చొని అమ్మాయిచేత పని చేయిస్తున్నావా?" భార్య పేరమ్మను ఉద్దేశించి అన్నాడు సుబ్బానాయుడు.

లక్ష్మమ్మ

"అయ్యో నన్నేంజేయమంటారండీ! మమ్మల్నేపనీ ముట్టుకో నివ్వందే"

"ఈ పన్లన్నీ అది చూస్కుంటుంది గానీ నువ్వెళ్ళి పార్వతి పని చూస్కోమ్మా. పార్వతి పెరిగి పెద్దదైతేనే మన వ్యవహారాలన్నీ చక్కబడేది" శ్రీలక్ష్మితో అన్నాడు సుబ్బానాయుడు. అంటుండగానే వెంకమ్మ ఇంట్లోంచి గట్టిగా పిలిచింది.

"లక్ష్మమ్మా! లక్ష్మమ్మా!"

శ్రీలక్ష్మి ఇంట్లోకి పోయింది.

"అమ్మ అప్పుడే అత్తఱికం పెడ్తున్నదా ఏంవిటీ?" పేరమ్మను అడిగాడు సుబ్బానాయుడు.

"పెట్టదుమరీ! మెత్తనివాళ్ళను జూస్తే మరి మొత్తబుద్ధౌతుంది"

"శ్రీలక్ష్మిని నువ్వు కొంచెం కనిపెట్టి ఉండు. మనం తప్పుచేసినా మనల్ని నమ్మి మునలప్పనాయుడుగారు అమ్మాయినిక్కడికి పంపారు. కంటికిరెప్పలా కాపాడాలి సుమా!" పేరమ్మకు జాగ్రత్త చెప్పాడు సుబ్బానాయుడు.

* * *

శ్రీలక్ష్మి పార్వతిని తీసుకొచ్చి ఉయ్యాలలో పడుకోబెట్టింది. ఉయ్యాల ఊపుతూ పాట పాడుతున్నది.

జోజోజో జోజోజో చిట్టి నాతల్లీ
జోజోజో జోజోజో పున్నమ జాబిల్లీ
ఏడవకే నాతల్లీ చిన్నారిదానా
నీ కనుల నీలాలు నే చూడలేను ॥

ఏదేదీ నాపాపా నీ బోసినవ్వు
మంచులో విరిసేటి తెలిమల్లెపువ్వు ॥

నా పాప కిద్దరు మామలున్నారు
మామల్లు ఇస్తారు మంచి జాగీరు
పెద్దదైన తల్లి తన ఇల్లు చేరు
అంతలో నాపాప కష్టాలు తీరు ॥

* * *

    లక్ష్మమ్మ

లక్ష్మమ్మ

వెంకమ్మ హాయిగా కూర్చుని శనక్కాయలు ఒలుచుకొని తింటున్నది. శ్రీలక్ష్మి పక్కగదిలో బియ్యం చెరుగుతూ ఉన్నది. ఇంటిముందుకు భిక్షగాడు పాడుకుంటూ వచ్చాడు.

పడిన దారిని విడువబోకమ్మా
నీకు నీవారెవరు లేరమ్మా
హృదయశాంతిని గోలుపోకమ్మా
అమ్మా బిచ్చమేయమ్మా
తల్లీ సీతమ్మ తల్లీ ॥

భిక్షగాణ్ణి శ్రీలక్ష్మి వెళ్ళగొడుతున్నదని వెంకమ్మ చూస్తున్నది. శ్రీలక్ష్మి పెద్దవాళ్ళెవరన్నా భిక్షంవేసి పంపిస్తారనుకొని తనపనిలో తానున్నది. కానీ వాణ్ణి పంపియ్యకపోయేసరికి విసుగొచ్చిన వెంకమ్మ కోపంతో శ్రీలక్ష్మి దగ్గరికొచ్చింది.

"నీ చెవులేమన్నా పూడిపోయాయే! ఆ ముష్టాడట్లా కేకలేస్తుంటే వినపడ్డంలే? పో! వాణ్ణి పంపించు" అని కసిరి లోపలికి పోయింది.

భిక్షగాని పాట వినపడుతున్నది

అమ్మా బిచ్చమేయమ్మా
మనసు చెదరీ సమసిపోకమ్మా
కష్టకాలం నిలచిపోదమ్మా ॥

శ్రీలక్ష్మి లేచి వెనుక బస్తాలోంచి దోసెడు బియ్యం తీసుకుని ఆ భిక్షగానికి పెట్టటానికి కదిలింది. అటు వచ్చిన పిచ్చమ్మ చూసింది.

"ఇవెక్కడికే? మాకాపరం గుల్ల చేద్దాంవనుకున్నావా? ఎవరబ్బ సొమ్మే?" అని కల్పించుకొని మరీ తిట్టింది.

"అత్తయ్య వేసిరమ్మన్నదిగా వదినా!" అమాయకంగా అన్నది శ్రీలక్ష్మి.

"అహాఁ"

వీళ్ళ మాటలు విని శనక్కాయలు తినడం ఆపి వచ్చిన వెంకమ్మ

"అయ్యో నీ కడుపుకుడుకా నామీద పెడ్తున్నావా. నేను వాణ్ణి పంపమన్నానా? బిచ్చంవేసి రమ్మన్నానా?" శ్రీలక్ష్మిని కోప్పడ్డది.

"బూచమ్మ కూడబెడితే మాచమ్మ మాయం చేసిందట. అట్లా ఉంది నీ సంగతి" శ్రీలక్ష్మిని తిట్టింది పిచ్చమ్మ.

"ఇట్లాంటి పనులు కనక చేశావా లక్ష్మమ్మా! నీ డొక్క చించి డోలు కడతాను ఏమనుకుంటున్నావో!" బెదిరించింది వెంకమ్మ.

బిత్తరపోయిన శ్రీలక్ష్మి బొమ్మలా నిలబడింది.

"అట్లా చూస్తావేమే పోలేరమ్మలాగా నేనేం దయ్యాన్ననుకున్నావా? భూతాన్ననుకున్నావా?"

అత్త తిట్లకు మారుపలకలేక తలొంచుకుంది శ్రీలక్ష్మి. బయట భిక్షగాడు ఇంకా పాడుతూనే ఉన్నాడు.

"అట్లా నేల చూపులు చూస్తావేమే నావంక చూస్తే నేనేమన్నా మింగేస్తానా? రాక్షసిననుకున్నావా? చూడూ" మళ్ళీ తిట్టింది వెంకమ్మ. శ్రీలక్ష్మి భయంగా అత్త వైపు చూసింది.

"ఊఁ పొయ్యందులో పోయ్" కోపంగా గద్దించింది వెంకమ్మ. శ్రీలక్ష్మి బియ్యం బస్తాలో పోసింది. బయట్నుంచి భిక్షగాని పాట వినిపిస్తూనే ఉన్నది.

శాంతి గల్గిన స్థాయి గలుగమ్మా
అమ్మా బిచ్చమేయమ్మా
తల్లీ సీతమ్మ తల్లీ
కొంచెం బిచ్చంపెట్టమ్మా
అమ్మా బిచ్చమేయమ్మా ॥

* * *

శ్రీలక్ష్మి పార్వతిని ఒళ్ళో పడుకోబెట్టుకొని దీనంగా కూర్చుంది. బాధతో భర్తను తలచుకుంటున్నది.

ఈ నిర్జీవ జీవనమ్ము
యేలా గడపనూ నాథా...?
పలుకు లేదు పిలుపు లేదు
మోము జూపుటైన లేదు ॥
కన్నబిడ్డ పాపను
కనులార గాంచుటైన లేదు ॥

* * *

శ్రీలక్ష్మి దిగులుగా నీరసంగా కూర్చునుంది. అక్కడికొచ్చిన పేరమ్మ శ్రీలక్ష్మిని చూసింది.

"ఏమ్మా అట్లా ఉన్నాంవే?"

"ఏం లేదక్కా"

"నాతో చెప్డానికేఁవమ్మా"

"నాకు ప్రొద్దున్నే తులసిపూజ చేసుకోవటం అలవాటు. మన పెరట్లో ఒక తులసి మొక్క వేయించకూడదా అక్కా!"

"అదెంత భాగ్యం"

అవతల్నుంచి ""వీర్రాఘవులూ" అని పిలుస్తున్న సుబ్బానాయుడి గొంతు వినపడింది.

"ఇదిగో మిమ్మల్నే" అని సుబ్బానాయుడిని పిలిచింది పేరమ్మ. సుబ్బానాయుడు అక్కడికి వచ్చాడు.

"దొడ్లో కొంచెం తులసిమొక్క ఒకటి వేయిద్దురూ. అమ్మాయికి పూజ అలవాటట"

"అట్లాగేనమ్మా!" శ్రీలక్ష్మిని మెచ్చుకొన్నాడు సుబ్బానాయుడు.

"ఇన్నాళ్ళనుంచి కాపురం చేస్తున్నావు కదా! నీకు తట్టిందీ? అయినా నీకు పూజలూ పునస్కారాలూ కావల్సివచ్చినయట్లే" పేరమ్మతో అని బయటికి పోతుండగా వీరరాఘవులు వచ్చాడు.

"వీర్రాఘవులూ అమ్మాయి పూజచేస్తుందట మనదొడ్లో తులసి మొక్క ఒకటి వేయించు"

"చిత్తం ఇప్పుడే వేయిస్తానయ్యా!"

సుబ్బానాయుడు ఇచ్చిన తాళ్ళు అందుకొని వెళ్ళిపోయాడు వీరరాఘవులు. సుబ్బానాయుడూ బయటికి పోయాడు.

శ్రీలక్ష్మి సంతోషంతో అన్నది

"నువ్వు అదృష్టవంతురాలివక్కా!"

"ఏమ్మా ఎందుకనీ?"

"బావగారు భగవత్స్వరూపులు"

సంతోషంగా అక్కడినుండి వెళ్ళింది పేరమ్మ. వెంటనే వెంకమ్మ బుట్టపట్టుకొని పిచ్చమ్మతో కలిసి వచ్చింది.

"ఏఁవిటా గుసగుసలు? ఎవరిమీదా? పనంతా ఇక్కడే తగలబడ్డది హబ్బా! నాకు చావొచ్చిందమ్మా వీళ్ళను పెట్టుకొని ఈ కాపురమీదలేక" అన్నది గంప నేలమీదికి విసురుతూ.

బాధపడ్డ శ్రీలక్ష్మి విసుర్రాయి ముందు కూర్చుంది.

"నాక్కూడా కష్టంగానే ఉందమ్మా ఈ కాపురం ఈదేదీ" అన్నది పిచ్చమ్మ.

"ఊరుకోవే పిచ్చికొయ్య! నేనుండగా నీవీదేదేఁవిటీ"

శ్రీలక్ష్మి పనికి కూర్చోవడంతో పిచ్చమ్మను తీసుకొని వెళ్ళిపోయింది వెంకమ్మ.

* * *

పెరట్లో తులసి మొక్క నాటటానికి గుంట తవ్వుతున్నాడు వీరరాఘవులు. మట్టితోడడానికి పక్కనే గంప పట్టుకొని కూర్చున్నాడో పనివాడు.

వీరరాఘవులు గడ్డపారతో నేలను పొడిచాడు. ఏదో తగిలినట్టనిపించింది.

సుబ్బానాయుడు రావడం చూసి పనివాడు లేచి మట్టి తోడినట్టు చేశాడు. వీరరాఘవులు మళ్ళీ నేలను పొడిచాడు. ఈసారి ఖంగుమని చప్పుడు అయ్యింది. సుబ్బానాయుడితో సహా ముగ్గురూ ఆశ్చర్యంగా చూశారు. మళ్ళీ మళ్ళీ అట్లానే చప్పుడయ్యింది. సుబ్బానాయుడు గడ్డపార అందుకొని ఒకసారి పరిశీలించి చూసి తవ్వమన్నాడు. వీరరాఘవులు ఆపకుండా తవ్వాడు.

* * *

సుబ్బానాయుడి కుటుంబసభ్యులంతా గుంట చుట్టూ నిలబడి ఆశ్చర్యంగా ఆత్రుతగా చూస్తున్నారు. గుంటలోంచి నెమ్మదిగా లంకెబిందెలు పైకి వచ్చాయి.

"చూశావా అమ్మా లంకెలబిందెలు. శ్రీలక్ష్మి తనవెంట లక్ష్మిని తీస్కొచ్చింది" తల్లితో శ్రీలక్ష్మిని మెచ్చుకుంటూ అన్నాడు సుబ్బానాయుడు.

"నిజఁవేరా నిజఁవే" అంటూ ఆశతో వాటిని ముట్టుకోబోయింది వెంకమ్మ. అవి ఆమెకందకుండా లోపలికి పోయాయి. దీనంగా అందరి ముఖాలు చూసింది. అయినా మళ్ళీ ప్రయత్నించింది.

"నువ్వుండవే అమ్మా!" అని ఆమె ప్రయత్నాన్ని అడ్డుకుని తను అందుకోబోయింది పిచ్చమ్మ. పవిత్రమైన హస్తాలే తమను తాకాలన్నట్లు మళ్ళీ ఆ లంకెబిందెలు లోతుకు పోయాయి.

ఈసారి తల్లీకూతుళ్ళిద్దరూ వాటిని తాకాలని ప్రయత్నించబోయారు.

"మీరూరుకోండమ్మా" వారిని వారించాడు సుబ్బానాయుడు. వారి ముఖాలు వెలవెలబోయాయి.

"నీవల్ల మనకీ ధనం లభించిందమ్మా! మానవులవల్ల మైలపడకముందే నీ చల్లని చెయ్యి ఓసారి ఈ బిందెల మీద వెయ్యమ్మా!" శ్రీలక్ష్మితో అన్నాడు సుబ్బానాయుడు.

శ్రీలక్ష్మి చేతులెత్తి నమస్కరిస్తూ మనసులోనే స్తుతించింది.

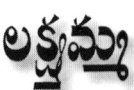

అమ్మా తులసీ అమ్మా తులసీ
ప్రేమను వెలసీ పాలింపరావమ్మా శ్రీతులసీ
మమ్ము పాలింపరావమ్మా శ్రీతులసీ ॥

లంకెబిందెలు పైకి వచ్చాయి. భక్తితో వాటిని స్పృశించింది.

తులసి కోటనంతా దీపాలతో అలంకరించింది శ్రీలక్ష్మి. లంకె బిందెలను అక్కడ ఉంచి పూజించింది.

కరుణను వెలసీ వరముల నొసగీ
పాలింపరావమ్మా శ్రీతులసీ
మమ్ము పాలింపరావమ్మా శ్రీతులసీ ॥
అమ్మా తులసీ అమ్మా తులసీ
ప్రేమను వెలసీ పాలింపరావమ్మా శ్రీతులసీ
మమ్ము పాలింపరావమ్మా శ్రీతులసీ ॥

మనసులో తులసిమాతను స్తుతిస్తూ అందరికీ హారతిచ్చింది. అంతా భక్తితో కళ్ళకద్దుకున్నారు.

"ఇదంతా నీదేనమ్మా! నీకు ఏ ఆభరణాలు కావాలో కోరుకో తల్లీ!" శ్రీలక్ష్మిని అభినందిస్తూ లంకెబిందెలు చూపించి అన్నాడు సుబ్బానాయుడు.

"కోరుకో శ్రీలక్ష్మీ! మళ్ళీ ఆలస్యమైతే మనసు మార్చుకోగలరూ" అన్నది పేరమ్మ.

"మీ వాత్సల్యం కంటే నాకేం కావాలి అక్కయ్యా!" బదులిచ్చింది శ్రీలక్ష్మి.

అందరూ తులసిమాతకు చేతులు జోడించి నమస్కరించారు.

* * *

కొన్ని సంవత్సరాలు గడిచాయి–

ముసలప్పనాయుడి భార్య తులసికోట ముందు కూర్చుని పూజ చేస్తున్నది. చిన్నకొడుకు రామయ్య కూడా పక్కనే కూర్చున్నాడు. కొంచెం పెద్దవాడయ్యాడు. శ్రీలక్ష్మి వెళ్ళిపోయినరోజు అతని మనసులో అట్లానే నిలిచిపోయింది.

"ఆరేళ్ళయిందమ్మా అక్క మనల్ని విడిచిపెట్టి" బాధతో అన్నాడు తల్లితో.

"అవున్నాయనా" ఆమె గొంతు బాధతో పూడుకుపోయింది.

"ఎన్నాళ్ళెదురు చూస్తాంవమ్మా? మనం లింగాలపురం వెళ్ళి అక్కను చూసొద్దాం" ఆశగా అడిగాడు.

226 లక్ష్మమ్మ

"ఎట్లా వెళతాం నాయనా. వారు మనల్ని రానివ్వరు గదా!"

"మరెప్పుడమ్మా అక్కను చూసేదీ?"

"తులసమ్మతల్లి దయ ఎప్పుడైతే అప్పుడు"

* * *

ఒక్కదెబ్బతో కొబ్బరికాయను పగులగొట్టింది పిచ్చమ్మ. నీళ్ళు గిన్నెలో పట్టి తాగమని కొడుక్కిచ్చింది. తన పక్కనే కూర్చున్న తల్లి వెంకమ్మతో నెమ్మదిగా ఏడుపుగొంతుతో అన్నది–

"ఎట్లాగో ఒకట్లా వీడికీ పార్వతికీ ముడిపడేట్లు చేస్తేనేమ్మా నేనీ ఇంట్లో ఉండగలిగేది. లేకపోతే నువ్ గుటుక్కుమంటే నాదారి నేను చూసుకోవలిసిందే"

"అదేవిటే పిచ్చికొయ్య! నీ పిల్లవాణ్ణి చేసుకోవాలని వాళ్ళు తహతహపడాలి గానీ నీకేమే అటు తండ్రి ఆస్తి ఇటు మేనమామల ఆస్తి అన్నీ వీడివేనాయె" అన్నది వెంకమ్మ మనవడిని ముద్దుచేస్తూ. వాడు సంతోషంతో చంకలు కొట్టుకున్నాడు.

"అందుకేనే అమ్మా నేనింతగా చెప్పేదీ! కూతుర్ని తమ్ముడికిచ్చీ ఈ ఆస్తంతా కన్నారికి కట్టబెట్టాలని చూస్తున్నదే లక్ష్మమ్మ. ఒకటి రెండు సార్లు నేనడిగినా అతీగతీ చెప్పనేలేదు"

"దానిష్టంవా ఏంవిటీ? ఈ ఆస్తంతా కన్నారికి కట్టబెడ్తానంటే నా బొందిలో ప్రాణముండగా నేనొప్పుకుంటానా అంట" అని హామీ ఇచ్చి "ఏంవిరా! పార్వతిని చేసుకుంటావా?" నవ్వుతూ మనవడిని అడిగింది.

"ఓ" అంటూ లేచి "భలే చేస్కుంటా భలే చేస్కుంటా" అని ఎగిరాడు వాడు. వాణ్ణి పట్టుకొని మీద కూర్చోబెట్టుకుంటూ "ఓరి నాప సన్యాసీ! ఏం బులుపురా నీకు బులుపూ" అంటూ విరగబడి నవ్వింది. పిచ్చమ్మ కొడుక్కి మురిపెంగా కొబ్బరి తినిపించింది.

"ఇవ్వేళ చాల మంచిరోజట లక్ష్మమ్మచేత మాటనిపిచ్చుకొనీ ఇదుండే పార్వతి మెళ్ళో వేసెయ్" అని తన మెళ్ళోని గొలుసు చూపించింది పిచ్చమ్మ.

"అదెంత పనే దా!" అని లేచి అవతలికి నడిచింది వెంకమ్మ. పిచ్చమ్మ కొడుకును తీసుకొని తల్లి వెనుకే వెళ్ళింది.

తులసిపూజ చేసిన శ్రీలక్ష్మి కూతురు పార్వతితో అప్పుడే ఇంట్లోకి వచ్చింది. ముగ్గురూ శ్రీలక్ష్మి దగ్గరికి వచ్చారు.

"తులసిపూజ చేసుకొస్తున్నావటే అమ్మా" ప్రేమ నటిస్తూ అడిగింది వెంకమ్మ.

లక్ష్మమ్మ

"అవునత్తయ్యా!" చెప్పి నిశ్శబ్దంగా నిలబడ్డది శ్రీలక్ష్మి.

"నాకోడలు బంగారమే పిచ్చమ్మా! దాని పూజలేమో పునస్కారాలేమో తప్ప మరి యే గొడవలూ దానికి పట్టవే" లేని ప్రేమ ఒలకబోసింది వెంకమ్మ.

"నిజంవేనే అమ్మా! పొరపాటున కాలుజారి భూమ్మీద పడ్డ దేవతే అమ్మా నీకోడలూ" వంతపాడింది పిచ్చమ్మ.

శ్రీలక్ష్మికి వాళ్ళ చేష్టలు అర్థంకాలేదు కానీ మనసు ఏదో కీడు శంకిస్తూ ఉంది.

"పార్వతీ ఇట్లా దా! రామ్మా! ఇది వేస్కో! ఇది మీ అత్తయ్య చేయించిందమ్మా" గొలుసు పార్వతి మెళ్ళో వేసింది వెంకమ్మ. పార్వతికి ఇదంతా ఏం నచ్చలేదు.

నవ్వుతూ పార్వతివైపు చూసి కొడుకువైపు చూసింది పిచ్చమ్మ. వాడు సిగ్గుతో మెలికలు తిరిగాడు.

"పెళ్ళాన్ని జూసి అట్లా సిగ్గుపడ్తావేమిరా నాప సన్యాసీ! నీ సిగ్గు చితికినట్టే ఉంది" మనవడితో మేళమాడింది వెంకమ్మ.

"పెళ్ళంటే సిగ్గు గాదటే పాపం! ఎవరికైతే యేం?" కొడుకును వెనుకేసుకొచ్చింది పిచ్చమ్మ.

"వీళ్ళిద్దరికీ పెళ్ళి చేసేద్దాంవనుకొంటున్నానే లక్ష్మమ్మా! పెద్దాళ్ళైతే మనమాట వింటారా పెడతారా?" అన్నది వెంకమ్మ.

శ్రీలక్ష్మి ఏం మాట్లాడలేకపోయింది.

"ఆలోచిస్తున్నావేఁవిటే" వెంకమ్మ గొంతు మారింది.

"పార్వతికింకా ఆరేళ్ళైనా నిండలేదు. అప్పుడే పెళ్ళిమాటెందుకులే అత్తయ్యా!" శ్రీలక్ష్మి గొంతులో నిస్సహాయత ధ్వనించింది.

"పెండ్లెప్పుడు జేసుకున్నా ముందు మాటనుకోవద్దటే? నువ్వు సరే అంటే పోనీ పెండ్లి నీ యిష్టం వచ్చినప్పుడు చేద్దువుగానీ"

"ఇందులో నా యిష్టం కూడా యేం లేదత్తయ్యా! పార్వతి పుట్టినప్పుడే రామయ్యకిచ్చి చేస్కోవాలని మావాళ్ళు నిశ్చయం చేస్కొన్నారు"

వెంకమ్మ పిచ్చమ్మల ముఖాల్లో నవ్వు మాయమైంది. పార్వతి నాయనమ్మ వేసిన గొలుసు తీసి కింద పారేసింది. అది ఎవరూ గమనించలేదు.

"వాళ్ళనుకున్నది సరేలే నీ సంగతి చెప్పు" కటువుగా అడిగింది వెంకమ్మ.

228 లక్ష్మమ్మ

నిస్సహాయురాలైన శ్రీలక్ష్మి సమాధానం చెప్పలేక నిశ్శబ్దంగా నిలబడింది.

"మాట్లాడవేమే" కసురుకుంది వెంకమ్మ.

"అత్తయ్యా! నాకూ మావాళ్ళకూ పోయినాశలు పోగా మిగిలింది పార్వతే. మేఁవంతా దాని పెళ్ళి మీదే ఆశపెట్టుకు బతుకుతూ ఉన్నాం. ఈ ఆశకూడా నిరాశ చెయకత్తయ్యా!" వేడుకోలుగా అడిగి పార్వతిని తీసుకొని లోపలికి పోయింది శ్రీలక్ష్మి.

వెంకమ్మ శ్రీలక్ష్మి వంక కోపంగా చూస్తున్నది. "ఏమిటే ఇదంతా" అన్నట్లు తల్లివైపు ఆశ్చర్యంగా చూసింది పిచ్చమ్మ.

"ఎంత పొగరే దీనికి"

" నేన్ చెప్పలా అమ్మా ఈ ఆస్తంతా కన్నారికి కట్టబెట్టాలని చూస్తుందే. అది పడనివ్వదే అమ్మా!"

"అది పడనిచ్చేదేఁవిటీ? దానిష్టఁవేవిటీ బోడిష్టం. నాబిడ్డనొదిలి దీన్నడగడం తప్పు నాదే. వెంకయ్య నడిగితే అన్నీ తేలిపాయె" పళ్ళు బిగించి కోపంగా అన్నది వెంకమ్మ. పిచ్చమ్మ చెయ్యిపట్టి గుంజుకొని పోయింది.

పిచ్చమ్మ కొడుకు పార్వతి నేల మీద వేసిన గొలుసు చూశాడు. దాన్ని అందుకొని గుండెలకు హత్తుకొని భలే సంబరపడ్డాడు.

* * *

అత్త కొత్త ఎత్తుకు కుమిలిపోతుంది శ్రీలక్ష్మి. తల్లి ఒడిలో కూర్చున్న శ్రీలక్ష్మి "నేను చేస్కోనమ్మా పిచ్చమ్మ కొడుకుని" అన్నది. ఎవరైనా వింటారేమోనని కంగారుపడ్డది శ్రీలక్ష్మి.

"తప్పమ్మా పిచ్చమ్మకొడుకని అనకూడదు"

"పిచ్చమ్మకొడుకు కాదా ఏఁవిటీ? ఎప్పుడూ ఇది నాయిల్లు. ఇక్కడ నీకేం ఉందీ పో అంటాడమ్మా. నేను రామయ్య మామనే చేస్కుంటా. మనందరం తాతగారింటికెళ్దాం"

"అట్లాగే తల్లీ! నా దురదృష్టం నీకంటదమ్మా. నాతోనే అంతమౌతుంది"

బయటికిపోవడానికి తయారవుతున్న వెంకయ్యనాయుడి దగ్గరికి వచ్చారు వెంకమ్మ పిచ్చమ్మలు. పార్వతికి పిచ్చమ్మ కొడుక్కి పెళ్ళి గురించి ప్రస్తావించింది వెంకమ్మ.

"ఆ సంగతి నా దగ్గర ఎత్తొద్దు" కోపంగా అన్నాడు వెంకయ్యనాయుడు.

"అదేఁవిట్రా నీ కూతురు సంగతి నీ దగ్గర ఎత్తకపోతే మరెవరి దగ్గరెత్తేదీ అంట? నీ పెళ్ళానికి మేఁవన్నా మామాటన్నా ఎట్లాగూ లక్ష్యం లేదాయె. కన్నకొడుకువి నీతోనైనా

లక్ష్మమ్మ

చెప్పుకుందాఁవనుకుంటే అట్లా చీదరించుకుంటాఁవేవిరా? నిక్షేపంలాంటి మేనరికం. అందానికందమూ ఆస్తికాస్తీ. . .”

“ఆ సంగతీ నా దగ్గరెత్తొద్దన్నాను. ఎత్తొద్దు” తల్లి వంకా చెల్లెలి వంకా కోపంగా చూస్తూ వెళ్ళాడు వెంకయ్యనాయుడు.

“అత్తారిల్లొదిలిపెట్టొచ్చానే అన్నయ్యక్కూడా లోకువైపోయినాను” ఏడ్చింది పిచ్చమ్మ.

“ఏడవకే పిచ్చికొయ్యా! పెద్దాణ్ణి అడుగుదాం రా” పిచ్చమ్మని తీసుకొని సుబ్బానాయుడి దగ్గరికి పోయింది వెంకమ్మ.

పక్కగదిలోనే ఉన్న శ్రీలక్ష్మి ఈ మాటలన్నీ వింటూనే ఉన్నది. పార్వతికి ఎక్కడ అన్యాయం జరుగుతుందోనని భయపడుతూ ఉన్నది. పార్వతి పక్కనే బొమ్మతో ఆడుకుంటున్నది.

సుబ్బానాయుడితో అంటున్నది వెంకమ్మ.

“నిక్షేపంలాంటి మేనరికంరా. నీవేదో లక్ష్మమ్మకు చెప్పి ఒప్పిస్తే దీనికీ ఓదారి చూపినవాడవౌతావ్”

“ఈ సంగతి నీ మనసులోకి ఎన్నడూ రానీకమ్మా. పార్వతి ఎప్పుడూ రామయ్య పెళ్లామే. ఈ విషయం ముసలప్పనాయుడుగారు పార్వతి పుట్టకముందే నిశ్చయం చేస్కున్నారు. నేను శ్రీలక్ష్మి మనింట్లో అడుగుపెట్టగానే నిర్ణయించేస్కున్నాను”

పక్కగదిలోంచి సుబ్బానాయుడి మాటలు విన్న శ్రీలక్ష్మి సంతోషంతో పార్వతిని హత్తుకుంది.

“మరి నాగతీ అబ్బాయిగతీ ఏంటన్నయ్యా?” ఏడుస్తూ సుబ్బానాయుడిని అడిగింది పిచ్చమ్మ.

“నువ్ విచారించకు పిచ్చమ్మా! మీరంటే ఇష్టంలేక నేనీమాట చెప్తున్నానని అనుకోకండి. మన అందరి శ్రేయస్సూ కోరి చెప్తున్నాను. మన కుటుంబగౌరవం నిలబడాలంటే ఈ విషయం మళ్ళీ తర్కించకండి” అని అక్కడినుండి వెళ్ళాడు సుబ్బానాయుడు.

అన్నవంక కోపంగా చూసింది పిచ్చమ్మ.

“కక్షగట్టుకుందే అమ్మా లక్ష్మమ్మా. ఇక నేను ఏ నుయ్యో గొయ్యో చూచుకోవలసిందే” కొడుకును పట్టుకొని ఏడ్చింది.

“నువ్వూరుకోవే పిచ్చికొయ్యా! ఈ వ్యవహార మిట్లా చక్కబడదే. పెద్దవాణ్ణి నాలుగు రోజులు ఇంట్లో లేకుండా చేస్తే అప్పుడన్నీ చక్కబడ్తాయి” ఉపాయం ఆలోచించింది వెంకమ్మ.

* * *

230 లక్ష్మమ్మ

పిచ్చమ్మ దేవుడు పూనినట్లు నటిస్తున్నది. మంత్రగాడు ముందు ముగ్గులో పూజచేసి మంట వెలిగించాడు. పిచ్చమ్మని ముగ్గుముందు కూర్చోబెట్టారు. వెంకమ్మ వెనుకనే ఉండి పిచ్చమ్మను పట్టుకుంది. సుబ్బానాయుడు, పెద్దతమ్ముడు, ఆయింటి ముగ్గురు కోడళ్ళూ, పార్వతి అక్కడే నిలబడి చూస్తున్నారు.

"జుంజుంజుంజుంజుంజుమ్ జుంజుంజుంజుంజుంజుమ్ జుంజుంజుంజుం జుంజుమ్ మహంకాళీ భేతాళీ మల్లెంల భైరవీ పాతాళ భైరవీ" మంత్రాలు చదువుతూ వేపమండలతో ధూపం వేస్తున్నాడు మంత్రగాడు.

పిచ్చమ్మ "ఊం ఊం" అంటూ ఊగిపోతున్నది.

"నాబిడ్డను ఎందుకురా కష్టపెడ్తావురా స్వామీ" పిచ్చమ్మను పట్టుకొని పిచ్చమ్మలోని దేవునితో అంటున్నట్లు అన్నది వెంకమ్మ. పిచ్చమ్మకు వేపమండలు తాకిస్తూ మంత్రాలు చదువుతున్నాడు మంత్రగాడు.

"జుంజుంజుంజుంజుంజుమ్..."

పిచ్చమ్మ తూలుతూ లేచి నిలబడి ఊగుతుంది. పెద్దకోడళ్ళిద్దరూ వచ్చి పట్టుకున్నారు. పిచ్చమ్మ బలంగా ఊగుతూనే ఉంది.

"దిగూ దిగూ దిగూ దిగూ దిగూ " అంటూ పిచ్చమ్మ మీదికి విభూది ఊదాడు మంత్రగాడు.

"స్వామీ స్వామీ స్వామీ" అని వేడుకుంటుంది పిచ్చమ్మని పట్టుకున్న వెంకమ్మ.

"జుంజుంజుంజుంజుంజుమ్ మహంకాళీ..." మంత్రాలు చదువుతున్నాడు మంత్రగాడు.

"ఊం ఊం ఊం..." వీరావేశంగా ఊగుతోంది పిచ్చమ్మ.

అంతే ఆవేశంగా మంత్రాలు చదువుతూ "ఊం ఊం నువ్వెవరో చెప్పూ నిజం చెప్పూ" అడుగుతున్నాడు మంత్రగాడు.

భయపడుద్దేమోనని పార్వతి చెవులు మూసింది శ్రీలక్ష్మి.

"ఊం ఊం ఊం" ఆవేశంగా ఊగుతూనే ఉంది పిచ్చమ్మ.

"పోతానని చెప్పూ పోతానని చెప్పూ " మంత్రగాడు గట్టిగా అరుస్తున్నాడు.

"ఊం ఊం ఊం" మరింత ఆవేశంగా ఊగుతున్నది పిచ్చమ్మ.

"స్వామీ స్వామీ స్వామీ" అని వేడుకుంటూ పిచ్చమ్మను పట్టుకుంది వెంకమ్మ. పెద్దకోడళ్ళిద్దరు కూడా పిచ్చమ్మను పట్టుకున్నారు.

లక్ష్మమ్మ

"కొండకొస్తానన్నావ్ నన్ను మర్చిపోయినావ్" శిగమూగుతూ అన్నది పిచ్చమ్మ.

సుబ్బానాయుడు అర్థంకాక భయంగా చూస్తున్నాడు.

"వస్తానని చెప్పూ! వస్తానని చెప్పూ! చెప్పు నాయనా!" సుబ్బానాయుడితో అన్నది తల్లి.

"నేను నాశనం చేస్తా ఊఁ... చెప్పూ! కొండకొస్తానన్నా(రా! నన్ను మర్చిపోయినా(రా!" మరింత ఆవేశంగా భయంగొలిపేలా అంటున్నది పిచ్చమ్మ.

"ఇంకేముందో చెప్పూ చెప్పూ నీ మనసులో ఏముందో చెప్పూ" అడిగాడు మంత్రగాడు.

"ఊఁ ఊఁ చూస్కో మిమ్మల్నేం చేస్తానో చంపేస్తా చంపేస్తా ఊఁ చెప్పూ చెప్పూ చెప్పూ..."

"చెప్పూ వదిలిపోతానని చెప్పూ"

"ఊఁ ఊఁ "

"స్వామీ నాది అపరాధం అపరాధం అపరాధం అపరాధం" చెంపలేసుకుంది వెంకమ్మ.

"వస్తా(వా వస్తా(వా వస్తా(వా చెప్పూ రేయ్ . . ." పిచ్చమ్మ కోపంగా అంటున్నది.

"ఒరేయ్ నాయనా అప్పుడు లంకెలబిందెలు దొరికినప్పుడూ కోటప్పకొండకు వెళ్తానని మొక్కుకున్నాంరా! ఇప్పుడైనా వెళ్తానని మొక్కరా" సుబ్బానాయుడితో అన్నది వెంకమ్మ.

"నన్ను మర్చిపోయినావురా" అంటున్నది పిచ్చమ్మ.

"వస్తాం స్వామీ వస్తాం" బదులిస్తున్నది వెంకమ్మ.

"మర్చిపోయినావురా"

"వస్తాం వస్తాం"

"మర్చిపోయినావురా"

"వస్తాం స్వామీ ఒప్పుకోరా"

"చెప్పూ చెప్పూ చెప్పూ. . ."

"ఒప్పుకోరా నాయనా!"

ఇదంతా ఏం అర్థంకాక అయోమయంగానే చేతులు జోడించి నమస్కరించాడు సుబ్బానాయుడు.

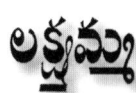

232 లక్ష్మమ్మ

"తప్పకుండా వస్తాం... వెంటనే వస్తాం... తప్పకుండా వస్తాం స్వామీ" అని ఒప్పుకున్నాడు.

"ఊఁ కుటుంబంతో కూడా రావాల్రా లేకపోతే చంపుతా" బెదిరించింది పిచ్చమ్మ.

"కుటుంబంతోనే వస్తాం. కుటుంబంతోనే వస్తాం"

శ్రీలక్ష్మి పార్వతి చెవులమీంచి చేతులు తీసింది.

"ఊఁ . . ." శాంతించింది పిచ్చమ్మ.

* * *

రచ్చబండ దగ్గర జనం తీరుబాటుగా కూర్చున్నారు.

"శరభ కరుణకృపాసముద్ర దశ్శరభ వినుతశతరౌద్రా శరభ ఉద్దండవీరభద్రా దశ్శరభ దశ్శరభ" అని పాడుకుంటూ ఆ బాట వెంబడి పోతున్నాడు రామయ్యబావ.

"ఏం రామయ్యబావా! ముస్తాబై బయల్దేరావ్" అడిగాడో బండమీది ఆసామి.

"కోటప్పకొండ కెళ్తున్నాన్రా నా తండ్రీ! సుబ్బానాయుడుగారు బయల్దేరారా!"

"ఆయన వెంట బయల్దేరావన్నమాట!"

"అదేం మాటా? నువ్వు రావాలి సుమా రామయ్య బావా! అన్నారు. అట్లాగే సుబ్బయ్యబావా అన్నాను"

"అట్లాగా రామయ తండ్రీ!" వెటకారంగా అన్నాడు ఇంకో ఆసామి.

"శరభ దశ్శరభ" గట్టిగా అంటూ అతన్ని చిటపట చూస్తూ వెళ్ళిపోయాడు.

రచ్చబండమీది జనమంతా రామయ్యని చూసి నవ్వుకున్నారు.

* * *

సుబ్బానాయుడు సతీసమేతంగా కోటప్పకొండకు ప్రయాణమయ్యాడు. పెద్దతమ్ముడు కూడా సతీసమేతంగా వెంటవస్తున్నాడు. వెంకయ్యనాయుడు ఇంటిపట్టున ఉండకుండా తిరుగుతుండడంచేత శ్రీలక్ష్మి ఇంటిదగ్గరనే ఉండాల్సి వచ్చింది.

ఎడ్లబండ్లు సిద్ధమయ్యాయి. వీరరాఘవులు మిగతా పనివాళ్ళతో కలిసి సామాన్లు తెచ్చి బండ్లలో పెట్టాడు. సుబ్బానాయుడు దంపతులు ఇంట్లోంచి బయల్దేరుతున్నారు. శ్రీలక్ష్మి సుబ్బానాయుడి పాదాలకు నమస్కరించింది.

"పెదపెదనాన్నా! ఇది తీస్కెళ్ళి నేనిచ్చినట్టుగా దేవుడికివ్వు" అని పార్వతి ఒకపెట్టెనిచ్చింది. అది తెరచి చూశాడు సుబ్బానాయుడు. అందులో ఒకపువ్వు ఉంది.

లక్ష్మమ్మ

"అట్లాగేనమ్మా! తల్లీ!" అని పార్వతిని ఎత్తుకున్నాడు. "మా అందరి కానుకలకంటే నీ కానుకే హృదయపూర్వకంగా స్వీకరిస్తాడమ్మా దేవుడు" అన్నాడు.

"త్వరగా రా పెదనాన్నా! నీకోసం కనిపెట్టుకుని ఉంటా" అన్నది పార్వతి.

"తప్పకుండా వస్తానమ్మా! అమ్మ చెప్పినట్టు విను. అమ్మ మనసు నొప్పించకే ఏమ్మా" అని చెప్పి తనచేతుల్లో ఉన్న పార్వతిని కిందికి దించాడు.

"వెళ్ళొస్తాంవమ్మా!" తల్లితో చెప్పాడు సుబ్బానాయుడు.

"వెళ్ళిరా నాయనా! వెళ్ళిరా! మిగులూ తగులూ లేకుండా మొక్కుబళ్ళన్నీ పూర్తిగా తీర్చుకొనిరా! పొద్దుబోతుంది వెళ్ళిరా నాయనా!" కపటంగా తొందరపెడ్తూ అన్నది వెంకమ్మ.

తల్లి పక్కన ఇంకా ఊగుతూనే నిలబడ్డ పిచ్చమ్మని చూస్తూ ముందుకు కదిలాడు సుబ్బానాయుడు. పేరమ్మ భర్తను అనుసరించింది.

వీధిలో ఊరేగింపు నడుస్తున్నది. పెద్ద జాతరలా ఉంది. దప్పు చప్పుళ్ళ మధ్య కొందరు నాట్యం చేస్తున్నారు. రామయ్యబావ కత్తి డాలు పట్టుకొని ఎగురుతున్నాడు. ఉత్సాహంగా అతను "శరభ దశ్శరభ" అని పలుకుతుంటే చుట్టు ఉన్న జనం కూడా మారు పలుకుతున్నారు. రామయ్యబావ బాగా ఎగిరాడు. సుబ్బానాయుడు వస్తుండడం చూసి "లింగాలపుర వీరభద్ర లింగాలపుర వీరభద్ర" అని కత్తి డాలుకు మొక్కి వాటిని అక్కడున్న వారికిచ్చాడు. సుబ్బానాయుడితో బండిదాకా పోయాడు. అందరూ బళ్ళలో ఎక్కారు.

"త్వరలోనే తిరిగి వస్తాం రామయ్యా! పొలం వెళ్ళొస్తూండు" అని చెప్పి బండివైపు మళ్ళాడు సుబ్బానాయుడు.

నిర్ఘాంతపోయిన రామయ్య "అట్లాగేలే సుబ్బయ్యబావా!" అన్నాడు నీరసంగా. సుబ్బానాయుడు అదేమీ వినకుండానే బండెక్కాడు.

బండ్లు మేళతాళాలతో కదిలాయి. జనం హొరున శబ్దం చేస్తూ సాగనంపారు.

* * *

ఏదో పనిమీద పోతున్న రామయ్యబావకు మార్గమధ్యంలో ఒక చెట్టుకింద అరుగు మీద కూర్చున్న వెంకయ్యనాయుడు కనపడ్డాడు. అతన్ని అక్కడ చూసి రామయ్య ఆశ్చర్యపోయి ఆగాడు. గుఱ్ఱం దిగకుండానే వెంకయ్యనాయుడిని పలకరించాడు.

"ఏరా నా తండ్రీ! కోటప్పకొండకు నువు వెళ్ళలేదా? నీ భార్యనీ పిల్లనీ తీసుకుని నీవు కూడా వెళ్ళితే ఎంత బాగుండేదిరా నా తండ్రీ!"

234 లక్ష్మమ్మ

"అదంతా నీకనవసరం" కోపంగా అన్నాడు వెంకయ్యనాయుడు.

"అదేంవిట్రా నా తండ్రీ! అట్లా అంటావు. నాగ్గాకపోతే ఇంకెవరికిరా అవసరం? నీకూ చిన్నప్పన్నించీ స్నేహంగా ఉంటున్నదెవరూ? ఈ పెమ్మసాని రామానాయుడు కాదూ?" గుఱ్ఱం దిగి దగ్గరికి వచ్చాడు రామయ్యబావ. "నీకు లక్ష్మమ్మనిచ్చి పెళ్ళి జేయించిందెవరూ?"

"ఈ పెమ్మసాని రామానాయుడే సరా ఇక వెళ్ళు" కోపంతో వెటకారమాడి గుఱ్ఱమెక్కాడు వెంకయ్యనాయుడు.

"ఎక్కడికెళ్తున్నావురా నా తండ్రీ?"

వెంకయ్యనాయుడు సమాధానం చెప్పకుండానే వెళ్ళిపోయాడు.

"భార్యేమో ఈ ఊళ్ళో కాపురంవా! నీవేమో గుఱ్ఱాలమీద కాపురంవా! ఆహాహాహాహా ఏం విచిత్రమైన ప్రపంచంరా ఇది నా తండ్రీ!" అన్నాడు రామయ్య వెంకయ్యనాయుడు పోయినవైపే చూస్తూ.

* * *

రచ్చబండమీద తీరిగ్గా కూర్చుని జనాలతో మాట్లాడుతున్నాడు రామయ్యబావ.

"కోటప్పకొండకు ఎందుకు వెళ్ళలేదూ అంటే వెళ్ళడానికి నాకెక్కడ దీరుతుందీ? అయినా అనుకోవడంవే గానీ అక్కడున్న దేవుడిక్కడ లేడట్రా నా తండ్రీ?"

"వేదాంతం వెలగబెడుతున్నావేం రామయ్యబావా?" అడిగాడొకడు.

"ఎప్పుడో ఒకప్పుడు మనంవంతా వేదాంతులం కావలసిందేరా నా తండ్రీ! నిజం ఆలోచిస్తే ఆ దేవుడు నాలో లేడూ? నీలో లేడూ? వీనిలో లేడూ?"

"రాళ్ళల్లోనూ రప్పల్లోనూ గూడా ఉన్నాడా?"

"అందులోనూ ఉన్నాడ్రా నా తండ్రీ! కూటస్థుడై మరీ ఉన్నాడు. అందుకనే ఇందుగలడందు లేడని సందేహము వలదు చక్రి సర్వోపగతుండు అన్నాడు కవి చౌదప్ప"

అందరూ విరగబడి నవ్వారు.

* * *

వత్తులు చేస్తున్న శ్రీలక్ష్మి దగ్గరికి ఒకసందేహంతో వచ్చింది పార్వతి.

"పెదపెదనాన్నా పెదనాన్నా అంతా వెళ్ళారు కదా! నాన్న వెళ్ళలేదేమ్మా కోటప్పకొండకి?"

లక్ష్మమ్మ

"అందరూ వెళితే ఇల్లు చూచుకునేదెవరమ్మా!"

"ఇప్పుడు మాత్రం నాన్న చూసుకుంటున్నాడా ఏంటి? ఎప్పుడు ఇంట్లోనే ఉండడు"

సమాధానం చెప్పలేకపోయిన శ్రీలక్ష్మి "వెళ్ళి ఆడుకోమ్మా!" అన్నది.

"ఒకమాట చెపితే" మళ్ళీ అడిగింది పార్వతి.

"ఏఁవిటి తల్లీ?"

"నేనంటే నాన్నకు ఎందుకమ్మా అంతకోపం?"

ఆ ప్రశ్నకు దిమ్మెరపోయింది శ్రీలక్ష్మి. "పార్వతీ" అని గట్టిగా కౌగిలించుకుంది.

"నేనసలు ఇక్కడ ఉండనే ఉండను. తాతగారింటికెళ్తా"

"వెళ్దాం తల్లీ!"

"ఎప్పుడూ వెళ్దాం వెళ్దాం అంటావ్ ఒక్కసారన్నా తీస్కెళ్ళవ్. రామయ్య మామ ఎట్టా ఉంటాడే?"

"లక్ష్మమ్మా!" అని పిలుస్తూ అత్త వెంకమ్మ ఆడబిడ్డ పిచ్చమ్మను వెంటబెట్టుకొచ్చింది. శ్రీలక్ష్మి, పార్వతి లేచి నిలబడ్డారు.

"ఏమే పెళ్ళి సంగతేం తేల్చావ్?" కసురుతూ అడిగింది వెంకమ్మ.

"తేల్చేదేఁవుంది అత్తయ్యా?" నెమ్మదిగా అన్నది శ్రీలక్ష్మి.

"పిచ్చమ్మ కొడుక్కి నీ కూతుర్ని ఇస్తావా? లేదా?"

"చెప్పాగా అత్తయ్యా!"

"ముదనష్టపుదానా తేరగా తినీ కొవ్వి నీకూతురుకు వీడు పనికిరాలే? నాబిడ్డను బుట్టలో వేసుకొని నాశనం చేశావ్. ఇక దీన్ని వాళ్ళకిచ్చి సర్వమంగళం చేద్దామనుకున్నావ్? నడువ్ నడు నడూ" అని కొడ్తూ శ్రీలక్ష్మిని పెరట్లోకి ఈడ్చుకపోయింది వెంకమ్మ. పిచ్చమ్మ సాయం పట్టింది.

"అన్నం నీళ్ళు లేకుండా పడిచావ్" శ్రీలక్ష్మిని అక్కడ పడేసి తిట్టింది వెంకమ్మ.

"అమ్మా అమ్మా" ఏడుస్తున్నది పార్వతి.

"అమ్మా" అని పార్వతిని కౌగిలించుకున్నది శ్రీలక్ష్మి.

"ఈడ్చవే ఈడ్చే చూస్తావేంటీ" పిచ్చమ్మతో అన్నది వెంకమ్మ.

236 లక్ష్మమ్మ

వెంటనే పిచ్చమ్మ పార్వతి రెక్క పట్టుకున్నది. వెంకమ్మ పార్వతి శ్రీలక్ష్మిల జుట్లు పట్టి ఇద్దరినీ విడదీస్తున్నది.

"అమ్మా అమ్మా అమ్మా" పార్వతి ఏడుస్తున్నది.

"ఊఁ ఈడ్వెయ్" అంటున్నది పిచ్చమ్మ.

పిచ్చమ్మ వెంకమ్మలు గట్టిగా గుంజి తల్లీబిడ్డల్ని విడదీశారు.

శ్రీలక్ష్మి "పార్వతీ పార్వతీ" అని ఏడుస్తున్నది.

"అన్నమూ నీళ్ళు లేకుండా ఇక్కడే పడిచావ్. లోపలికొచ్చావో కాళ్ళిరగ్గొడ్తాను ఏమనుకున్నావో" శ్రీలక్ష్మి జుట్టుపట్టి బెదిరించింది వెంకమ్మ.

"నాకొడుక్కి నీ కూతురు పార్వతి నిచ్చి పెళ్ళి కొప్పుకున్నావా సరి లేకపోతే నీకూ నీకూతురుకూ ఈ రోజుతోటే సరి జాగ్రత్త" హెచ్చరించింది పిచ్చమ్మ.

అత్తచేయి విడిపించుకొని మళ్లీ తల్లి ఒళ్లోకి ఉరికింది పార్వతి. "అమ్మా" అంటూ కౌగిలించుకుంది.

"చావ్" అంటూ శ్రీలక్ష్మిని తోసింది వెంకమ్మ. "ఈడ్చూ ఈడ్చూ..." పిచ్చమ్మ వెంకమ్మలు పార్వతి రెండురెక్కలు పట్టి గుంజుతున్నారు.

"పార్వతీ పార్వతీ..." ఏడుస్తున్నది శ్రీలక్ష్మి.

"అమ్మా అమ్మా..." బాధతో రోదిస్తున్నది పార్వతి.

తల్లీబిడ్డల్ని మళ్ళీ విడదీసారు. పార్వతిని రెక్కలు విరిచిపట్టి గుంజుకొని పోతున్నారు.

"పార్వతీ పార్వతీ..." ఏడుస్తూ లేవబోయి పడిపోయింది శ్రీలక్ష్మి.

"అమ్మా అమ్మా..." అని ఏడుస్తున్న పార్వతిని "నోర్ముయ్యే" అని నెత్తిన మొట్టింది పిచ్చమ్మ. ''బుద్ధిలేదూ'' అని తిట్టింది వెంకమ్మ. అట్లానే పార్వతిని ఇంట్లోకి ఈడ్చుకపోయారు.

పార్వతిని ఒకగదిలోకి ఈడ్చుకొచ్చి నేలమీదికి విసిరేశారు.

"అమ్మా" బాధతో అరిచింది పార్వతి.

"చావ్! ఏడ్చావంటే ఎముకలిరగ్గొడ్తాను ఏమనుకున్నావో" బెదిరించిపోయింది వెంకమ్మ.

"అమ్మా" అని ఏడ్చింది పార్వతి.

"అమ్మా అన్నావంటే గొంతుక పిసికేస్తాను" కోపంగా హెచ్చరిస్తూ బయటికొచ్చి తలుపుపెట్టింది పిచ్చమ్మ.

లక్ష్మమ్మ

పిచ్చమ్మ కొడుకక్కడికొచ్చి చూసి ఏడుపు లంకించుకున్నాడు.

"నీవేడుస్తావేంరా నాప సన్న్యాసీ" అని తిట్టి వాణ్ణి చెయ్యిపట్టి గుంజుకొనిపోయింది వెంకమ్మ. పిచ్చమ్మ కూడా తల్లి వెనుకేపోయింది.

గదిలో ఉన్న పార్వతి "అమ్మా అమ్మా" అని ఏడుస్తూ లేచి తలుపు దగ్గరికి వచ్చింది. తలుపు తీయాలని ప్రయత్నించింది కానీ తలుపు రాలేదు.

కాసేపటికి పిచ్చమ్మ కొడుకొచ్చి తలుపు తీశాడు. లోపలికొచ్చి "రా" అని సైగ చేసి పార్వతిని బయటకు తీసుకపోయాడు. ఇటువెళ్ళు అన్నట్లు దారి చూపించాడు. ఆ పిల్లవాడు చూపించిన వైపు పోయింది పార్వతి.

* * *

"హూం. ఇంత చేసినా ఒప్పుకునేటట్లు లేదే" నిరాశగా అన్నది మంచం ఆసరాగా నేలమీద కూర్చున్న పిచ్చమ్మ.

"హుం. ఒప్పుకోక ఏం జేస్తుందేం? నాలుగురోజులు అన్నమూ నీళ్ళూ లేకుండా మాడిస్తే అదీ ఒప్పుకుంటుంది దాని తల్లోని జేజమ్మా ఒప్పుకుంటుంది" అన్నది పిచ్చమ్మ ఎదురుగా కూర్చున్న వెంకమ్మ.

పిచ్చమ్మ కొడుకు హుషారుగా వచ్చి మంచం మీద కాలుమీద కాలేసుకొని కూర్చున్నాడు.

"ఇంతసేపెక్కడున్నావ్ రా?" అడిగింది వెంకమ్మ.

"ఉన్నాలే బాగా ఉన్నా" నవ్వుతూ చెప్పి చంకలు కొట్టుకున్నాడు వాడు.

"ఎక్కడున్నావురా నాన్నా?' అడిగింది పిచ్చమ్మ.

"హాయిగా పార్వతిగది దగ్గరికి వెళ్లి మెల్లిగా తలుపు తెరిచీ తుర్రున విడిచిపెట్టా"

వాడట్లా చెప్పగానే ఒక్కటిచ్చింది పిచ్చమ్మ.

"ఓరి సన్న్యాసీ ఎంతపని జేశావురా?" అని వెంటనే లేచింది వెంకమ్మ.

* * *

చేతుల్లో అన్నం పళ్ళెం నీళ్ళ చెంబుతో పశువులకొట్టంలో ఉన్న తల్లి దగ్గరికి వచ్చింది పార్వతి. శ్రీలక్ష్మి ఓ దిమ్మెను ఆనుకొని పడుకున్నది.

"అమ్మా అమ్మా" చెంపలు తడిమి శ్రీలక్ష్మిని నిద్రలేపింది పార్వతి. "అన్నం తెచ్చానమ్మా" చెప్పింది.

లక్ష్మమ్మ

238 లక్ష్మమ్మ

శ్రీలక్ష్మి పార్వతిని దగ్గరకు తీసుకొని ఒడిలో కూర్చోబెట్టుకుంది. "నా తల్లే! అమ్మా వచ్చావా తల్లీ! వాళ్ళు చూశారా అమ్మా!" భయంగా అడిగింది.

"చూడకుండా తీసుకొచ్చాను"

"నువ్వు తిన్నావా అమ్మా"

"ఊహూ" తల అడ్డంగా ఊపింది పార్వతి.

పళ్ళెం చేతిలోకి తీసుకొని "తినమ్మా" అన్నది శ్రీలక్ష్మి.

"నేను తినను"

"నాచేత్తో పెడ్తాను తల్లీ"

"నువ్వు కూడా తింటే నేనూ తింటాను" ఓ ముద్దతీసి శ్రీలక్ష్మికి తినిపించబోతుండగానే వచ్చిన పిచ్చమ్మ నోటికాడి ముద్దను నేలపాలు చేసింది, వెంకమ్మ చేతిలోని పళ్ళెం గుంజి పారేసింది. హతాశురాలై చూసింది శ్రీలక్ష్మి.

"ఇదా నువ్విక్కడ చేస్తున్న పనీ?" శ్రీలక్ష్మిని కోపంగా అన్నది వెంకమ్మ.

"నువ్వేం చేస్తున్నావే ఇక్కడా?" అని పార్వతిని రెక్క పట్టుకొని గుంజింది పిచ్చమ్మ.

"అమ్మా అమ్మా" బాధతో ఏడ్చింది పార్వతి.

"నన్నేంవైనా చెయ్యండి నా బిడ్డను మాత్రం కొట్టొద్దు" అంటూ లేచి పార్వతిని తన దగ్గరికి గుంజుకుంది శ్రీలక్ష్మి.

"ఏఁవిటీ? నీ బిడ్డను కొట్టొద్దా?" అని పశువులతాడు తీసి శ్రీలక్ష్మిని కొట్టబోయింది.

"ఇలాగీవే ఇలాగీవే" అని ఆ తాడు తీసుకుంది వెంకమ్మ. "నీ బిడ్డను కొట్టొద్దు! నిన్ను కొట్టొచ్చే? నీకు కావాలా? ఆఁ ఇందా తినూ తినూ చావు" అని శ్రీలక్ష్మినీ పార్వతినీ కొడ్తున్నది.

పార్వతీ శ్రీలక్ష్మీ "అమ్మా అమ్మా... " అని అరుస్తున్నారు దెబ్బలకు తట్టుకోలేక.

"చావు చావు" అంటూ గట్టిగా కొడ్తున్నది వెంకమ్మ.

"ఆ మొహం చూడు మొహం ఎలాగుందో" శ్రీలక్ష్మిని తిట్టింది పిచ్చమ్మ.

"పార్వతీ పార్వతీ" అంటూ దెబ్బలను తప్పించబోయి వెనుకకు పోతూ పార్వతితోసహా కిందపడ్డది శ్రీలక్ష్మి.

"చావు చావు చావు" అంటూ శ్రీలక్ష్మిని కసిదీరా కొట్టింది వెంకమ్మ. అలిపిరితో ఊపిరి ఎగపోస్తున్నది. "రావే ఊఁ" అని పిచ్చమ్మను తీసుకొని ఇంట్లోకి పోయింది వెంకమ్మ.

లక్ష్మమ్మ

"పుటుక్కున చస్తుందేమోనే అమ్మా!" ఇంట్లోకి వచ్చాక భయంగా అన్నది పిచ్చమ్మ.

"చస్తే చావనీ శని విరగడౌతుంది" ఇంకేం ఆలోచించకుండా అని లోపలికి పోబోయింది వెంకమ్మ.

"అది కాదు అమ్మా అది చస్తే మనపీకలమీదికొస్తుందేమోనే" అని వెంకమ్మని ఆపి "వచ్చింతర్వాత అన్నయ్యకి తెలిస్తే మనల్ని బ్రతకనిస్తాడా?" తన భయాన్ని వెలిబుచ్చింది పిచ్చమ్మ.

"అదీ నిజఁవేనే పిచ్చమ్మా! ఇది మనపైకి రాకుండా మరోలా చేస్తే బాగుండు" అన్నది వెంకమ్మ ఆలోచిస్తూ.

"ఏఁవిటమ్మా?" అడిగింది పిచ్చమ్మ.

ఒక ఉపాయం తట్టి ఆనందంగా పిచ్చమ్మ చెవిలో గుసగుసగా చెప్పింది వెంకమ్మ.

"ఆఁ బాగుందమ్మా చాలా బాగుందమ్మా" తల్లి దురాలోచనని పొగిడింది పిచ్చమ్మ.

"మరేఁవిటనుకున్నావే పిచ్చమ్మా" గర్వంగా అన్నది వెంకమ్మ నవ్వుతూ.

* * *

వెంకయ్యనాయుడు బయటికిపోవడానికి తయారవుతున్నాడు. నిలువుటద్దం ముందు కూర్చుని సొరుగులోని పెట్టెలోంచి ఉంగరం తీసి పెట్టుకున్నాడు. దాన్ని సరిచూసుకుంటుండగా వెంకమ్మ ఏడుస్తూ వచ్చిందక్కడికి. వెనుకనే పిచ్చమ్మ చుట్టూ జాగ్రత్తగా చూస్తూ వచ్చింది.

"నాయనా!" ఏడుస్తూ వెంకయ్యనాయుడిని పిలిచింది వెంకమ్మ.

"ఏఁవమ్మా అది?"

"ఏం నాయనా! నీ దారిన నీవు వస్తూంటావు వెళ్తుంటావు. మేమీ ఇంట్లో ఉన్నామా చచ్చామా అని గూడా చూడవు. ఇంక ఈ ఇంట్లో ఉండలేం బాబూ! మమ్మల్నెక్కడకైనా పంపించెయ్" ఏడుస్తూ అన్నది వెంకమ్మ.

"ఏఁవమ్మా? ఏం జరిగిందమ్మా?" కొంచెం విసుగ్గా అడిగాడు వెంకయ్యనాయుడు. ఏం జరిగుంటుందా అని ఆలోచిస్తున్నాడు.

"ఏం జెప్పమంటావు నాయనా! చెప్పటానికి నోరే రావటం లేదు బాబూ! కడుపు చించుకుంటే కాళ్ళమీద పడుతుంది"

"చెప్పమ్మా ఏం జరిగిందో? చెప్పకుండా ఊరికెనే ఏడిస్తే ఏం లాభం?" మరింత విసుగ్గా అడిగాడు వెంకయ్యనాయుడు.

240 లక్ష్మమ్మ

"చెప్పమ్మా నువ్వు మాత్రం ఎన్నాళ్ళు దాచుకుంటావ్?" అన్నది పక్కనే ఉన్న పిచ్చమ్మ.

"ఏం చెప్పనే?"

"చెప్పక చేసేదేఁవిటే? చెప్పీసెయ్"

"చెప్తావా లేదా" కోపంగా గద్దించాడు వెంకయ్యనాయుడు.

"చెప్తాను నాయనా! నీవడిగితే చెప్పకుండా తప్పుద్దా? మన లక్ష్మమ్మ లేదు నాయనా! ఏదో పెద్దింటిపిల్లా అని ఏరీకోరీ పెళ్ళి జేసుకుంటివాయె! నీ సుఖమే మాదనీ మేమూ అలాగే చెబుతుంటిఁవాయె. కానీ నాయనా ఇలాగ చేస్తుందని కల్లోకూడా అనుకోలేదురా బాబూ!"

పక్కనే ఉన్న పిచ్చమ్మ వెంకయ్యనాయుడి చెవి దగ్గరికి వంగి నెమ్మదిగా " ఒకటే నవ్వులు ఒక్కటే కిలకిలలు" అన్నది

వెంకమ్మ ఇంకొంచెం దగ్గరికి వచ్చి "మన వీర్రాఘవులు లేడూ! వాణ్ణి బెట్టుకొనీ . . ." ఇంకా చెప్పబోయింది.

"నోర్ముయ్!" అని కోపంగా అరిచాడు. కూర్చున్నవాడల్లా దిగ్గున లేచి "ఈ ఇంటికీ శనిగ్రహానివి నువ్వు. ముందూ నిన్ను చంపితే గానీ" తల్లిమీదికి చెయ్యెత్తాడు.

"అన్నయ్యా!" చెయ్యి పట్టుకొని ఆపింది పిచ్చమ్మ.

"చంపు నాయనా చంపు. ఈ అప్రతిష్ఠకన్నా కన్నకొడుకు చేతిలో చావడమే మేలురా నాయనా చావడమే మేలు" బాగా ఏడ్చింది వెంకమ్మ.

"పెళ్ళాన్ని అదుపులో పెట్టుకోటం చేతకాక నీ ప్రతాపం అంతా అమ్మ మీద చూపిస్తున్నావా?" వెంకయ్యనాయుడిని తిట్టింది పిచ్చమ్మ.

"నేన్నమ్మను. శ్రీలక్ష్మిలా ప్రవర్తిస్తుందంటే నేన్నమ్మను" నిశ్చయంగా చెప్పాడు వెంకయ్యనాయుడు.

"కడుపార కన్నకొడుక్కి నేనే అపకారం చేసుకుంటానా నాయనా?" ఏడుస్తూ అన్నది వెంకమ్మ.

"మీరేఁవన్నా చెప్పండి నేను ప్రత్యక్షంగా చూస్తేగాని నమ్మను. ఈ అపవాదు మీరు నిరూపించారా సరే లేకపోతే మిమ్మల్నందర్నీ హతమారుస్తాను జాగ్రత్త!" భయంకరంగా హెచ్చరించి వెళ్ళిపోయాడు వెంకయ్యనాయుడు.

"హతమారుస్తానంటాడేఁవిటే అమ్మా! మనకొంప మునిగిందే!" భయంగా అన్నది పిచ్చమ్మ.

లక్ష్మమ్మ

"మనకేం భయంవే మనం నిరూపించలేకపోతేగా" ధైర్యం చెప్పింది వెంకమ్మ.

* * *

కోటప్పకొండ మీద శివాలయం శోభాయమానంగా ప్రకాశిస్తున్నది. శివుని దర్శించుకోవడానికి వచ్చిపోయే జనం ఇసుకవేస్తే రాలనంతగా ఉన్నారు. కొండకింద ఉత్సవం వైభవంగా జరుగుతున్నది. జనసందోహంతో కోలాహలంగా ఉన్నది. ఆకాశాన్నంటే ప్రభలు కన్నులపండువగా దర్శనమిస్తున్నాయి. ప్రజలు మధ్యమధ్యలో "కోటయ్యా కోటయ్యా" అని భక్తితో శివుణ్ణి స్మరిస్తున్నారు.

సుబ్బానాయుడి కుటుంబం కొండమీద దేవుని దర్శనం చేసుకుంటున్నారు. శివపూజ జరుగుతున్నది.

"రాజాధిరాజాయ..." చదువుతూ శివునికి హారతిచ్చారు పూజారులు. సుబ్బానాయుడి కుటుంబసభ్యులు ఇతరభక్తులు స్వామికి నమస్కరించారు.

"ఓం హరహరమహదేవ్ ఓం హరహరమహదేవ్..." అని మిగతా పూజారులు చదువుతుండగా ప్రధానపూజారి హారతిపళ్ళెంతో భక్తుల దగ్గరికి వచ్చాడు. పార్వతి దేవునికి సమర్పించమని ఇచ్చిన పువ్వు తీశాడు సుబ్బానాయుడు. దాన్ని పళ్ళెంలో ఉంచబోతుండగా " పెదనాన్నా! పెదనాన్నా! పెదనాన్నా! త్వరగారా పెదనాన్నా! త్వరగారా పెదనాన్నా!" అని పార్వతి అన్నట్లుగా అనిపించింది.

* * *

వినోదానికై రాధ ఇంటికి వచ్చిన వెంకయ్యనాయుడు తీవ్రంగా ఆలోచిస్తున్నాడు. అతని మనసు అల్లకల్లోలంగా ఉంది. తల్లీచెల్లెళ్ళ మాటలే పదేపదే గుర్తొస్తున్నాయి.

"ఒకటే నవ్వులు ఒక్కటే కిలకిలలు"

"మన వీర్రాఘవులు లేడూ! వాన్ని బెట్టుకొనీ . . . "

కూర్చున్నవాడల్లా కోపంగా లేచి వేగంగా పోబోయి ఆగాడు.

"నేన్నమ్మను. శ్రీలక్ష్మి ఆ పనిచేస్తుందంటే నేన్నమ్మను" అనుకుంటూ భారంగా వెనుకకుమళ్ళి వచ్చి కుర్చీలో కూర్చున్నాడు. ఆలోచనలు తెగడంలేదు. పక్కనున్న అద్దంలో తన అంతరాత్మ కనపడింది. నవ్వి "ఆడవాళ్ళనీ నమ్మటానికి వీళ్ళేదు" అన్నది. వెంకయ్యనాయుడి మనసు మంచీచెడూ మర్చిపోయి ఆలోచిస్తున్నది.

లోపలిగదిలోంచి ఉత్సాహంగా వస్తున్న రాధ వెంకయ్యనాయుడిని వెనుకనుంచి చూసి నెమ్మదిగా నవ్వుతూ వచ్చి మీద చేతులు వేసి "ఏఁవండీ" అన్నది. నాయుడు పలకక బొమ్మలాగ ఉండడంతో కలవరపడింది. ఆయన ముందుకొచ్చింది.

"ఏం అలా ఉన్నారేం?" తట్టి అడిగింది.

"ఏఁవీలేదు రాధా! ఏఁవీలేదు" తడబడుతూ చెప్పాడు నాయుడు. కుర్చీలోంచి లేచాడు.

"చెప్పరూ? నాతో చెప్పరూ?" భుజాలు పట్టుకొని అనునయంగా అడిగింది రాధ.

ఆమె ముఖంలోకి చూసి "రాధా!" అని ఒక్కసారిగా కౌగిలించుకున్నాడు.

* * *

శ్రీలక్ష్మి ఇంటి పనంతా చేస్తున్నది. కొట్టంలో పశువుల మధ్యనున్న పేడనంతా తీసింది. పశువులకు కుడితి కలిపింది. అంట్లు తోమింది. పెరట్లో ఉన్న రోట్లో ధాన్యం దంచింది. పిండి రుబ్బింది. ఇంటెడు చాకిరీ చేసి అలసిపోయింది.

కోటప్పకొండ మీద సత్రంలో విశ్రాంతిగా కూర్చున్నా సుబ్బానాయుడి మనసంతా పార్వతి చుట్టే తిరుగుతున్నది. "త్వరగా రా పెదనాన్నా! నీకోసం కనిపెట్టుకొని ఉంటాను. త్వరగా రా పెదనాన్నా! నీకోసం కనిపెట్టుకొని ఉంటాను" అన్న పార్వతి మాటలే చెవుల్లో వినబడుతున్నాయి.

"పార్వతి, పార్వతి మాటలు వినిపిస్తున్నయ్" పరధ్యానంగా అన్నాడు సుబ్బానాయుడు. భార్య పేరమ్మ, తమ్ముడు కోటయ్య, మరదలు ఆయనని ఆశ్చర్యంగా చూశారు.

"త్వరగా రా పెదనాన్నా!" పార్వతి మాటలు మళ్ళీ వినిపించాయి.

"పార్వతి పిలుస్తుంది" అంటూ లేచాడు సుబ్బానాయుడు. అందరూ లేచి ఆయననే చూస్తున్నారు.

"త్వరగా రా పెదనాన్నా! త్వరగా రా! త్వరగా రా!" మళ్ళీ మళ్ళీ వినిపిస్తూనే ఉంది పార్వతి గొంతు.

"మిగతా యాత్రలసంగతి తర్వాత చూద్దాం ముందు ఇంటికి వెడదాం. కోటయ్యా! బండి సిద్ధం చేయించు ఇంటికి వెళ్ళాలి" తమ్మునితో అన్నాడు సుబ్బానాయుడు.

"త్వరగా రా పెదనాన్నా! త్వరగా రా! త్వరగా రా!" అతని చెవుల్లో మారుమ్రోగుతూనే ఉంది పార్వతి గొంతు.

* * *

అర్ధరాత్రి వేళయ్యింది.

ముసలప్పనాయుడు మంచం మీద గాఢనిద్రలో ఉన్నాడు. ఆయనభార్య పక్కనే చాపమీద పడుకున్నది. పడుకున్నదన్నమాటేగానీ మనసంతా శ్రీలక్ష్మిని గురించిన భయమే.

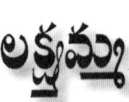

నిద్రలో ఏదో పీడకల వస్తూన్నది. ఆమె తనువంతా భయంతో కంపించిపోతున్నది. "అమ్మా" అని గట్టిగా అరిచి దిగ్గున లేచింది. ఆ అరుపుకు ముసలప్పనాయుడు లేచాడు. కంగారు కంగారుగా భయంభయంగా ఏడుస్తూ లేచి వచ్చి ముసలప్పనాయుడిని పట్టుకొని మంచం మీద కూర్చుంది.

"ఎందుకే అట్లా అరిచావు?" కంగారుగా అడిగాడు.

"పీడకలొచ్చిందండీ! నన్ను ఏఁవైనా సరే లింగాలపురం దీసుకెళ్ళండి! వాళ్ళేఁవన్నా సరే నేను అమ్మాయిని చూడంది ఒక్కక్షణం ఉండలేను" ఏడుస్తూ అన్నది.

"ఏఁవనొచ్చింది?" కంగారుగా అడిగాడు.

"ఏఁవనేవున్నదండీ? అమ్మాయి తీరని ఆపదలో ఉన్నది"

"ఆపదా?" భయంగా మంచం దిగాడు ముసలప్పనాయుడు.

"రండీ! వెంటనే రండీ!" అన్నది ఆపకుండా ఏడుస్తూ.

"వెళదాం ఆదుర్దా పడకు" ఓదార్పుగా అన్నాడు.

* * *

పిచ్చమ్మ వెంకమ్మలు పశువులకొట్టంలోకి వచ్చారు. శ్రీలక్ష్మికోసం చుట్టూ చూశారు. పార్వతిని ఒళ్ళో పెట్టుకొని ఎడ్లబండికింద కూర్చున్నది శ్రీలక్ష్మి. అత్తా ఆడబిడ్డలు రావడవంతో బిడ్డని గట్టిగా హత్తుకొని భయంగా చూసింది వారిపైపు.

"లక్ష్మమ్మా! దా!" అన్నది వెంకమ్మ. బండికిందనుండి లేస్తున్న శ్రీలక్ష్మికి "జాగ్రత్త జాగ్రత్త" అని చెప్పింది.

బండికిందినుండి బయటికొచ్చిన శ్రీలక్ష్మిని అత్తా ఆడబిడ్డలు ప్రేమ నటిస్తూ పట్టుకున్నారు. వారి చేష్టలు అర్థంగాక ప్రతిమలా నిలబడింది శ్రీలక్ష్మి.

"తప్పంతా మాదేనే" విచారం నటిస్తూ అన్నది వెంకమ్మ.

"నీబిడ్డనీ నీతమ్ముడికిచ్చి పెళ్ళిచేసుకోమ్మా. నీతమ్ముడు మీద నీకుండే ప్రేమ తెలుసుకోలేక ఏదో అన్నాం" మన్నింపు కోరినట్లు అన్నది పిచ్చమ్మ.

"అవేవీ మనసులో పెట్టుకోక నీ యిష్టం వచ్చిన వాళ్ళకే చేసుకో! పద ఇంటికిపోదాం. పదమ్మా!" అనునయిస్తూ అన్నది వెంకమ్మ.

"పార్వతీ రామ్మా! పోదాం రా!" దగ్గరికి తీసుకుంది పిచ్చమ్మ.

"పోదాం రామ్మా!" శ్రీలక్ష్మిని అన్నది వెంకమ్మ.

244 లక్ష్మమ్మ

"తెలుసుకోలేక ఎంతకష్టాలు పెట్టాంవే అమ్మా!" కపటంగా అన్నది పిచ్చమ్మ తల్లితో.

ముందుపోతున్న శ్రీలక్ష్మి పార్వతిలను గుడ్లురిమి చూశారు ఇద్దరు.

* * *

సుబ్బానాయుడు తనవాళ్ళని తీసుకొని లింగాలపురం బయల్దేరాడు. ఎడ్లబండి కొంతదూరం వచ్చింది కూడా. బండిలో సుబ్బానాయుడు చాల ఆదుర్దా పడుతున్నాడు.

* * *

వెంకమ్మ, శ్రీలక్ష్మి వీరరాఘవులకు అక్రమసంబంధం నిరూపించడానికి ఓ పన్నాగం పన్నింది. వెంకయ్యనాయుడికి నిరూపిస్తానన్న మాట చెప్పిరావడానికి నమ్మకస్తుడైనవాణ్ణి పిలిపించింది. వాడు కిటికీ దగ్గరికొచ్చి నిలబడ్డాడు. వెంకమ్మ వచ్చి కాసులమూట కిటికీ అవతలికి వాడిచేతుల్లోకి విసిరింది.

"మర్చిపోమాక నే చెప్పిందంతా చెప్పీ అబ్బాయెక్కడున్నా తీస్కొనిరా!" రహస్యంగా వానితో చెప్పింది.

వాడు "హుఁ" అని మీసాలు తిప్పి కిటికీ మూశాడు.

వెంకమ్మ చప్పుడు కాకుండా నెమ్మదిగా దూరంగా ఉండి చూస్తున్న పిచ్చమ్మ దగ్గరికి చేరింది. ఇద్దరూ భయంతో ఊపిరి ఉగ్గబట్టారు.

* * *

రాధయిల్లు రసికులతో మేళతాళాలతో కోలాహలంగా ఉన్నది.

ఒక నర్తకి మగవేషాల్లో ఉన్న ముగ్గురు ఆడవాళ్ళతో కలిసి ఆడిపాడుతూ వారిని రసికులను రంజింపజేస్తున్నది.

నర్తకి : **నేనే విరజాజినైతే - నీవే ఎలమావివైతే**
ఇరువురమూ కొనలూసాగీ పెనవేసికుందాం
ఆహా పెనవేసీకుందాం ॥

నర్తకి : **నీవే జాబిల్లీవైతే - నేనే రాతిరిని ఐతే**
ఇరువురమూ వెన్నెలలోకి ఏకమౌదాం ॥

ఒకడు : **ఓ... విరజాజి పూవా...**
ఒకింత కనువిచ్చి చూచావా
నా తనువెల్ల పులకాంకురములై చిగురించునే

లక్ష్మమ్మ

నీవే విరజాజీవైతే నేనే ఎలమావీనైతే
ఇరువురమూ కొనలూసాగీ పెనవేసికొందాం
ఆహా పెనవేసికొందాం ॥

రెండోవాడు : **ఏకాకివై నీవు ఓ రాత్రిరాణీ**
తోట తరువుల వెన్క తారాడుతుంటే
ఆ వినీలాకాశమార్గాన అట్లే నే తేలివస్తా
నీ నీలిమేలిముసుగును ఇట్టే తొలిగిస్తా॥

కింద మందిరంలో ఇంత ఉల్లాసంగా ఉన్నా పైన మేడమీద గదిలో వెంకయ్య నాయుడు విచారంలో మునిగి తీవ్రంగా ఆలోచిస్తున్నాడు. పక్కనే నిలబడ్డ రాధ అతన్నే చూస్తున్నది.

"ఎంత బ్రతిమాలినా ఉలకరూ పలకరూ! నేనేం జేశానూ? నా తప్పేఁవైనా ఉంటే చెప్పండీ!" బాధపడ్తూ అడిగింది. కన్నీరు పెట్టింది. వెంకయ్యనాయుడు మాట్లాడలేదు.

ఇంతలో కింద ఎవరో తలుపు కొట్టిన చప్పుడయ్యింది. ఒకావిడ పోయి తలుపు తీసింది. లింగాలపురంనుంచి వెంకమ్మ పంపిన వ్యక్తి ఉన్నాడు అవతల.

"వెంకయ్యనాయుడుగారున్నారా?"

"ఎందుకూ?"

"లింగాలపురం నుంచొచ్చాను. అవసరంగా మాట్లాడవలసిన పనుంది"

"ఉన్నారు రా!"

లోపలికి వచ్చాడా వ్యక్తి.

మేడమీద గదిలో వెంకయ్యనాయుడి పక్కన కూర్చుని మీద చెయ్యి వేసి బాధతో ఏడుస్తూ అడుగుతున్నది రాధ –

"ఏఁవండీ! చెప్పండీ! మాట్లాడండీ! నన్ను అధోగతికి నెట్టివేయకండి!"

కింద లింగాలపురంవ్యక్తిని కలుసుకున్న స్త్రీ వచ్చింది.

"లింగాలపురం నుంచీ మీకోసం ఎవరో వచ్చారు" వెంకయ్యనాయుడితో చెప్పింది.

"రమ్మను" ఆజ్ఞాపించినట్టుగా అన్నాడు. లేచి ఆవేశంగా అవతలికి పోయాడు. ఆ వ్యక్తి వెంకయ్యనాయుడి ఎదుటికి వచ్చాడు.

"అమ్మగారు మిమ్ములను తక్షణం తీస్కరమ్మన్నారు"

"ఎందుకూ?"

"మీరూ ఏదో నిరూపించమన్నారట" చెప్పి వెళ్ళిపోయాడా వ్యక్తి.

వెంకయ్యనాయుడు ఆవేశంగా లోపలికి వచ్చాడు. పైవస్త్రం తీసుకొని వెళ్ళిపోతున్నాడు.

"ఏంవండీ తెల్లవారింతర్వాత వెళ్ళగూడదూ! ఎందుకంత తొందర?" వారించబోయింది రాధ. ఆమెను బలంగా పక్కకు తోసాడు. ఆ తోపుకు దూరంగా కింద పడ్డది రాధ. వెంకయ్యనాయుడు వెళ్ళిపోయాడు. ఏడుస్తూ చూసింది రాధ.

* * *

సుబ్బానాయుడు తనవాళ్ళతో లింగాలపురానికి వేగంగా వస్తున్నాడు. క్షణక్షణానికి ఆయనలో ఆదుర్దా పెరుగుతున్నది.

* * *

వెంకయ్యనాయుడు గుఱ్ఱం మీద వేగంగా పోతున్నాడు లింగాలపురానికి.

* * *

ముసలప్పనాయుడు కుటుంబంతోసహా లింగాలపురం బయల్దేరాడు. ఆయన భార్యకు శ్రీలక్ష్మి గురించి భయం ఎక్కువైతున్నది.

* * *

దేవునిగదిలో కూర్చుని పూజ చేస్తుంది శ్రీలక్ష్మి. పార్వతి పక్కనే ఉండి సహాయం చేస్తుంది. ఆఖరుకు హారతిచ్చి పూజ పూర్తిచేసింది శ్రీలక్ష్మి.

వెంకమ్మ, పిచ్చమ్మ, పిచ్చమ్మకొడుకు పూజగదిలోకి వచ్చారు.

"పూజ్జేస్తున్నావా లక్ష్మమ్మా!" అడిగింది వెంకమ్మ.

పార్వతికి హారతిచ్చి తానూ కళ్ళకద్దుకుని లేచినిలబడింది శ్రీలక్ష్మి.

"ఇదేంవిటే ఇట్లా ఉన్నావూ" శ్రీలక్ష్మి కట్టిన పాతచీరను చూసి అడిగింది వెంకమ్మ. "ఈ రోజు పార్వతి పుట్టిన్రోజు గదా! కొత్తబట్టలు కట్టుకొని కాస్త నగలు పెట్టుకోకూడదూ!" చెప్పింది.

"ఎందుకులే అత్తయ్యా!" నెమ్మదిగా అన్నది శ్రీలక్ష్మి.

"ఇంకా మామీద కోపం పోలేదా వదినా? నీ యిష్టం వచ్చినట్లే పార్వతిని రామయ్యకిచ్చి పెండ్లిజేస్కోమన్నాంగా. ఇంకా మా మీద కోపంవెందుకమ్మా!" కపటంగా నటిస్తూ అన్నది పిచ్చమ్మ.

"కోపం కాదొదినా!"

"కోపం కాకపోతే ఇంకేఁవిటమ్మా? పిల్లకు పుట్టిన్రోజు పండుగ చేద్దాఁవనుకుంటే తల్లివి నువ్విట్లాగే మూతిముడుచుక్కూచుంటే ఎట్లాగమ్మా? మాకుండే సంతోషఁవంతా పోతూ ఉండె" దెప్పింది పిచ్చమ్మ.

"ఏమోనమ్మా! పెద్దముండను చెప్తూ ఉన్న. నువ్వు చక్కగా దిద్దుకొని సంతోషంగా ఉండు. లేకపోతే నన్ను చంపుకొని తిన్నట్టు" చెప్పి అక్కడినుండి పోయింది వెంకమ్మ.

"రా వదినా! అమ్మకెందుకు మళ్ళీ కోపం తెప్పిస్తావ్?" బొమ్మలా నిలబడున్న శ్రీలక్ష్మి గదుమ పట్టుకొని అడిగింది పిచ్చమ్మ. శ్రీలక్ష్మి పార్వతులను వేరే గదిలోకి తీసుకొనిపోయింది. అక్కడ కూర్చున్న వెంకమ్మతో అన్నది –

"నీ కోడలి సంగతి నేను చూస్కుంటాగానీ మనవరాలి సంగతి చూస్కో అమ్మా"

"నా కోడలు బంగారం" ఆప్యాయత నటిస్తూ మెటికలు విరిచింది వెంకమ్మ. "రామ్మా పార్వతీ! నిన్ను నేను సింగారిస్తా" అంటూ పార్వతిని తీసుకొని పోయింది.

పిచ్చమ్మ పెట్టె తెరిచి చీరలు వెతుకుతున్నది శ్రీలక్ష్మికోసం.

* * *

వెంకయ్యనాయుడు వేగంగా వస్తున్నాడు. అతనిలో ఆత్రుత అంతకంతకూ ఎక్కువైతున్నది. గుఱ్ఱాన్ని వాయువేగంతో ఉరికిస్తున్నాడు.

* * *

ముసలప్పనాయుడు దిగులుగా ఉన్నాడు ఎడ్లబండిలో. బండి పోతూ ఉన్నది. శ్రీలక్ష్మిని ఎప్పుడెప్పుడు చూస్తానా అని ఆత్రుతగా ఉన్నది అతనికి.

* * *

సుబ్బానాయుడి బండి వడివడిగా పరుగులు పెడుతున్నది. ఆయనకు పార్వతి మాటలే చెవుల్లో మారుమ్రోగుతున్నాయి.

* * *

పిచ్చమ్మ శ్రీలక్ష్మినీ వెంకమ్మ పార్వతినీ కొత్తబట్టలు నగలతో అలంకరించారు.

వెంకమ్మ శ్రీలక్ష్మిని నవ్వుతూ చూసింది. "పుత్తడిబొమ్మల్లే ఉన్నావ్" అని మెచ్చుకొని ప్రేమ నటించింది.

శ్రీలక్ష్మికి ఇవేమీ పట్టట్లేదు. శిలాప్రతిమలా ఉన్నది. ముఖంలో దైన్యం తప్ప ఏభావమూ లేదు.

* * *

ఇంట్లో ఒక మూలగదిలో కూర్చునున్నారు వెంకమ్మా, పిచ్చమ్మలు. వారికేం చేయాలో తోచట్లేదు. అంతా కంగారుకంగారుగా ఉంది. గుసగుసలాడుకుంటున్నారు ఇద్దరు.

"ఏం చేద్దాం?" కంగారుగా అడిగింది వెంకమ్మ.

పిచ్చమ్మ గుసగుసగా ఏదో చెప్పింది. ఇంతలోనే అవతల గదిలో ఎవరో కిటికీ తలుపుకొట్టిన చప్పుడైంది. చూసివస్తా నువ్విక్కడే ఉండు అని సైగ చేసి పోయింది వెంకమ్మ.

చుట్టూ గమనిస్తూ భయంభయంగా కిటికీ తీసింద్మి. ఆ వచ్చింది తాను పంపిన వ్యక్తే.

"వస్తున్నాడు వాయువేగ మనోవేగాల్తో వస్తున్నాడు" రహస్యంగా చెప్పాడు వాడు.

కిటికీ మూసి ఇవతలిగదిలోకి వచ్చింది వెంకమ్మ. తలుపుచాటున ఉండి వింటున్న పిచ్చమ్మ ఉలిక్కిపడి లేచింది.

"అబ్బాయొస్తున్నాడే! తలంటు బెట్టూ! అవతల తలుపులు జాగ్రత్త!" లోగొంతుకతో చెప్పింది వెంకమ్మ.

నెమ్మదిగా అక్కడినుండి కదిలారు ఇద్దరూ.

* * *

వేగంగా వస్తున్న వెంకయ్యనాయుడు పట్టుతప్పి గుఱ్ఱంమీంచి కింద పడ్డాడు. తల రాయికి కొట్టుకుంది. జలజలా రక్తం కారింది.

* * *

దేవుని గదిలో ప్రతిమల ముందు కూర్చున్నది శ్రీలక్ష్మి.

"ఈ రోజు నీ పుట్టిన్రోజు తల్లీ! నువు త్వరగా పెరిగీ పెద్దదానివవ్వాలి" పార్వతిని పట్టుకొని బాధపడ్తూ అన్నది. కర్పూరం వెలిగించి హారతిచ్చింది. పార్వతి కళ్ళకద్దుకుంది. అత్త ఆడబిడ్డ వచ్చారు. వారిద్దరికీ పార్వతికీ ప్రసాదం పెట్టింది. కళ్ళకద్దుకొని తిన్నారు.

"చూశావటే లక్ష్మమ్మా! మన వీర్రాఘవులు చెయ్యి విరగ్గొట్టుకొనీ తలంటు పోస్కోనని కూర్చున్నాడు. వాడికి తల్లైనా తండ్రైనా మనంవేగా. నువ్వు కాస్త తలంటి నీళ్ళు పోయమ్మా!" మంటలాంటి మాట చల్లగా అన్నది వెంకమ్మ.

"ఇంకెవరిచేతైనా పోయించకూడదా అత్తయ్యా!" అభ్యర్థించింది శ్రీలక్ష్మి.

"అయితే నన్ను పోయమంటావుటే?" కటువుగా అన్నది పిచ్చమ్మ.

"అంతమాటంటానా వొదినా!"

"మరెవరితో పోయించమంటావే? మనింట్లో పుట్టి మనింట్లో పెరిగాడు. పోనీ నీకిష్టం లేకపోతే నేనే పోస్తాను" అన్నది వెంకమ్మ.

"చిన్నదాన్ని నేనుండి మీచేత పన్జేయిస్తానా? నేనే పోస్తాను" అన్నది శ్రీలక్ష్మి.

"వయసుకు చిన్నదానవన్నమాటేగానీ నీకేంవే! బుద్ధికి మా అందరికన్నా పెద్దదానివి. నా కోడలు బంగారంవే పిచ్చమ్మా!" పొగిడింది వెంకమ్మ.

"నిజంవేనమ్మా! పొరపాటున కాలుజారి భూమ్మీద పడ్డ దేవతే అమ్మా నీ కోడలు. రామ్మా! వీర్రాఘవులుని పంపిద్దాం" అంటూ వెంకమ్మను తీసుకొని పోయింది పిచ్చమ్మ.

నిశ్చేష్టురాలై నిలబడ్డ శ్రీలక్ష్మి చేతిలోని ప్రసాదపుపళ్ళెం తీసుకొని దేవుని దగ్గర పెట్టింది పార్వతి.

కిందపడ్డ వెంకయ్యనాయుడు లేచాడు. భారంగా అడుగులేస్తూ నడుచుకుంటూ వస్తున్నాడు.

సుబ్బానాయుడు, ముసలప్పనాయుడు తమవాళ్ళతో చెరోవైపునుండి లింగాలపురం వేగంగా వస్తున్నారు.

తనకేదో కీడు జరగబోతుందని ఊహించింది శ్రీలక్ష్మి. పార్వతిని తీసుకొని పెరట్లోని తులసికోట దగ్గరికి వచ్చింది. తులసిమాతకు నమస్కరించింది.

"నాకేం జర్గినా నా బిడ్డను కాపాడే భారం నీదే తల్లీ!" అని ప్రార్థించింది.

""అమ్మా! నువ్వు తులశమ్మ దగ్గర కూర్చో. ఎక్కడికీ కదలకు" అని చెప్పి పార్వతిని తులసికోటముందు కూర్చోబెట్టింది. ఇంట్లోకి పోతూ వెనుకకు తిరిగి ఒకసారి ప్రేమగా పార్వతిని చూసింది.

తలంటు పోయడానికి పీట కుంకుడురసంలాంటి అన్ని ఏర్పాట్లు చేసింది వెంకమ్మ.

"ఒరే వీర్రాఘవులూ! వీర్రాఘవులూ! రా!" అని పిలిచింది.

"ఏమ్మా?" అక్కడికి వచ్చి అడిగాడు వీరరాఘవులు.

''పొద్దుట్నుంచీ తలంటు పోస్కోరా అంటుంటే అట్ల కనపడకుండా తిరుగుతావేంవిరా?"

"నేనివాళ పోసుకోనమ్మా! అయగారు సూస్తే ఊర్లో లేరు. ఎక్కడిపని అక్కడే ఉంది. చెయి కూడా కలకేస్తోందమ్మా"

"వారి పిచ్చిగున్నా ఇవాళ పార్వతి పుట్టిన్రోజు పండగ్గదా! నువు పోస్కోకపోతే నీకేం నువు బాగానే ఉంటావ్. ఈ దోషమంతా పార్వతికి తగులుతుంది" బెదిరించింది వెంకమ్మ.

250 లక్ష్మమ్మ

"నిజంగానా అమ్మా! పార్వతమ్మకు తగుల్తుందా ఈ దోషం?" ఆశ్చర్యంగా అడిగాడు వీరరాఘవులు.

"నిన్నూ పెంచి పెద్దవాణ్ణి చేశాను కదా! నేనపద్దంవాడ్డం ఎప్పుడైనా చూశావట్రా? కూచో! తలంటి పోస్తాన్రా! రా! కూచో!" బవంతంగా చెయ్యిపట్టి కూర్చోబెట్టింది. నూనె తెస్తానికి పక్కగదిలోకి పోయింది. పచ్చిమిరపకాయలను పిండి రసం నూనెలో పోసింది పిచ్చమ్మ. వెంకమ్మ ఆ నూనె తీసుకొనిపోయింది.

వీరరాఘువులు తలకు నూనెపెడ్తూ కళ్ళలో నూనె పడేలా రుద్దింది. పచ్చిమిరపకారానికి అతని కళ్ళు భగభగ మండాయి.

"అబ్బబ్బబ్బో...ఆఁ ఆఁ ఆఁ...ఊఁ ఊఁ ఊఁ... కళ్ళు మండుతున్నాయమ్మా! అయ్యయ్యో అయ్యో అయ్యో! కళ్ళు బాగా మండిపోతున్నై" బాధతో అరిచాడు.

"మండవట్రా పిచ్చిగున్నా! ఎన్నాళ్ళయిందో తలంటిపోసుకొని. అందుకే తలంటుతున్నా! కూచో కూచో కదలకు"

"అయ్యయ్యో అయ్యో అయ్యో..." బాధతో అరుస్తున్నాడు వీరరాఘవులు.

"కూర్చోరా!" అంటూ తల రుద్దుతూ తలుపు అవతలికి చూస్తున్నది.

శ్రీలక్ష్మి గడప దగ్గరికి వచ్చి నిలబడింది. చేతిలో ఉన్న పళ్ళెంలో కుంకుడురసం నలుగుపిండి ఉన్నాయి.

"కదలకుండా కూర్చో" అని చెప్పి గడప దగ్గరికి పోయింది వెంకమ్మ. కదలకుండా బొమ్మలా నిలబడ్డ శ్రీలక్ష్మిని ఆశ్చర్యంగా చూసింది.

"అదేంవిటే అట్లా ఆలోచిస్తున్నావ్? నీకష్టంవైతే నేనే పోస్తాన్లే" పళ్ళెం తీస్కోబోయింది.

శ్రీలక్ష్మి ఒక్కసారి సూటిగా అత్తకళ్ళల్లోకి చూసి తలంటుపోస్తానికి వీరరాఘవులు దగ్గరికిపోయింది.

వెంకమ్మ ఆ గదిలోంచి బయటకు వచ్చింది. తనవైపున్న ఒక తలుపురెక్క మూసింది. రెండో తలుపురెక్క అంతసేపూ ఆ పక్కనే కాచుకున్న పిచ్చమ్మ మూసింది. హమ్మయ్య అన్నట్లు నిట్టూర్చి అక్కడినుంచి పోయారిద్దరు.

లోపల కూర్చుని బలంగా కళ్లు నులుముకుంటున్న వీరరాఘవుల్ని చూసింది శ్రీలక్ష్మి.

"ఏం నాయనా వీర్రాఘవులూ!" పిలిచింది.

"అమ్మా! లక్ష్మమ్మగారా?" ఆశ్చర్యంగా చూసి లేచాడు. "కళ్ళెందుకో భగభగ మండిపోతున్నాయమ్మా"

లక్ష్మమ్మ

"నూనె పడుంటుంది. కూర్చో నాయనా! తలంటిపోస్తాను"

"మీరా!!!? మీరు తలంటి పోయటఁవేఁవిటి అమ్మగారూ!!?" మరింత ఆశ్చర్యంగా అడిగాడు.

"నా బిడ్డలాంటి వాడివి. పరవాలేదు కూర్చో నాయనా!"

లోపలికి తొంగిచూస్తుంది వెంకమ్మ.

వీరరాఘవులు భయంభయంగా కూర్చున్నాడు. శ్రీలక్ష్మి కుంకుడు రసం చేతిలోనికి తీసుకొని అతని నెత్తికి పెడుతున్నది.

పార్వతి పెరట్లోనే తులసికోట దగ్గర ఒక్కతే కూర్చునున్నది. అమాయకంగా చూస్తున్నది.

వెంకమ్మ వెంకయ్యనాయుడికోసం ఎదురుచూస్తున్నది. ఆమెకు భయంభయంగా ఉన్నది. ఒళ్ళంతా చెమటలు పడ్తున్నాయి. అంతలో వాకిలి తలుపు బల్లున తెరుచుకొని ఆవేశంగా లోపలికి వచ్చాడు వెంకయ్యనాయుడు. అతన్ని చూసి దగ్గరికి వచ్చింది వెంకమ్మ.

"వచ్చావా నాయనా!" అని పలకరించింది.

అదేమీ పట్టించుకోకుండా చుట్టూ వెతుకుతున్నాడు వెంకయ్యనాయుడు. అతని తలకున్న దెబ్బ, రక్తం చూసింది వెంకమ్మ.

"ఆ దెబ్బేఁవిటీ? ఏఁవైందీ?" గాభరాగా అడిగింది. కానీ వెంకయ్యనాయుడు బదులు చెప్పలేదు.

"అదేదీ?" కోపంగా అడిగాడు.

"నీకిట్లా ఉందని తెలిస్తే నేనసలు కబురు పెట్టేదాన్నేకాదు" వణుకుతున్న గొంతుతో అన్నది.

"చెప్తావా లేదా? ఊఁ" కోపంగా గర్జించాడు.

"లోపలా... ఉంది" భయపడ్తూ మూసి ఉన్న తలుపు చూపించింది.

విపరీతమైన కోపం ఆవహించింది వెంకయ్యనాయుడిని. ఆవేశంతో ఊగిపోయాడు.

"వినురా నాయనా! అఘాయిత్యం చెయకురా! నా మాట విన్రా!" బ్రతిమిలాడుతుంది వెంకమ్మ.

వినే పరిస్థితిలో లేదు వెంకయ్యనాయుడు. గోడకున్న కత్తి తీసుకున్నాడు. ఆవేశంగా పోతున్నాడు.

"నాకపఖ్యాతిరా నాయనా! నాకపఖ్యాతిరా!" అడ్డుపడింది వెంకమ్మ.

బలంగా విదిలించుకొని ఆమెను గట్టిగా పక్కకు పడతోసి ముందుకురికాడు. తలుపుల్ని గట్టిగా ఒక్కతన్ను తన్నాడు. తలుపు బల్లున తెరుచుకుంది.

వీరరాఘవులుకి తలంటడానికి అతనిమీదికి వంగి ఉన్న శ్రీలక్ష్మి లేచి వెనుకకు తిరిగి చూసింది. ఆగ్రహంతో మండిపోతున్నాడు వెంకయ్యనాయుడు. అతడిని చూసి అదిరిపడి పీటమీంచి లేచి పారిపోయాడు వీరరాఘవులు.

వెంకయ్యనాయుడు కత్తిపట్టుకొని ఆవేశంగా మీదికొస్తున్నాడు.

"నన్ను చంపి నిందను బ్రతికిస్తారా?" ఆమె ప్రశ్నిస్తుండగానే బలంగా ఆమె కడుపులో రెండుపోట్లు పొడిచాడు. బాధతో విలవిలలాడుతూ కుప్పకూలింది శ్రీలక్ష్మి. నేలకొరిగిన శ్రీలక్ష్మి చేయి వెంకయ్యనాయుడి పాదంపై వాలింది. ఆవేశంలో తానేం చేశాడో అర్థంకాలేదు వెంకయ్యనాయుడికి. విగ్రహంలా నిలబడ్డాడు.

"నేను నిరపరాధిని నిరపరాధిని నిరపరాధిని..." రోదిస్తున్న శ్రీలక్ష్మి గొంతు చెవుల్లో ప్రతిధ్వనించింది.

క్షణికావేశంలో చేసిన తప్పుకు కుమిలిపోయాడు. కళ్ళు బైర్లు కమ్మాయి. చేతుల్తో కళ్ళద్దుకున్నాడు. నేలమీద కూలబడ్డాడు. ఈ అనర్థానికి తల్లీ చెల్లెలే కారణం అని గ్రహించాడు. వారిద్దరి మీదా ఆగ్రహం కట్టలు తెంచుకుంది. వెంకమ్మా పిచ్చమ్మ వచ్చి ఏం జరిగిందా అని లోపలికి తొంగి చూశారు. అలికిడి విన్నాడు.

"ఎక్కడా? ఎక్కడీ శనిగ్రహాలెక్కడా? ఎక్కడా? ఎక్కడా? ఎక్కడీ శని గ్రహాలు? ఎక్కడీ శనిగ్రహాలెక్కడ? ఏరీ ఏరీ ఎక్కడ? ఎక్కడ? ఈ శనిగ్రహాలు ఎక్కడా? ఎక్కడా?" వెతుకుతూ ఆవేశంగా అరిచాడు వెంకయ్యనాయుడు.

భయపడ్డ వెంకమ్మ పిచ్చమ్మ తప్పించుకొని పారిపోబోయి చూసుకోక ఇద్దరూ బావిలో పడ్డారు.

వెంకయ్యనాయుడి రెండు కళ్ళూ పోయాయి. ఆ గదిలో ఓ మూలకు కూర్చున్నాడు.

పెరట్లోనుంచి వచ్చింది పార్వతి. తల్లి చనిపోయి నేలపై పడుండడం చూసింది. ఏం జరిగిందో అర్థం కాలేదు కానీ తన తల్లికేదో ప్రమాదం సంభవించిందని మాత్రం అర్థమయ్యింది. "అమ్మా!" అని ఏడుస్తూ వచ్చి తల్లిపై వాలిపోయింది.

కూతురు ఏడుపు విని వెంకయ్యనాయుడు కూడా శ్రీలక్ష్మి మృతదేహం దగ్గరకొచ్చి కూర్చుని ఏడుస్తున్నాడు. తండ్రిని చూసి భయంతో దూరంగా పోయింది పార్వతి.

లింగాలపురం చేరుకున్న ముసలప్పనాయుడు కుటుంబం ఇంట్లో అడుగుపెట్టారు. ఏడుస్తూ కనిపించిన పార్వతిని ఎత్తుకున్నాడు ముసలప్పనాయుడు. చనిపోయిన శ్రీలక్ష్మిని చూసి హతాశులైనారు అంతా.

"ఎంతన్యాయం జర్గిందే..." గుండెలు బాదుకుంటూ వచ్చి శ్రీలక్ష్మి మీదపడి ఏడుస్తుంది తల్లి.

పార్వతిని ఎత్తుకొని వచ్చిన ముసలప్పనాయుడు "అమ్మా! ఇదేంవిటిదీ? ఈఘోరం అమ్మో!" అని కూలబడి నెత్తి కొట్టుకుంటూ ఏడుస్తున్నాడు.

రామయ్య, కోటయ్యనాయుడు కన్నీరుమున్నీరుగా ఏడుస్తున్నారు.

కోటప్పకొండ నుండి కుటుంబంతో బయల్దేరి ఆగమేఘాల మీద వచ్చిన సుబ్బానాయుడు ఆ హృదయవిదారక దృశ్యం చూసి చలించిపోయాడు. పార్వతిని హత్తుకొని బాధపడ్డాడు.

"బావా! అంతా కడుపులో పెట్టుకోవాలి. మా అందర్నీ కడుపులో పెట్టుకోవాలి బావా!" ముసలప్పనాయుడిని పట్టుకొని బాధపడ్తూ అన్నాడు.

"నాయనా! రక్తానికి రక్తం కోరే వంశం కాదురా మాది..." ఏడుస్తూ బదులిచ్చాడు ముసలప్పనాయుడు. "వెంటనే దహనం చేయించండి" అన్నాడు.

పేరమ్మా, తోడికోడలూ ఏడుస్తున్నారు.

" అమ్మా! నీకు నూరేళ్ళు నిండిపోయినాయా?" శ్రీలక్ష్మి తల్లి రోదిస్తుంది.

అందరి రోదనలతో ఆ ఇల్లు నిండిపోయింది.

ఆ గదిలో మూలకు ఒక వెలుగు అత్యంత ప్రకాశవంతంగా వెలిగింది.

* * *

రెండు గ్రామాల ప్రజలు రెండు కుటుంబాల బంధువుల సమక్షంలో శ్రీలక్ష్మి అంత్యక్రియలు వైభవంగా జరిగాయి.వెంకయ్య నాయుడిచే తలకొరివి పెట్టించి శాస్త్రోక్తంగా అన్ని కర్మలూ పూర్తిచేయించారు.

* * *

పుణ్యస్త్రీగా చనిపోయిన శ్రీలక్ష్మికి గుడి కట్టించారు. నిత్యం దేవతలా ఆరాధిస్తున్నారు. కళ్ళుపోయిన వెంకయ్యనాయుడు తాను చేసిన దుర్మార్గానికి నిరంతరం పశ్చాత్తాపపడ్తున్నాడు. వెంకమ్మ పిచ్చమ్మలను తల్చుకునేవారే లేరు.

* * *

శ్రీలక్ష్మి గుడిలో శ్రీలక్ష్మి విగ్రహం ముందు శ్రీలక్ష్మి కోరిక ప్రకారం పార్వతికీ రామయ్యకీ వివాహం జరుగుతున్నది.

ముసలప్పనాయుడు దంపతులు రామయ్యచేత పార్వతిమెడలో దండ వేయించారు.

సుబ్బానాయుడు దంపతులు పార్వతితో రామయ్యమెడలో దండ వేయించారు.

కన్నులపండువగా వారి వివాహం జరిగింది.

నూత్నదంపతులు శ్రీలక్ష్మి విగ్రహం ముందు మోకాళ్ళపై కూర్చుని తలలు నేలకు తాకించి నమస్కరించారు. శ్రీలక్ష్మి చేయి అదృశ్యరూపంలో వారి తలల మీద కదలాడి ఆశీర్వదించింది.

కూతురు పెళ్ళి చూడలేకపోతున్న వెంకయ్యనాయుడి కళ్ళను తాకి అతడికి దృష్టిని ప్రసాదించింది శ్రీలక్ష్మి. అతని కళ్ళకు శ్రీలక్ష్మి కనపడింది. విగ్రహంలోకి వెళ్ళి ఆశీర్వదిస్తూ అదృశ్యమైంది. వెంకయ్యనాయుడు లేచి మోకాళ్ళపై కూర్చుని భక్తితో నమస్కరించాడు. వివాహానికి వచ్చిన పిల్లలూ పెద్దలూ అందరూ లేచి నిలబడి భక్తితో మొక్కారు. వెంకయ్యనాయుడు ప్రేమతో పార్వతిని ఎత్తుకొని రామయ్యను దగ్గరికి తీసుకున్నాడు.

పూజారి శ్రీలక్ష్మిని స్తుతిస్తూ పాడుతున్నాడు. అందరూ ఆ పాటను అందుకొని గొంతులు కలిపారు.

అమ్మా లక్ష్మమ్మా లక్ష్మమ్మా
దేవతై వెలసినావమ్మా లక్ష్మమ్మా
పావనీ నీమహిమ పొగడ బ్రహ్మకు తరమ ॥
ఏరికైనా బాధలేవమ్మ ఏమీ
నిను తలచితే తల్లీ లక్ష్మమ్మా
కోరికలు తీరు గదమ్మా
వేవేల కొలిచితే నిన్ను దేవి లక్ష్మమ్మా ॥
పరమ పాతివ్రత్య నిరతలౌ సీతాది
త్యాగశీలల త్రోవ చనినావటమ్మ
పలనాటి సీమలో మా తెలుగు భూమిలో
నీ ఆలయాలు నూటికి మించెనమ్మా ॥

అందరూ భక్తితో లక్ష్మమ్మని పూజిస్తున్నారు. లక్ష్మమ్మ అందరికీ చల్లని దీవెనలిస్తున్నది.

THE END